நான் கஸ்தூர்...

கஸ்தூர் பா சொன்ன தன் கதை

கன்னடத்தில்: டாக்டர் எச்.எஸ்.அனுபமா

தமிழில்: கே.நல்லதம்பி

டிஸ்கவரி பப்ளிகேஷன்ஸ்

எண்: 9, பிளாட் எண்: 1080A, ரோஹிணி பிளாட்ஸ்,
முனுசாமி சாலை, கே.கே.நகர் மேற்கு,
சென்னை - 600 078. பேச: 99404 46650

வெளியீட்டு எண்: 0265

நான் கஸ்தூர்.. (தன் வரலாறு),
மொழிபெயர்ப்பாளர்: கே.நல்லதம்பி©
Naan... Kasthur (Biography),
Author: **K.Nallathambi©**
Inner Illustration by Krishna Giliyar &
Images by Internet Sources
Print in India
1st Edition: July - 2023
ISBN : 978-93-95285-74-2
Pages - 240
Rs - 300

Publisher • Sales Rights

Discovery Publications
No. 9, Plot,1080A, Rohini Flats,
Munusamy Salai,
K.K.Nagar West, Chennai - 78.
Tamilnadu, India.
Mobile: +91 99404 46650

Discovery Book Palace (P) Ltd
No. 1055-B, Munusamy Salai,
K.K.Nagar West,
Chennai-600 078.
Ph: (044) 4855 7525
Mobile: +91 87545 07070

discoverybookpalace@gmail.com / www.discoverybookpalace.com

உள்ளே

டாக்டர் எச்.**எஸ்.அனுபமா**

கர்நாடகாவின் சிவமொக்கா மாவட்டத்தைச் சேர்ந்தவர், மருத்துவர், எழுத்தாளர். தற்போது வட கர்நாடக மாவட்டத்து கவலக்கி என்ற ஊரில் 27 ஆண்டுகளாக மருத்துவராகத் தொழில் பார்க்கிறார். கவிதை, கதை, பயணக் கட்டுரை, மருத்துவக் கட்டுரைகள் மற்றும் சமகால சிந்தனைகளுக்கு ஏற்றவாறு இவரது 50 நூல்கள் வெளியாகி இருக்கின்றன. தலித், பெண்கள் மற்றும் முற்போக்கு அமைப்புகளுடன் அடையாளப்படுத்திக் கொண்டவர். கர்நாடக மகளிர் கொடுமை எதிர்ப்பு அமைப்பு, மே இலக்கிய மாநாட்டுத் தொண்டர், கவி பதிப்பகம், லடாயி பதிப்பகம் செயல்பாடுகளில் துணையாக இருக்கிறார்.

கே. நல்லதம்பி

பிறப்பு 1949 மைசூரில். படிப்பு B.A.வரை. ஒரு தனியார் நிறுவனத்தில் வியாபாரப் பிரிவின் அகில இந்திய மேலாளராக 35 வருடங்கள் வேலை பார்த்து, ஓய்வுபெற்றவர். நிழற்படக் கலையில் ஆர்வமிக்கவர். பல உலக மற்றும் தேசிய கண்காட்சிகளில் இவரது நிழற்படங்கள் பார்வைக்கு வைக்கப்பட்டு, பல பரிசு களும் பெற்றிருக்கின்றன. இந்தியா லலித கலா அகாடெமியில் இவரது 6 புகைப் படங்கள் நிரந்தர அருங்காட்சியகத்தில் இருக்கின்றன. கன்னடத்திலிருந்து தமிழுக்கும், தமிழிலிருந்து கன்னடத்திற்கும் கவிதைகள், சிறுகதைகள், கட்டுரைகள் மொழிபெயர்த்து, பல கன்னட மற்றும் தமிழ் இதழ்களிலும் வெளியாகியுள்ளன.

குவெம்பு பாஷா பாரதிக்காக – சங்கக் கவிதை – குறுந்தொகையின் 25 கவிதை களை கன்னட எழுத்தாளர் திருமதி லலிதா சித்தபசவய்யாவுடன் இணைந்து மொழிபெயர்த்திருக்கிறார். அவை 'நிச்சம் பொசது' (2016) என்ற தொகுப்பாக வந்துள்ளது.

கன்னடத்திலிருந்து தமிழுக்கு 24 நூல்களையும், தமிழிலிருந்து கன்னடத்திற்கு 15 நூல்களையும் மொழிபெயர்த்துள்ளார்.

சொந்தப் படைப்புகள்

a. கன்னடத்தில் கோஷி'ஸ் கவிதைகள் கவிதைத் தொகுப்பு 2018. பஹுரூபி
b. அத்தர் – சிறுகதைத் தொகுப்பு – தமிழில் 2022. எதிர் வெளியீடு
c. அத்தர் – சிறுகதைத் தொகுப்பு – கன்னடத்தில் 2022. பஞ்சமுகி பிரகாஷன

உறுப்பினர்:

1. *Philatalic Advaisory Committee, Ministry of Communications and IT Dept of Post (Philately Division) (2015 - 2017)*
2. கர்நாடக சாகித்ய அகாதமி (2019 - 2022)
3. ஆந்திரபிரதேச ஃபோட்டோகிராபர் அசோசியேஷன் தலைவர் 1971 - 72.
4. தெலங்கானா ஃபோட்டோகிராபர் சங்கம் வாழ்நாள் உறுப்பினர்.
5. கர்நாடக ஃபோட்டோகிராபர் அமைப்பு வாழ்நாள் உறுப்பினர்

விருதுகள்:

1. நல்லி – திசை எட்டும் – மொழியாக்க விருது – புளியமரத்தின் கதை – 2018.
2. திருப்பூர் இலக்கிய விருது – மொழியாக்க விருது – 2019.
3. ஸ்பேரோ – மொழியாக்க விருது – 2020.
4. விஜயா பதிப்பகம் – மொழியாக்க விருது 2022– (கே.எஸ்.சுப்ரமணியன் நினைவு)
5. குவெம்பு பாஷா பாரதி ப்ராதிகாரா – 2022 – கர்நாடகா – 'கௌரவ விருது'
6. குப்பம் பல்கலைக் கழகம், திராவிட பாஷா மொழிபெயர்ப்பாளர்கள் சங்கம் இணைந்து வழங்கிய *Award of Recognition* – 2022.
7. கேந்த்ர சாகித்ய அகாதமி மொழிபெயர்ப்பு விருது – 2022 – யாத்வஷேம் கன்னடப் புனைவின் தமிழ் மொழியாக்கம்.
8. தமிழ்நாடு முற்போக்கு எழுத்தாளர் மற்றும் ஓவியர் அமைப்பு – யாத்வஷேம் புனைவின் மொழிபெயர்ப்பிற்கான விருது – 2021.
9. தற்போது பெங்களூரில் வசிக்கிறார்.

kntt1949@gmail.com

9880718541

மறக்க நினைத்தாலும் மறக்க முடியாதவர்

காந்தியை விமர்சனம் செய்யாதவர்கள் உலகில் இருக்கிறார்களா?

அப்படி புகழ்ச்சிக்கும் கண்டனத்திற்கும் விமர்சனத்திற்கும் ஆளாகாமல் ஒருவர் சரித்திரத்தில் இடம் பிடித்துவிட முடியுமா?

காந்தி ஒருவர்தான் மிக அதிகமாகப் பேசப்பட்ட, எழுதப்பட்ட மனிதனாக இருக்க முடியும். நாம் பலருடைய பேச்சுக்களைக் கேட்டிருப் போம், எழுத்துக்களை வாசித்திருப்போம். அதன் அடிப்படையில் நமக்குள் ஒரு காந்தி உருவாகியிருக்கலாம்.

ஆனால், காந்தியின் மனைவி கஸ்தூர் பா காந்தியைப் பற்றி என்ன நினைத்தார் என்பதை நாம் அறிந்திருப்பது குறைவாகவே இருக்கும். அந்தக் குறையை டாக்டர் எச்.எஸ்.அனுபமா தன் "நான் கஸ்தூர்..." என்ற இந்தப் படைப்பின் வழியாக சிறிதளவு தீர்த்து வைக்கிறார்.

பொது வாழ்க்கையில் ஈடுபட்ட ஒரு மனிதரைப் பற்றி மேதாவி களுக்கும் பாமரனுக்கும் அவரவர்கள் அறிதலுக்கும் புரிதலுக்கும் அனுபவத்திற்கும் தக்கவாறு கருத்துக்கள் இருக்கலாம். ஆனால் அப்படிப்பட்ட மனிதரை மிகவும் இளம் வயதிலிருந்தே அவருடைய அகம், புறம் இரண்டையும் மிக நெருக்கத்திலிருந்து நுட்பமாகக் கவனித்து அறிந்த, புரிந்த மனைவியின் கருத்து என்னவாக இருக்கும்? அவற்றை எல்லாம் வெளிப்படையாக சொல்லிவிட முடியுமா? சொல்லிவிட முடியும் என்கிறது இந்த நூல்.

பொது வாழ்க்கையில் ஈடுபட்ட கணவரின் நிறை குறைகளை எந்த முன் தீர்மானமும் இல்லாமல் மக்கள் முன் வைக்க இயலுமா? அதை நேர்மையாகச் செய்ய முயன்றிருக்கிறார் கஸ்தூர் பா.

காந்தியோடு இணைந்தும் விலகியும் அவரோடு தானும் சேர்ந்தே வளரும் தன் கதையைச் சொல்வதன் வழியாக பா, நம் மனதில் கொஞ்சம் ஆழமாகவே நிலைத்து விடுகிறார்.

காந்தியை பற்றிய கஸ்தூர் பாவின் எண்ணங்களையும் கருத்துக் களையும் திரட்டி ஒரு குழந்தைக்கு கஸ்தூர் கதை சொல்வது போலவே மிக எளிமையான வார்த்தைகளில் சொல்ல முற்பட்ட அனுபமாவின் சொற்கள் கவிதையாகி விடுகின்றன.

காந்தியின் மற்றொரு கோணத்தை மிகவும் அருகாமையிலிருந்து பார்க்கக் கூடிய வாய்ப்பை இந்நூலின் வழியாக நமக்கு வழங்கி இருக்கிறார் அனுபமா.

காந்தியைப் பற்றி பல நூல்களை வாசித்தவர்களுக்கு இதில் புதிதாக தெரிந்துகொள்ள எதுவும் இல்லை என்று நினைத்தாலும், காந்தியை பற்றிய பாவின் வெகுளித்தனமான பிறகு பக்குவமான பார்வை நமக்கு ஒரு புதிய அனுபவத்தைக் கொடுக்கிறது.

அநேகமாக உலகில் மிகச் சிக்கலான உறவு கணவன், மனைவி உறவு. குடும்ப அமைப்புகளும் பேசித் தீர்க்க முடியாத சிக்கல்களை உடையது. அதற்கு காந்தியும் பாவும் விலக்கல்ல என்பதை இந்நூல் பேசுகிறது. மனைவியாகவும், தாயாகவும் தன் தவிப்பை மிக நெகிழ்ச்சியாகச் சொல்லும் பா, சில இடங்களில் சிரிக்கவும், பல இடங்களில் கண் கலங்கவும் வைக்கிறார்.

இந்நூலை வாசித்தபோது ஒரு கணவனைப் பற்றிய பெண்ணின் பார்வை எப்படியெல்லாம் இருக்கும் என்பதை மற்றொரு பெண்ணால் மட்டுமே திறன்படச் சொல்ல முடியும் என்பதை அனுபமா அவர்களின் வார்த்தைகளில் பார்க்க முடிகிறது.

இந்நூலை மொழிபெயர்க்க அனுமதி அளித்து காந்தியை இன்னொரு கோணத்திலிருந்து பார்க்கும் வாய்ப்பை அளித்த டாக்டர் எச்.எஸ்.அனுபமா அவர்களுக்கு பல நன்றிகள்.

கோயம்பத்தூரில் ஒரு நிகழ்வில் எதிர்பாராமல் சந்தித்த டிஸ்கவரி பதிப்பகத்தின் திரு. மு.வேடியப்பன் அவர்களிடம் இந்த நூலைப் பற்றிச் சொன்னதும், 'கொடுங்கள் பிரசுரிக்கலாம்' என்று அன்புடன் கேட்டார். இன்று அதை நேர்த்தியாகவும், அழகாகவும் வெளிக் கொணர்ந்துள்ளார். அவருக்கும் டிஸ்கவரி பதிப்பகத்தின் குழுமத்திற்கும் எனது மனமார்ந்த நன்றிகள்.

இந்த நூலின் கைப்பிரதியை வாசித்து அதற்கு பின்அட்டைக் குறிப்பையும் எழுதிக் கொடுத்த, காந்தியைப் பற்றிப் பித்தாகப் படிக்கும் சிலரில் ஒருவரான திருமதி. கலைச்செல்வி அவர்களை இங்கே நினைவு கூர்கிறேன்.

காந்தியைப் பற்றி எத்தனைப் படைப்புகள் வந்தாலும் சலிக்காது. அந்தப் படைப்புக்களில் இதுவும் ஒன்றாக இணைவது மட்டற்ற மகிழ்ச்சியை அளிக்கிறது.

வாசகர்கள் கையில் இதை அன்போடு வைக்கிறேன்.

கே.நல்லதம்பி
பெங்களூர்
18.04.2023
Kntt1949@gmail.com
9880718541

சுதாமபுரியின் கஸ்தூர்

குழந்தை, நலமா? எல்லோரும் நலமா?

நான், கஸ்தூர். கஸ்தூர் கோபால்தாஸ் மகன்ஜி கபாடியா. குஜராத்தின் காதேவாடி மாநிலத்து போர்பந்தரின் கோபால்தாஸ் விரஜ்கும்வர பா அவர்களுடைய மகள். உங்களுக்குத் தெரியுமா? நான் 150 ஆண்டுகளுக்கு முன் பிறந்தவள். 75 ஆண்டுகள் எல்லாருடனும் வாழ்ந்திருந்தேன். பிறகு 75 ஆண்டுகளாக உங்கள் எல்லாருடைய நினைவிலும் இருக்கிறேன். வீடு எங்கே, கணவன், பிள்ளைகள் எங்கே என்று கேட்கிறீர்களா? உண்மை சொல்லவேண்டும் என்றால் கணவன், பிள்ளைகள் என்று ஒரு குடும்பம் எனக்கில்லை. அல்லது நாங்கள் அதுபோல இருந்ததில்லை. என் கணவன் உலகம் சுற்றுபவன். பிள்ளைகள் நான்கு. எல்லாம் ஆண்கள். கணவர் உலகத்துக்கு தொண்டு செய்பவர். நாங்கள் எல்லாம் ஒன்றாக சேர்வதே குறைவு. அதனால் எங்களுக்கு என் 'வீடு' என்பது கிடையவே கிடையாது. அல்லது எல்லார் வீடும் எங்களுடையது என்று கூடக் கருதலாம். எங்களுக்கு என்று எதுவும் கிடையாது. ஆனால், எல்லாமும் இருக்கின்றன. விலை கட்ட முடியாது. அவ்வளவு இருக்கின்றன என்னிடம்.

யாரிது, அழகான மொழியில் பேசுகிறாள் என்று தோன்றுகிறதா? பெண்கள் மொழி அழகாகத்தானே கேட்கும் குழந்தை. உலகத்தின் பேச்சை விடு. நம் பரிச்சயம் நமக்கே இருக்காதல்லவா, அதற்குத்தான் இப்படியொரு மொழி எங்களுடையது.

நான் கம்பீரமான இயல்பு கொண்டவள் என்று எல்லாரும் சொல்கிறார்கள். என் இஷ்டத்துக்கு நான் இருப்பது எனக்கு மிகவும் பிடிக்கும். அதற்கு பால்யமும் காரணமாக இருக்கலாம். குஜராத் பெண் பிள்ளைகள் மிகவும் சம்பிரதாய சூழ்நிலையில் வளர்பவர்கள். அறிமுகமில்லாதவனைக் கண்டதும் முதல் வேலையாக முகத்தின் மீது முந்தானையை இழுத்துக்கொள்வது. அவர்கள் முன் நிற்கவோ பேசவோ தயக்கம். நானோ வீட்டுக்கு யாராவது வந்தால் யார், என்ன என்றுகூட விசாரிக்காமல் நேராக உள்ளே ஓடிவிடுவேன். ஆரம்பத்திலிருந்து நான் குறைவாகவே பேசுபவள். என் கணவன் பேசு பேசு என்று சொல்லி கொஞ்சம் பேசப் பழகினேன். படிப்பும் குறைவு. எழுதத் தெரியாது என்றாலும் தகும். என் புருஷன், பிள்ளைகள் சொல்லிக் கொடுத்து ஏதோ அரைகுறையாக குஜராத்தி படிக்க, எழுத பழகினேன். எனக்கு குஜராத்தி மொழி மட்டுமே தெரியும். என்ன செய்தாலும் இந்தி, இங்கிலிஷ் தலைக்கு ஏறவே இல்லை.

இவ்வளவு சொன்னாலும் நான் யாரென்று தெரியலை இல்லையா? சரிதான். இப்படி எவ்வளவு சொல்லிக்கொண்டே போனாலும் கஸ்தூர் கோபால்தாஸ் மகன்ஜி கபாடியாவின் அடையாளம் உங்களுக்குத் தெரியாமலேயே போகலாம். நீர் பாய்ச்சினாலும் சீமைக் கருவேல மரத்தின் வேர் கண்ணுக்குத் தெரியாது. வேருக்குப் பெயரும் வைக்கமாட்டார்கள். அதன் நினைவும் இருக்காது. மேலே வளரும் இலையும், பூவும், காயும், பழமும் செடிகொடிகளுக்குப் பெயரைப் பெற்றுத் தரும். சரிதானே? என்னுடையதும் அதே கதைதான், குழந்தை.

'நான் கஸ்தூர் மோகன்தாஸ் கரம்சந்த் காந்தி, கஸ்தூர் பா அல்லது பா' என்று சொன்னால், உடனே உங்களுக்கு அடையாளம் தெரியும் அல்லவா? சிலர் கண்கள் மலரும். மகாத்மாவின் மனைவி என்று சிலர் அருகே வந்து தொடுகிறார்கள். காலில் விழுகிறார்கள். பலர் கேள்விகளாகிறார்கள். இன்னும் சிலர் லேசாக ஓரக் கண்ணால் பார்த்து சந்தேகப்படுகிறார்கள். அது எதுவாகவே இருக்கட்டும். கஸ்தூர் கபாடியாவாக இருந்தவள் கஸ்தூர் பாவாக ஆனது; தனிமை விரும்பும் பெண், போராட்டம், உண்ணாவிரதம் என்று சிறை சேர்ந்தது; மூகாம்பிகையாக இருந்தவள் பத்திரிகையாளர்கள், அரசியல்வாதிகள் முன்னால் பேசும்படியானது; எங்கள் வீட்டுச் சுவரைத் தாண்டி எங்கேயும் போகாதவள் பல நாடுகளை எல்லாம் சுற்றி, வெளிநாட்டுச் சிறையையும் பார்த்துவிட்டு வந்தது எல்லாம் மிக நீண்ட பயணம். ஆம்

குழந்தை, கங்கோத்ரியிலிருந்து பல ஆயிரம் மைல்கள் ஓடி கங்கை நதி வங்கக் கடலில் கலப்பது போல நானும் கடலானது போலவே இந்தப் பயணம்.

அதை எல்லாம் உங்களிடம் சொல்ல வேண்டும். ஏனென்றால் 'இங்கே கதை முடிந்தது' என்று எங்கள் கதை என்றும் ஓயவே இல்லை. இன்றும் மீள மீள பாபுவைப் பற்றியும், பாவைப் பற்றியும் தோண்டித் தோண்டி எடுத்துக்கொண்டே இருக்கிறீர்கள். தேடிக்கொண்டே இருக்கிறீர்கள். பிள்ளைகள் நினைவிலிருந்து காணாமல் போவதே சாவு என்று என் அம்மா சொல்வாள். மக்களின் நினைவில் வாழ்வது நின்று போனால் அதுதான் மரணம் என்று பாபு சொல்வார். அப்படிப் பார்த்தால் எங்களுக்கு இறப்பு வரவே இல்லை. வாழ்க்கை வளர்ந்துகொண்டே போகிறது – மறைமுகமாக, உயரமாக, அகலமாக, ஆழமாக...

எங்கே இருந்து தொடங்கட்டும்?

மகாத்மாவின் மனைவி என்று நினைத்துக்கொண்டு ஆரம்பிப்பது வேண்டாம். ஏனென்றால் மாகாத்மா என்பது ரவீந்திரநாத தாகூர் கொடுத்த விருது. நான் பார்க்கும் போது அவன் ஒன்றும் மகாத்மாவாக இருக்கவில்லை. அவனும் என்னைப் போலவே பெரியவன் அல்லது சிறியவன்.

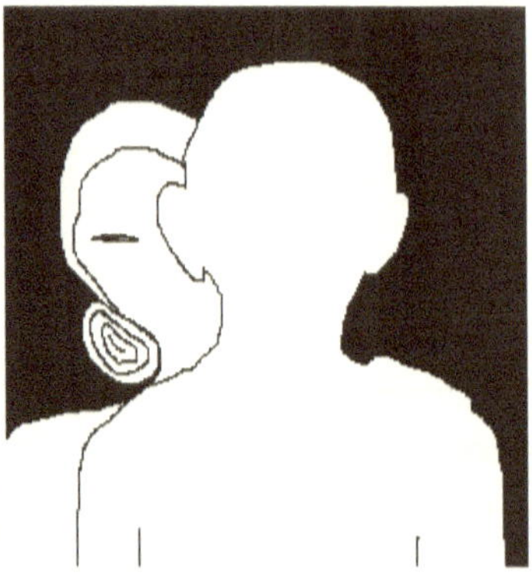

உங்களுக்கு நான் சிறுமியாக இருந்த போது சில விஷயங்களை சொல்ல வேண்டும் என்றால் என் தாய்வீடு, திருமணம், எங்கள் ஊரைப் பற்றி சொல்ல வேண்டும். அவற்றை சொல்ல எந்த பெண்பிள்ளைகளுக்கு மகிழ்ச்சியாக இருக்காது, சொல்லுங்கள்? அது எங்கள் அடிநாதம். நாங்கள் நாங்களாக இருக்கும் இடம். பெண் என்றல்ல, மனைவி என்றல்ல ஒரு உயிராக நாங்கள் எல்லா சுதந்திரத்தையும், மகிழ்ச்சியையும் அனுபவித்த இடம் எங்கள் தாய்வீடு. அதற்காகத் தான் அம்மா வீட்டு நினைவு மிகவும் பிடித்தமானது. கதகதப்பான நினைவுகள், இல்லையா?

நான் கடற்கரை ஊரைச் சேர்ந்தவள். போர்பந்தர்காரி. ஆரவாரமாக ஓசையிடும் கடலின் இரைச்சல் என் காதுகளை நிறைத்திருக்கிறது.

எங்கள் ஊருக்கு முதலில் பாவ்பந்தர் என்று பெயர் இருந்ததாம். பாவ் என்றால் ஒரு வகையான ரொட்டி. கோதுமையில் பாவ் செய்து அரபு நாடுகளுக்கு கப்பலில் அனுப்பி வைப்பார்களாம். எங்கள் ஊருக்கு நீண்ட வளைவான கடற்கரை உண்டு. கடல் ஆழமாக இருக்கும். அதற்காகவே கப்பல்கள் வருமாம். கடலை விட்டு சிறிது தொலைவு போனால் நெல், பயிர்கள் விளைந்திருக்கும். அவை எல்லாம் எங்கள் ஊருக்கு வரும். மும்பை பெரிய துறைமுகமாகும் முன்பு அந்த வட்டாரத்திற்கே போர்பந்தர் தான் முக்கிய துறைமுகமாக இருந்தது.

ஒரு பக்கம் கடல், மறுபக்கம் சின்ன மலைக் குன்று, அதன் மீது இந்து, பிரணாமி, சமண கோவில்கள் இருக்கின்றன. அப்போது எல்லாம் சிறுத்தை, சிங்கம், மான்கள் குன்றின் மீது இருக்கும். இரை தேடி கோழி, நாய், ஆடு, பசுக்களை தூக்கிக்கொண்டு போக சிறுத்தைகள் ஊருக்குள் வரும். கடற்கரையில் ஃபிளமிங்கோ என்ற ஒரு பறவை, சிகப்புக் கழுத்து வாத்துக்கோழி நிறைய இருந்தன. அது மட்டுமல்ல மைனா, கொக்கு, புறா, இருவாய்ச்சிப் பறவை எல்லாம் இருந்தன.

எங்கள் ஊரில் எல்லாவற்றையும் விடவும் எடுப்பாகத் தெரிந்தது ஒரு உயரமான கலங்கரை விளக்கம். 90 அடி உயரம். அது எங்கள் ஊரில் எங்கே நின்று பார்த்தாலும் தெரியும். பல மைல் தொலைவிலிருந்து மாலுமிகளுக்குத் தெரியும்.

எங்கள் ஊர் என்ற பெருமைக்காக சொல்லவில்லை, குழந்தை. போர்பந்தர் மிக அழகான ஊர். மழை, குளிர், வெக்கை எந்தக் காலமாகவே இருக்கட்டும். கதகதப்பாக இருக்கும் ஊர் எங்களுடையது. மிக வியர்க்கும் கடற்கரை வானிலை. மழையை நம்பவே முடியாது. எப்போதோ சில சமயம் ஓ என்று அதி வேகமாக வந்து பொழிந்து நின்றுவிடும். இல்லை என்றால், சுத்தமாக இல்லை. வெறும் வியர்வை. மேகம் எட்டிப் பார்த்து விட்டு பறந்து போய் விடும். இரண்டு மூன்று ஆண்டுகள் மழை வராமல் இருந்ததும் உண்டு. 'சோ' என்று பொழிந்ததும் உண்டு. அதற்காக எங்கள் ஊரில் என்ன செய்வார்கள் என்றால் நிலத்தில் விழும் ஒவ்வொரு துளியும் வீணாகக்கூடாது என்று அதை சேகரித்து பயன்படுத்துவார்கள். மழை என்றால் தேவலோகத்து கருணை. 'ரப் கி ரெஹமத்' என்பார்கள் சாதுக்கள். அதற்காக அநேகமாக எல்லா வீடுகளிலும் மழைத் தண்ணீரை பிடித்து வைத்துக்கொள்ள வீட்டு முன் வாசலில் ஒரு பெரிய தொட்டி இருக்கும். மழை தாமதமானால், வராமல் போனால்

குடி தண்ணீருக்கு கஷ்டப்படாமல், நிலத்தடித் தொட்டி எங்களைக் காப்பாற்றும். மழை வந்தால் வைகாசியில் இருந்து மார்கழிவரை வரும். அது எல்லோருக்கும் மிக மகிழ்ச்சியான காலம்.

என் அப்பா மூன்று மாடி வீடு கட்டி இருந்தார். நகரத்து சேட் ஆனதால் வருவோர் போவோர் அதிகம். வீட்டுக்கு வருபவர்கள் எல்லோரையும் உள்ளே அழைப்பதில்லை. மாடியில் விருந்தாளி அறை ஒன்று இருந்தது. பெரிய மனிதர்களை வெளியில் இருக்கும் மாடிப்படி வழியாக அங்கே அழைத்துச் செல்வார்கள். கீழே எங்கள் வேலைகளை நாங்கள் செய்து கொண்டிருப்போம். எல்லாவற்றையும் விட மேல் மாடி கூரை மீது விழும் மழை நீர் சுவர் கற்களில் செய்திருந்த ஓட்டைகள் வழியாக வந்து வடிகட்டி கீழே தொட்டியில் வந்து சேரும். தொட்டியை மூட ஒரு கற்பலகை இருக்கும்.

எங்கள் குடும்பத்தார்கள் எல்லாம் வியாபாரிகளாக இருந்தார்களாம். எங்கள் வீடு, கடற்கரையிலிருந்து கொஞ்ச தூரத்தில் இருந்தது. இரண்டு தெரு தாண்டிச் சென்றால் கடல் கிடைக்கும். தொலைவில் நீண்ட அணைக்கரை (ஜெட்டி) இருக்கும். அங்கே எப்போதும் ஓரிரு படகுகள் நின்றிருக்கும். எங்கள் தாத்தா, பாட்டி தங்கள் காலத்துக் கதைகளைச் சொல்வார்கள். மலபாரிலிருந்து மரங்கள், மும்பையிலிருந்து பருத்தி, புகையிலை, காராச்சிப் பக்கத்திலிருந்து தானியங்கள் இங்கே வருமாம். அதை வாங்கி எங்கள் வீட்டு ஆண்கள் வேறு இடத்திற்கு விற்க அனுப்புவார்களாம். உட்கார்ந்த இடத்திலேயே உள்நாட்டு வெளிநாட்டு உறவுகள், வியாபாரம் நடக்கும். ஆங்கிலேயர்கள் செய்ததும் அதைத்தானே. அதற்குத்தான் ஆங்கிலேயர்களை படுவேகமாக புரிந்துகொண்டு, அவர்கள் வந்தால் நடக்கும் அபாயம் என்ன என்பதை சரியாக முதலிலேயே ஊகித்தவர்கள் குஜராத்திகள்.

எங்கள் அப்பா கோபல்தாஸ் மகஞ்ஜி கபாடியா , பருப்பு, பருத்தி, துணி வியாபாரம் செய்வார். பெரிய வியாபாரி. மிக வசதியானவர். அரபு நாடுகளுக்கும், ஆப்பிரிக்காவுக்கும் தானியங்களை அனுப்புவார். எங்கள் வீட்டில் எப்போதும் வியாபாரம், வியாபாரம். அதை விட்டால் அரசியல் சர்ச்சை. வேறு பேச்சே கிடையாது. அப்பா போர்பந்தரின் மேயர் ஆக இருந்தார். என் அம்மா வீடு பதினெட்டு அறை கொண்ட வீடு. வீட்டில் எத்தனை பேர் இருந்தார்களோ அந்த அளவிற்கு தானியமும், சரக்கு மூட்டைகளும் இருந்தன. என் அப்பா வியாபாரம், அரசியலைத் தவிர வேறு பேச்சைப் பேசுவதை நான் கேட்டதே இல்லை. எப்போதும் அதே தியானம். நான் சிறுமியாக இருந்த போதே

நெஞ்சில் சளி கட்டி ‘மூச்சுத்திணறல்’ வருவது சாதாரணமாக நடக்கும். அடிக்கடி குளிரும். எங்கள் வீட்டில் எப்போதும் தானியங்களின் தூசி பரவி இருக்கும். எனக்கு தூசி என்றால் ஆகாது. அப்போது ஏற்பட்ட மூச்சுத்திணறல் என்னை கடைசிவரை வதைத்தது. விறுவிறு என்று நடக்கவே முடியாது. ஆனாலும் ஆட்டம், ஓட்டம் எதுவும் குறையவில்லை. சின்ன உயிர், சூட்டிகையாக இருப்பேன்.

கடல் பெண் பிள்ளைகளை இழுத்துக்கொண்டு போய்விடும், பக்கத்தில் போகாதே என்று வீட்டில் பயமுறுத்துவார்கள். எங்கள் வீட்டில் பல பெண்கள் இருந்தார்கள். என் அப்பாவுக்கு நான்கு பெண் பிள்ளைகள். ஒரு மகன். இரண்டு அக்காக்கள் சீக்கிரமாகவே இறந்து போனார்கள். அக்கம் பக்கத்து வீட்டுப் பிள்ளைகள் எல்லாம் சேர்ந்து ஒன்றாக கடலுக்குப் போவோம். காவல் காக்க, எங்கள் பின்னாலேயே பையன்களை அனுப்புவார்கள். என் தம்பி மாதவனும் மற்றவர்களும் குட்டிப் பசங்கள். அவர்கள் என்ன எங்களைக் காவல் காப்பது? சின்ன பசங்களாக இருந்தாலும் பரவாயில்லை, எங்கள் காவலுக்கு வருவார்கள். ஓரிரு பையன்கள் எங்களை விடவும் பெரியவர்களாக இருந்தார்கள். குழுவின் 'தலைவர்கள்' அவனுங்க. நாங்கள் தண்ணீரைத் தொடுவதற்கு முன்பே ‘ஹாய், ஓய்’ என்று கத்துவார்கள். அவர்கள் எறுமைகள் போல நீரில் குதித்து நீந்துவார்கள். எங்களை மட்டும் தண்ணீரில் இறங்க விடமாட்டார்கள். நாங்கள் கொஞ்சம் முன்னால் போனால் எங்களை திரும்பி அழைக்க ஒரு உபாயம் செய்வார்கள். வேறு யார் யாரோ தோஸ்த்துக்களுடன் வந்து முன்னால் நின்று விடுவார்கள். பரிச்சயமில்லாத ஆண்கள் எங்கள் முன்னால் நின்றால் போதும், முடிந்தது கதை, தாவணியை தலை மீது இழுத்து மூடிக் கொண்டு ஓடி வந்து விடுவோம்.

ஆண்களுக்கு எப்போதும் வியாபாரம், அரசியல் என்று மண்டை சூடாக இருந்தால் பெண்களுக்கு பிள்ளை குட்டிகள், பண்டிகை, விரதம், சமையல், சேலை, பூப்பின்னல் இப்படி ஏதாவது இருக்கும். உங்களுக்குத் தெரியுமே, எங்கள் பக்கத்து காதேவாடி சேலை புகழ் பெற்றது. ஒவ்வொரு சேலை தயார் செய்யவும் மாதக்கணக்கில் மெனக்கெடுவார்கள். பூத்தையல் போட்டுக்கொண்டே இருப்பார்கள். அதற்கு எவ்வளவு நேரம் இருந்தாலும் போதாது. கூடவே சுவர், தரை நயமாகும்வரை தேய்ப்பது, சுவர், வாசல் மீது ஓவியம் வரைவது. பலகாரம், சாப்பாடுக்குத் தேவையான பொருட்களை தயார் செய்து வைத்துக் கொள்வது. விறகு, கரி சேகரித்து வைப்பது. இவை எல்லாம்

பெண்கள் வேலைகள். வேலை, பிள்ளைப் பேறு போன்றவற்றில் மூழ்கிப்போன பெண்களுக்கு மிக நெருங்கியவர்கள் என்றால் அவர்கள் கடவுள்களும், சாதுக்களும்! ஆம், பெண்களுக்கு வீட்டை விட்டு வெளியே போகும் வாய்ப்புக் கிடைப்பது கோவிலுக்குப் போகும்போது மட்டும். அதற்காக பல சாக்குக்களை உருவாக்கிக் கொள்கிறார்களோ என்பதைப்போல ஏதாவது ஒரு விரதம், உபவாசம், பண்டிகை, பூசை என்று எப்போதும் இருக்கும்.

எங்கள் ஊர் அதிகமாக கிருஷ்ண பக்தர்களும், வைஷ்ணவப் பிரிவினரின் ஆதிக்கமும் இருக்கும் ஊர். என் அம்மா வைஷ்ணவள். இது சுதாமனின் பிறந்த இடம் என்ற நம்பிக்கை. சுதாமபுரி என்றும் அழைக்கிறார்கள். எல்லா இடங்களிலும் கிருஷ்ணன், இராமன், பலராமன் கோவில்கள் இருந்தால் எங்கள் ஊரில் சுதாமனனின் கோவில் இருக்கிறது, தெரியுமா? சுதாமனின் மனைவி சுஷீலா, கிருஷ்ணன், ருக்மிணி அவர்களின் விக்கிரகங்கள் இங்கே இருக்கின்றன. அவல்தான் நைவேத்தியம், பிரசாதம். எப்போதாவது ஒருமுறை மோதேஷ்வரி மாதா கோவிலுக்கும் அம்மா போவார். அந்த தேவதையை அம்பா மா, மாதங்கி மா என்றும் அழைப்பார்கள். மோதாபனியா என்ற எங்கள் சாதிப் பெயர் அவளிடமிருந்துதான் வந்ததோ என்னமோ தெரியவில்லை. அவளுக்கு ஒண்ணு, ரெண்டல்ல பதினெட்டு கைகள். கர்ஜிக்கும் சிங்கத்தின் மீது உட்கார்ந்திருக்கும் அம்மை அவள். தேவதை பார்க்க பயங்கரமாக இருப்பாள் என்று நான் வெளியிலேயே நின்றிருப்பேன். உள்ளே வராவிட்டால் தேவதைக்கு கோபம் வரும், வயிற்று வலி வரும், கெட்ட கணவன் கிடைப்பான் என்று அம்மா திட்டி, மிரட்டி உள்ளே அழைத்துப் போவாள்.

பிள்ளைகளுக்கெல்லாம் விருப்பமான கடவுள் மழைக் கடவுள். மழை என்றால் எங்களுக்கு மிகவும் ஆசை. அதிகமாகப் பொழிந்தாலும், இல்லை என்றாலும் அதனுடன் எங்களுக்குத் தொடர்பு இருக்கும். நீங்கள் ஆச்சரியப்படலாம், பூமியைக் கையால் தொடாவிட்டாலும் எங்கள் அப்பா எந்த நட்சத்திர மழை எப்போது வந்தது, எது கை கொடுத்தது, இப்போது எது ஆரம்பமாகும் என்பதை எல்லாம் கணக்கு வைத்துச் சொல்வார். நாங்கள் வியாபாரிகள் அல்லவா? மழை, விளைச்சல் நன்றாக இருந்தால்தான் எங்கள் பொழப்பு நடக்கும். இல்லை என்றால் எல்லோருக்கும் நட்டம். அதற்குத் தான் மழைக் கடவுளுடன் எங்களுக்கு நேரடியான உறவு. மழை வந்தால் மழைக் கடவுளுக்கு வழிபாடு. வராவிட்டால் கோபம். அதிகமாக

வந்தாலும் சபிக்கவும் செய்வோம். விவசாயிகள் எப்படி செய்வார்களோ அதுபோலவே வியாபாரிகளான நாங்களும் செய்வோம்.

எவ்வளவு நாள் ஆனாலும் மழை வரவில்லை என்றால் அப்போது மழைக் கடவுளின் சிலை செய்து வெயிலில் காயவைப்போம். சூடு தாங்க முடியாமல் கடவுள் மழை பொழிவான் என்ற நம்பிக்கை. போலேநாத், அதுதான் சிவன், அவனுக்கு மிளகாய்ப்பொடியை தண்ணீரில் கலக்கிப் பூசுவோம். மழைக் கடவுளை முற்புதரிலும் வீசி எறிவோம். கடல் கடவுளுக்கு கல்லை வீசி எறிந்து வருவோம். தவலையைத் தேடிப் பிடித்து ஊர் நடுத்தெருவில் தொங்க விடுவோம். சின்ன சின்ன கோவில்களின் கடவுள் சிலைகளின் அருகே பாம்பு, தேள்களைப் பிடித்து விடுவது, சன்னதம் வருபவர் வீட்டு முன்னால் அல்லது புரோகிதர் வீட்டு முன்னால் கற்களைக் குவிப்பதும் செய்வோம். இப்படி பக்தர்கள் கோபம் கொண்டு தனக்கு தொல்லை கொடுக்கிறார்கள் என்று அந்தக் கடவுளுக்குத் தெரிய வேண்டும். அப்படி எதெதையோ செய்வோம். கண் முன் தெரியும் மனிதர்களை விடவும் கண்ணுக்குத் தெரியாத கடவுளுடன்தான் விளையாட்டு அதிகம்.

மழை வரும்போது எங்கள் மகிழ்ச்சியைப் பார்க்க வேண்டுமே. ஆஹா, மழையில் நனையும் ஆனந்தமே தனி. கூடவே மழைக் கடவுளுக்கு வழிபாடு நடக்கும். மழையின் ஆர்ப்பாட்டம் அதிகமானால் கங்கைக்கு பூசை, தண்ணீர் பூசை. பக்கத்திலேயே கடலும் இருந்ததால், மழைக்கு கடல் ஓசையும் சேர்ந்து இரைச்சல் அதிகமாக இருக்கும். நாங்கள் வீட்டுக்குள் அழுவது, சிரிப்பது, பாடுவது எதுவும் வெளியே கேட்காது. அந்த மழை சத்தத்தை விடவும் நாங்கள் அதிகமாக கூச்சல் போடுவோம். உரக்க சத்தம் போடவேண்டும் என்று மச்சுக்குப் போவதும், இறங்குவதும் செய்வோம். ஆண்கள் பலவகையான வேடமணிந்து ஊர்வலம் போவார்கள். நாங்கள் சிறுவர், சிறுமிகள் எல்லாம் நனைந்துகொண்டே அவர்கள் பின்னால் போவோம். மழைக் கடவுள் வேடம் அணிந்தவர்கள் பாட்டுப் பாடிக்கொண்டே வீடுகளுக்கு முன்னால் நிற்பார்கள். அவர்களுக்கு பெண் பிள்ளைகள் ஆரத்தி எடுப்பார்கள். கொட்டும் மழையில் நனைந்துகொண்டே தங்கள் வீட்டு முன் வந்து நிற்கும் கடவுள் வேடத்தை திண்ணைக் அழைத்து ஆரத்தி எடுத்து, இனிப்பும், உலர்ந்த பழங்களும், பலகாரமும் கொடுத்து அனுப்புவார்கள்.

விபரீதமாக மழை வந்தாலும் சிரமம். எங்கள் ஊரில் சண்டமாருதம், புயல் மழை எப்போது தொடங்குமோ தெரியாது. எனக்கு நினைவு இருப்பது போல ஒருமுறை அதுபோல நடந்திருந்தது. விபரீதமான காற்று, அத்துடன் மழை, அவ்வளவு மழை தேவை இல்லை எங்களுக்கு. சேகரித்து வைத்துக் கொள்ளவும் முடியாது. அப்போது மழையை, 'போ, போ,போ என்று உரக்கக் கூவி வீட்டு முன்னால் நின்று அனலை மேலே வீசி எறிவோம். சிறு பையன்களின் துணியைக் கழற்றி வெளியே திண்ணையில் நிறுத்தி நெருப்புக் கொள்ளியை வெளியே வீசி எறியச் சொல்வார்கள். குழந்தைகளின் அரைக்கால் சட்டையைக் கழற்றி பிருஷ்டத்தை ஆகாயத்துக்குக் காட்டுவார்கள். அரிவாளை நெருப்பில் பழுக்கக் காய்ச்சி வெளியே மழையில் பிடிப்பார்கள். துடப்பத்தை தலைகீழாக வெளியே வைப்பார்கள். வீட்டு முன் ஓடும் தண்ணீரில் ஒரு இலை மீது நெய் ஊற்றி மிதக்க விடுவார்கள். இப்படி மழையை நிறுத்த ஏதேதோ செய்வார்கள். கூடவே கெட்ட கெட்ட சொற்களால் மழையை திட்டுவார்கள். மனிதர்களுடன் போடும் சண்டையைப்போல மழையுடன் சண்டை போடுவார்கள்.

எங்கள் ஊருக்கு கிராமத்துப் பக்கங்களிலிருந்து பாட்டுப் பாடு பவர்கள் நிறையப் பேர் வருவார்கள். அந்தப் பாட்டைக் கேட்டு பெண்கள்தான் அவர்களுக்கு எதையாவது கொடுத்து அனுப்புவார்கள். அதுதான் எங்களுக்கு பெரிய பொழுதுபோக்கு. ஆண்கள் ஒரு நொடி நின்று பார்த்து விட்டு, பாட்டில் மெய்மறந்திருக்கும் எங்களைப் பார்த்து, எவ்வளவு வேலை தடை பட்டுப் போயிருக்கும் என்று நினைத்து சலிப்புடன் 'ஊம்' என்று பெருமூச்சு விட்டுக் கொண்டே போவார்கள். நாங்கள் எங்களிடம் இருக்கும் நான்கு காசு, சமைத்த உணவு, பழைய துணி, பலகாரம், சமையல் பொருட்கள், பழம், காய்கறிகள் இதுபோல எதையாவது கொடுத்து அனுப்புவோம். பஜனை பாடுபவர்கள்தான் அதிகம். மூன்று நான்கு பேர்கள் ஒன்று சேர்ந்து உட்கார்ந்து கொண்டு பாடுவார்கள். நரசி மெகதா என்ற ஒரு தாசர். அவர் எழுதிய பஜனைப் பாட்டு, கிருஷ்ணனின் பாட்டு, ராஸ் பாடல்களை அதிகமாகப் பாடுவார்கள். ராதாகிருஷ்ணன் என்னென்ன செய்தார்கள் என்பதை நாங்கள் கண் முன் பார்ப்பது போலவே பாடுவார்கள். பக்திப் பாடல்களுடன் சிருங்கார கீதங்களும் இருக்கும். தாய் வீட்டிற்கு சம்பந்தப்பட்ட ஒரு பாட்டு, கோபியர்கள் பாடுவது எனக்கு நினைவிருக்கிறது. 'முதலில் நான் அங்கேயும் இங்கேயும்

அலைந்துகொண்டு சுகமாக இருந்தேன். உனக்கு என் நினைவாவது இருக்கிறதா' என்று கண்ணன் சீண்டுவது போல ஒரு பாட்டு. 'மைகா மே மை ரஹ தீ தி குஷ் மே, பிர்தி தி க்யூ மாரா மாரி கணய்யா... யாத் ஹை குச் பீ ஹமாரி?' (தாய் வீட்டில் மகிழ்ச்சியாக இருந்தேன். ஏன் இப்படி அலைகிறேன் கண்ணா... ஏதாவது என் நினைவிருக்கிறதா உனக்கு?) என்ற பாட்டு. மிக இனிமையாகப் பாடுவார்கள். அவர்கள் அதைப் பாடும்போது பெண்கள் முகத்தில் சிரிப்பு, வெட்கம் எப்படி மலரும் என்று நீங்கள் பார்க்க வேண்டுமே! எல்லோருக்கும் அவரவர் தாயவீட்டில் தங்கள் பால்யத்தில் ஓய்வாகவும், சுகமாகவும் இருந்த நினைவுகள் வந்து மனம் கனக்கும். என் கணவன் மோகா வரும்போது நான் அதைப் பாடி கிண்டல் செய்வேன். ஆரம்பத்தில் மோகனுக்கும் ராஸ் லீலா பாட்டுக்கள் மிகவும் பிடிக்கும். நரசி மெகதாவின் ராஸ் என்றால் மிகவும் விருப்பம். 'வைஷ்ணவ ஜனதோ' விருப்பமானது பாபு ஆனா பிறகு.

அப்போது போர்பந்தரை ராணா என்பவன் ஆண்டு கொண்டிருந்தான். அவன் பெயருக்கு மட்டும் ராணா. ஆனால் முழுமையாக ஆங்கிலேயரின் அதிகாரம்தான். திவானாக இருந்த காபா காந்தி என்றால் கரம்சந்த் காந்திக்கு எங்கள் அப்பா தோஸ்தாக இருந்தார். தங்கள் நட்பை நிரந்தரமாக உறுதி செய்யவேண்டும் என்று உறவை ஏற்படுத்திக்கொள்ள தங்கள் பிள்ளைகளுக்கு திருமணம் செய்து வைக்க அவர்களுக்கு எண்ணம் வந்தது. இப்போது நீங்கள் அந்தச் சிறிய வயதிலேயே திருமணமா என்று கேட்கலாம். கால தர்மம் என்று ஒன்று இருக்கிறதல்லவா, அதன் படி அப்போது எல்லோருக்கும் பால்ய விவாகங்கள் தான்.

'ஏறுவதற்கு முன் குதிரையைப் பார், விளைப்பதற்கு முன் விதையைப் பார்' என்பார்கள். என்றால் 1869ஆம் ஆண்டின் தருணம் என் மாமனார் காபா காந்தி திவான் ஆகி 20 ஆண்டுகள் ஆகியிருந்தன. அவருக்கு அந்த சமயம் நான்கு திருமணங்கள் நடந்திருந்தன. முதல் இரு மனைவிகளும் ஒவ்வொரு பெண் பிள்ளைகளைப் பெற்றெடுத்து இறந்து போனார்கள். மூன்றாவது மனைவிக்குக் குழந்தைகள் இருக்கவில்லை. மூன்றாமவளின் ஒப்புதலைப் பெற்றுக் கொண்டு தன்னைவிட இருபத்திரண்டு வயது சிறியவளாக இருந்த புத்லிபாயை நான்காவதாக மணந்து கொண்டார். மூன்றாவது மனைவியும், புத்லிபாயும் ஒன்றாக இருந்தார்கள். என் மாமனார் காபா காந்தி மிகவும் முன்கோபி என்று எல்லோரும் சொல்வார்கள். மிகவும் ஒழுக்கமான,

கட்டுப்பாடான மனிதர் என்று பெயர் பெற்றவர். ஆனால் நான் பார்த்தது போல நல்ல கணவர். என் அத்தைக்கு மிகவும் உதவி செய்வார். அப்படியான ஒரு மூத்தவரும், பெரிய அதிகாரத்தில் இருக்கும் கணவனும் மனைவிக்கு உதவி செய்வது மிகவும் அதிசயம். வீட்டில் மாமிசம், மது, புகையிலை எல்லாம் விலக்கு. அவற்றை தொடுவது மிகப் பெரிய குற்றம் என்பது போன்ற சூழ்நிலை இருந்தது. மாமனார் தார்மீக மனம் கொண்ட மனிதராக இருந்தாலும் அதை நடைமுறையில் கடைபிடிக்கமாட்டார். அவருக்கு உழைப்பே கைலாயம். அவருடைய தொடர்பில் எப்போதும் ஒரு சமணத் துறவி இருப்பார்.

என் அத்தை புத்லிபாய் ஜூனாகட் பக்கத்து கிராமத்து பெண். நிலத்துக்குக் கீழே விளையும் எதையும் அவர் உண்ணமாட்டார். வெங்காயம், பூண்டு விலக்கு. அவருக்கு 1857இல் திருமணமானதாம். மூன்று ஆண்டில் முதல் மகன் லக்ஷ்மிதாஸ் மச்சான் பிறந்தார். இரண்டு ஆண்டுகள் கழித்து நங்கை ராலியத் பிறந்தார். பிறகு ஐந்து ஆண்டுகள் கழித்து மச்சான் கர்பணதாஸ். பிறகு 1869இல் மோகன்தாஸ் பிறந்தது. நான் பிறந்ததும் அதே ஆண்டில் தான். இதற்கு இடையில் ஓரிரு கர்ப்பச் சிதைவுகள் ஏற்பட்டிருந்தனவாம்.

எங்கள் அத்தை புத்லிபாய் மிகவும் தார்மீகமானவர். அவருக்கு உண்மை, நியாயம், நீதி எல்லாம் வாய் பேச்சாக மட்டும் இருக்கவில்லை. 'அய்யோ, இப்படிச் செய்து விட்டேனே, இது சரியா?' என்று யோசிப்பவர். ஒருமுறை ஒரு விரதம் இருந்தார். பூசை, நைவேத்தியம் இன்னும் நடந்திருக்கவில்லை என்று வீட்டுக்கு முன் வந்து நின்றவருக்கு எதுவும் கொடுக்கவில்லை. பூசை நடப்பதற்குள் வந்தவர் போய்விட்டார். அப்பப் பாருங்க, எங்க அத்தைக்கு அதே ஒரு பெரிய கவலையாயிடுச்சு. பசியோட வந்தவருக்கு பூசை முடியட்டும் என்று உணவு கொடுக்கவில்லையே. அது சரியா தவறா என்று. முடிவில் பெரியவர்களிடம் கேட்டு சந்தேகத்தை நிவர்த்தி செய்து கொண்டார். எப்போதும் பஜனை, உண்ணா நோன்பு, கடவுள் தியானம். அதற்கு மேல் அவர் மனம் மற்ற எதிலும் ஈடுபடாது. அவர் மனத்தில் ராஜா மகாராஜாக்களுக்கு இடமே இல்லை. துறவிகள், யோகிகளை மகராஜ், மகராஜ் என்று அழைப்பார். எங்கள் அத்தை சாதுக்களை எப்படி மரியாதையுடன் நடத்துவார் என்றால் எங்கள் வீட்டிற்கு அடிக்கடி வைணவத் துறவிகள் வருவார்கள். தன்னுடைய கடைசி மகன் மோகா லண்டனுக்குப் புறப்படும் போது, சாதிக்காரர்கள் கடல் கடந்து போவவர்களை சாதியிலிருந்து விலக்கி வைப்போம் என்று தகராறு

செய்தபோது அத்தை பேசார்ஜி என்ற துறவியிடம் கேட்டார். 'எல்லாம் நல்லதாகவே நடக்கும், அனுப்பிவை' என்று சொன்ன பிறகுதான் அத்தை சரி என்று சொன்னார்.

கடைபிடிக்க மிகச் சிரமமான விரதங்களையே தேர்ந்தெடுத்து எங்கள் அத்தை செய்வார். உபவாசம் என்று எத்தனை முறை இருந்திருப்பாரோ கணக்கே இல்லை. வழிபாடு இல்லை என்றால் உணவும் இல்லை. அத்தைமாமன் இருவரின் பூசை, நம்பிக்கைகள் கொஞ்சம் மாறுபட்டவை. மாமனார் எங்கள் மாமியாரைப் போல பிரணாமியாக இருக்கவில்லை. வைசியர் அவ்வளவுதான். எங்கள் மாமியார் பிரணாமி சாம்பிராதயத்தைக் கடைப்பிடித்து வந்தார். பிராணநாதாஜி இயற்றிய 'குல்ஜாம் ஸ்வரூப்'பின் பதினான்கு கிரந்தங்களையும் புனிதம் என்று நம்பினார். முழுமையாக சைவ உணவு உண்பவர், அகிம்சைவாதி. அவருக்கு சாதிகள் எல்லாம் கிடையாது. ராதா கிருஷ்ண பக்தர்கள் எல்லாம் ஒன்று என்று சொல்வார். பிராணநாத் மகராஜ் சத்திரியராம். மெக்காவுக்கும் போய் வந்திருக்கிறாராம். அதற்குத்தான் பிரணாமி தொண்டர்களின் வழிபாட்டில் முஸ்லிம் மதத்து சில அம்சங்களையும் சேர்த்துக் கொண்டிருந்தார்கள்.

எங்கள் தாய் வீட்டாரும் பிரணாமிகள். எங்கள் வீட்டுக்குப் பின்னால் பிரணாமி கோவில் இருந்தது. எங்கள் மாமியார் அங்கே வந்திருந்த போது, அவரை அங்கேதான் முதலில் பார்த்தேன். பிரணாமி கோவில்களில் கடவுள் சிலைகள் இருக்காது. சுவர் மீது இராமாயணம், மகாபாரதம், பகவத் கீதை, பாகவதம் மற்றும் குரான்களிலிருந்து தேர்ந்தெடுத்த வாசகங்களை எழுதி இருப்பார்கள். ஊஞ்சல் மீது இரண்டு 'குல்ஜாம் ஸ்வரூப்' நூல்களை வைத்து, அவற்றின் மீது குடை, சாமரம் தொங்க விட்டிருப்பார்கள். ஊஞ்சல் தொட்டிக்கு கட்டியிருக்கும் உலோகச் சங்கிலியைப் பிடித்து ஆட்டுவதுதான் வழிபாடு.

காபா காந்தி குடும்பத்திற்கு முதலில் பழைய வீடொன்று இருந்தது. பிறகு மாடி வீடு கட்டினார்கள். எங்கள் வீட்டிலிருந்து உரக்கக் கூவினால் அவர் வீட்டிற்கு கேட்கும். அவ்வளவு அருகில் இருந்தது. கடல் மீதிருந்து வீசும் காற்றுக்கு முகத்தை காட்டி நிற்கலாம். அப்படியான சன்னல்கள் இருக்கும் மச்சு வீடு அவர்களுடையது. கடல், வானம் இரண்டும் பரந்து விசாலமாகத் தெரியும் மச்சு வீடு. எங்கள் இருவரின் வீட்டைப்போல உயரமாகவும், நிறைய அறைகளையும் கொண்ட வீடுகள் அப்போது அதிகமாக இருக்கவில்லை. மற்றவர்களுக்கெல்லாம் ஒரே அறை,

ஒரே மாடி இருக்கும் வீடுகள்தான் இருக்கும். எங்களுடையது மூன்று மாடிகள் கொண்ட மாளிகை. மேலே ஏறி நின்றால், தரை மீதிருக்கும் வீடுகளும், மக்களும், கால்நடைகளும், தெருவும், கடலும், ஹுஜூர் அரண்மனையும், கலங்கரை விளக்கமும் தெரியும்.

குழந்தை, போர்பந்தரின் எங்கள் அம்மா வீடு எப்படி இருக்கிறது பார்த்தீர்களல்லவா? உங்களுக்கெல்லாம் இதென்ன இன்று அவ்வளவு சிறிய வீட்டில் இருந்து கொண்டு இப்படிப் பெருமைப் பீற்றுகிறாளே என்று தோன்றலாம். ஆனால், அன்று அப்படி ஒரு வீடு இருப்பது அதிகாரம், செல்வம், பெருமைகளின் இலட்சணங்களாக இருந்தன. மூங்கில், பனையோலைக் கூரைகளால் வேய்ந்த வீடுகளுக்கு நடுவில் எங்கள் வீடுகள் அரண்மனைகளாக இருந்தன!

★★★

திருமண விளையாட்டு

காபா காந்தியுடைய நான்காவது மகன் மோகன்தாஸ். மோன்யா என்று அழைப்பார்கள். சிலர் மோக என்றும் சொல்வார்கள். எனக்கு மோகதான் பிடிக்கும். அதில் அவன் பேரும் மாமா பேரோட முதல் எழுத்தும் இருகக்கிறதால அப்படி அழைக்க பெருமையாத் தோணும். எல்லார் முன்னாடியும் கூப்பிட சங்கடமாவும் இருக்காது. அவனுக்கு இரண்டு பெண்களைப் பார்த்தாங்களாம். ஆனா அவங்க ரெண்டுபேரும் நிச்சயதார்த்தம் முடியறதுக்குள்ள இறந்து போயிட்டாங்க. அப்பல்லாம் எங்க ஊரில அது சாதாரணம். கடைசியா இந்த கஸ்தூரைப் பாத்தாங்க. பாக்கறதுன்னா என்ன, அவன் அப்பாவும் என் அப்பாவும் பேசி முடிவெடுக்கிறது. அப்படிப் பாத்தா நான் அவனைவிட ஆறு மாசம் பெரியவ. கணவனை விட மனைவி கொஞ்சம் பெரியவளா இருக்கிறது எங்க ஊரில ஒன்னும் அதிசயமல்ல. ஆனாலும் கணவனை நீ, வா, போன்னு சொல்ல முடியாது. 'அவர், இவர்' ன்னுதான் அழைக்கணும். தினமும் காலையில பாதத்தை நெற்றியில ஒத்திக்கிட்டு, எந்திரிக்கணும். சாயந்திரம் நடை பழகி முடிச்சு வந்ததும் காலை அலம்பணும். பேர் சொல்லி எப்பவும் அழைக்கக் கூடாது. நானும் என் கணவனை மத்தவங்க அழைப்பது போலவே அழைச்சேன். அவர் பேரு மாற, மாற நானும் மோக பாபு, ஹரியின் அப்பா, என் பிள்ளைகளின் அப்பன், மோகா பாயி, காந்தி பாயி, பாபுன்னு மாத்திக்கிட்டே வந்தேன்.

முதல்ல நாங்கள் சந்தித்தபோது எங்கள் ரெண்டு பேருக்கும் ஏழு வயசு. சின்னதா நிச்சயதார்த்தம் செய்தாங்க. அன்னைக்கு எங்க வீட்டுக்கு என் தோழிங்க எல்லாம் வந்திருந்தாங்க. நாங்க

சீக்கிரமாக சடங்குகளை முடிச்சிட்டு கடல்ல குளிக்கப் போகணும்னு இருந்தோம். ஆனா கால்ல விழு, பாதத்தைப் பிடின்னு சடங்குகள் முடியாவே இல்லை. அவனும் என்னைப் போலவே இருந்தான், என்னை விட சின்னவன், அவன் காலில் நான் எதுக்கு விழுந்து வணங்கணும். எனக்குக் கோபம். என் வீட்டுப் பெரியவங்க என் முகத்தைப் பார்த்து கண்ணாலையே அதட்டுவாங்க. அவ்வளவுதான் நினவில இருக்கு. பிறகு இனிப்பு சாப்பிட்டு அவங்க எல்லாம் போன பிறகு என்னை வெளியே போக விட்டாங்க. பிறகு ஐஞ்சாறு வருசம் அவன் யாரோ, நான் யாரோ. அதுக்கு ஏத்தாப்பில மாமன் வீட்டுக்காரங்க எல்லாம் ராஜ்கோட்டுக்கு போயிட்டாங்க. மோகவும் அங்கயே படிக்கப் போனான். ஆனா என்ன? என் கணவன் ஆகப்போறவனின் வீட்டு முன்னால் திருட்டுத்தனமா நடமாடணும். காபா மாமன் வீட்டுக்கு முன்னால் நடமாடக் கூடாதுன்னு அம்மா சொல்வா. ‘சிறுபிள்ளைத்தனமா இருக்காதே, உன்னைக் கட்டிக்கிட்டுப் போறவங்க என்ன நினைப்பாங்க’ன்னு சொல்லுவா. எழுந்தால், உட்கார்ந்தால், அழுதால், உரக்கச் சிரித்தால், எல்லாத்துக்கும் காபா காந்தி பேரைச் சொல்லி பயமுறுத்துவாங்க. ‘காபா பாபுன்னா என்ன நினச்சுக்கிட்டு இருக்க நீ? அங்க போயி இப்படி நடந்து எங்க மரியாதையை கெடுக்க வேண்டாம்’ன்னு சொல்லுவாங்க. அட, இவங்க எல்லாம் யாரு, அங்க எங்கேயோ இருக்கிற அவங்களுக்கு நான் பயந்துகிட்டு இருக்கணும்னு சொல்றாங்களேன்னு காபா மாமன் குடும்பத்து ஜனங்க மேல கோபம் வரும். அதை சொல்லியும் விடுவேன். நல்ல வேலை, எங்க வீட்டில அடிக்கிறது, உதைக்கிறது எதுவும் கிடையாது. சில வீடுகளில் முதுகு பழுக்கர மாதிரி அடிப்பாங்க. பிள்ளைகளை மட்டுமல்ல, பொண்டாட்டிகளையும், வேலைக்காரங்களையும் அடிப்பதைப் பாத்திருக்கேன். ஆனா எங்க வீட்டில மனுஷங்களை யாரும் அடிக்கிறது இல்ல. எங்க அம்மா பல்லை ‘நறநற’ன்னு கடிச்சுக்கிட்டே திட்டுவாளே தவிர உடம்பைத் தொடமாட்டா. அப்பாவை விடுங்க, இந்த எந்த சங்கதிக்கும் வரமாட்டார். எதுத்துப் பேசறயேன்னு எப்பவும் வையறது அம்மா, அக்கா இவங்க ரெண்டு பேருதான்.

என் பேச்செல்லாம் சின்ன வயசிலேயே முடிஞ்சு போச்சோன்னு நினைக்கிற படி பெரியவளாக, ஆக பேச்சுக் குறைஞ்சு ஊமையாயிட்டேன்.

பதிமூணு வயசு ஆனப்ப திருமணம் ஆச்சு. கலியாணமுன்னா ரொம்ப சந்தோஷம். எதுக்குன்னா வீட்டுக்கு உறவுக்காரங்க, அவங்க பிள்ளைங்க எல்லாரும் வருவாங்க. புதுப் புது துணிமணி, நகை நட்டு எல்லாம் வாங்கிக் கொடுப்பாங்க. நிறைய இனிப்புப் பலகாரம் செய்வாங்க. கலியாணம் முடிஞ்ச பிறகும் இங்கேயே இருக்கலாம். எல்லாரும் நம்ம கிட்டயே பேசுவாங்க. கொண்டாட்டமா இருக்கும். இன்னதுக்குன்னு சொல்ல முடியாது, மொத்தத்தில திருமணமுன்னா மகிழ்ச்சியா இருக்கும். அப்பக்கூட எனக்காகட்டும், மோகனுக்காகட்டும் இந்த சின்ன வயசிலேயே கலியாணம் எதுக்குன்னு தோணவே இல்லை. எங்க ரெண்டு பேருக்கும் பால்ய விவாகம். அது தப்புன்னு எள்ளவும் தெரியாது. உண்மையைச் சொல்லணும்னா திருமணத்தைப் பத்தி எங்களுக்கு ரொம்ப ஆர்வமா மட்டும் இருந்தது.

அவங்க வீட்டில் மூணு திருமணத்தை ஒண்ணா செய்யலாமுன்னு சொன்னாங்க. எங்களுடையது, கர்பனதாஸ் மச்சான் மற்றொரு உறவுக்காரப் பையன் திருமணம். அப்படிப் பார்க்கப் போனா மச்சான் பெயர்களைச் சொல்லக்கூடாது. பெரிய மச்சான், நடு மச்சான், சின்ன மச்சான், வளத்தி மச்சான், குள்ள மச்சான் இப்படி அழைக்கணும். ஆனா நான் புருசன் பேரையே சொல்லப் பழகின பிறகு மச்சான்கள் என்ன கணக்கு? இருக்கட்டும். கூட்டுக் குடும்பங்கள்ள அப்படித்தான் இருக்கும். செலவு கம்மியாகட்டுமுன்னு ஒண்ணு கூட இன்னொன்னை சேத்தி செஞ்சுடுவாங்க. 1883ம் ஆண்டு, மே மாசம், ஒரு செம வெய்யிலு நாள், போர்பந்தரில எங்க திருமணம் நடந்திச்சு. திருமணத்தில மோகனுடைய பள்ளிப் படிப்பு, பரீட்சை எல்லாம் கெட்டு ஒரு வருசம் வீணாகுமுன்னு பேசிக்கிட்டாங்க. ஆனால் பெரியவங்களுக்கு வசதின்னு அந்தப் பரீட்சை இருந்தாலும் பரவாயில்லைன்னு மூணு பேரோட கலியாணத்தையும் ஒண்ணா செஞ்சு முடிச்சாங்க. கலியாணத்துக்கு மொதநாள் வண்டில காபா மாமா போர்பந்தருக்கு வந்தாரு. வரும்போது வண்டி கவிழ்ந்து விழுந்தப்ப அடிபட்ட காயத்துக்கு துணியைச் சுத்திக்கிட்டு வந்திருந்தாரு. அது எனக்கு நல்லா நினைவில இருக்கு.

எங்க பக்கம் மத்ததுக்கு பைசா பைசா கணக்கு வைச்சு செலவு செஞ்சாலும், திருமணத்துக்கு மட்டும் எவ்வளவு வேணுமுன்னாலும் தாராளமா செலவு செய்வாங்க. திருமணம்னு சொன்னா சரி, ஒரு வாரம். ஏதேதோ சடங்குங்க இருக்கும். கணபதி பூசை, மண்டபச் சடங்கு, சந்தனத் தண்ணி தெளிச்சு, பாடி ஆடறது, ஊர்வலமாப் போய்

கும்பம் எடுத்து வர்றது, ரெண்டு வீட்டுக்காரங்களும் ஒருத்தொருக்கு ஒருத்தர் பரிசு பரிமாறிக்கிறது. மருதாணி பூசிக்கிறது இதுபோல. பிறகு கௌரி பூசை. அது நடக்கும் போது அம்மா வீட்டுக்காரங்க போடவேண்டிய நகையை பொண்ணுக்குப் போடுவாங்க. பிறகு பொண்ணோட அம்மா மருமகன் பாதத்தை கழுவி அழைச்சுக்கிட்டு வருவாங்க. அதுக்குப் பிறகு திருமணச் சடங்கு. மாலை, சப்தபதி, கன்னியா தானம் எல்லாம் நடக்கும்.

திருமண நாளன்னைக்கு என்னப் பார்த்ததும் அவன் செஞ்ச மொதல் வேலை என்ன தெரியுமா? தன் ரெண்டு கையையும் விரிச்சுக் காட்டுனது! அவன் கைக்கும் மருதாணி போட்டிருந்தாங்க. எங்க பக்கம் பையனுக்கும் மருதாணி போடுவாங்க. அவனோ என் கையில இருந்த ஓவியத்தைப் பார்த்து குஷியாயிட்டான். மணவறையில நாங்க ரெண்டு பேரும் அக்கம் பக்கமா உக்காந்தப்ப எனக்குக் கண்ணால சைகை செஞ்சு கையைக் காட்டச் சொன்னான். எங்கையில எதெதையோ பிடிக்கக் கொடுத்திருந்தாங்க. ஆனாலும் ஒருதடவை கையை விரிச்சுக் காமிச்சேன். கண்ணை அகலமா விரிச்சுப் பாத்த அவன் முகம் எனக்கு இன்னும் நினவில இருக்கு.

அவனுக்கு பேய், பாம்பு இப்படி எதாவதுன்னா ரொம்ப பயம். எனக்கு அதுபோல பயமெல்லாம் கிடையாது. எனக்கு நெஞ்சழுத்தம் அதிகம். எனக்கு விருப்பமானபடி நடந்துக்குவேன். அது அவனுக்கு பிடிவாதமாகவும், மொண்டித்தனமாகவும் தெரிஞ்சுது. திருமணம் ஆன போது நானாவது கொஞ்சம் பொம்பளை மாதிரி தெரிஞ்சேன். அவன் இன்னும் படிச்சுக்கிட்டு இருந்தான். ஒல்லி உடம்பு. மீசையும் முளைச்சிருக்கல. பாக்க ஒரு குழந்தை போல இருந்தான். எல்லாத்துக்கும் ரொம்ப அவசரம். கழியில் கட்டிப்போட்டது போல தவிப்பு. ‘தக்கபக்க’ன்னு குதிப்பான். பொறுமை கம்மி.

ஆனால், பார்க்கக் குழந்தை மாதிரி இருந்தானே தவிர குழந்தை இல்லைன்னு சீக்கிரமாவே தெறிஞ்சு போச்சு. கலியாணம் முடிஞ்ச பிறகும் நான் எங்கப்பா வீட்டில கொஞ்ச நாள், கொஞ்ச நாள் என்ன கொஞ்ச வருசம் இருந்தேன். அப்பல்லாம் அப்படித்தான். சின்ன வயசிலேயே கலியாணம் பண்ணிருவாங்க. பொண்ணுக்கு பதினேழு, பதினெட்டு வயசு ஆகறவரைக்கும் அம்மா வீட்டிலயே இருப்பா. அங்க இருக்கறப்பவே ஒண்ணு ரெண்டு பிள்ளைங்களும் பிறக்கும். போர்பந்தருக்கு அவனே வருவான். சில சமயம் ராத்திரி அங்கேயே தங்கியும் விடுவான். அப்பப்பா, அவங்கிட்ட என்ன அதிகாரம். நீ

இப்படித்தான் உக்காரனும், 'நீ இப்படித்தான் பேசணும், இப்படித்தான் சேலையை தலை மேலே இழுத்துப் போத்திக்கணு'ன்னு எனக்கு கட்டளை போடுவான். அவன் முன்னாடி சரீன்னு சொல்லி, பிறகு என் இஷ்டத்துக்கு இருப்பேன். சீக்கிரம் வீட்டுக்கு வா, சீக்கிரம் வீட்டுக்கு வான்னு நச்சரிப்பான். எனக்கொன்னும் அவசரம் இருக்கலை. ஆனாலும் அவங்க வீட்டுக்கு அனுப்புற சடங்கு நடந்துச்சு. போக வேண்டியதாச்சு. போனேன். போர்பந்தரிலிருந்து ராஜ்கோட்டுக்குப் போனேன். அங்கே மாமனார் கட்டிய வீடு. ரொம்ப அழகான காதேவாடி வீடு. அதுக்குப் பக்கத்திலேயே ஹைஸ்கூல் இருந்துச்சு. மோக தினமும் போவது அந்த ஸ்கூலுக்குத்தான். அந்த ஸ்கூலுக்கு நீயும் போகணும். நல்லாப் படின்னு அடிக்கடி சொல்லுவான். நான் பள்ளிக்குப் போகலை. எழுதப் படிக்கவே வராது. அப்படிப் பட்டவளுக்கு பாடம் சொல்லிக் கொடுக்கும் பைத்தியம் அவனுக்கு. அப்ப ஆரம்பிச்சது, கடைசியா அவனே எனக்கு வாத்தியாராக இருந்து குஜராத்தி இலக்கணம், கவிதை, வரலாறு பாடங்களை சொல்லிக் கொடுத்துக் கொண்டே இருந்தான்.

அவன் வீட்டுக்குப் போன பிறகு, என்னை அவன் கட்டுப்பாட்டில வச்சிக்கணும்னு ரொம்ப பிரயாசைப் பட்டான். ஏறக்குறைய ஒரு ரெண்டு வருசம் என்னை கட்டுப்படுத்தறதே அவனுக்கு முக்கியமான வேலையா, கவலையா இருந்துச்சு. 'இந்தியக் கணவனா தன் மொதல் கடமை பொண்டாட்டிக்கு கட்டுப்பாடு விதிச்சு, அத அவ கடைப்பிடிக்கிறாளா இல்லையான்னு கவனிக்கிறது' இப்படி ஏதோ புத்தகத்தில படிச்சிருந்தானாம். அப்படி, என்னை பதிவிரதையாக்க என்னென்னமோ சொல்லிப் பார்த்தான். முதல் நியமனம், 'என்னைக் கேட்காம எங்கேயும் போகக்கூடாது'. அவனைக் கேட்காம நான் வீட்டை விட்டு போகவே முடியாது. போகும்போது எங்க அத்தை இல்லைன்னா வேற யார் கூடவாவது போகணும். அம்மா வீட்டுக்குப் போறேன்னு சொல்லக் கூடாது. அப்படிப்போனா, அங்க எல்லா ஆம்பளைங்க கிட்டயும் பேசக்கூடாது. போறதுக்கு முன்னாடி அனுமதி வாங்கி, மத்த பெரியவங்களையும் கேக்கணும். போய்

வந்த பிறகு அங்க இருந்த அத்தனை நாளும் யார் கிட்ட என்னென்ன பேசினங்கறதை எல்லாம் ஒண்ணுவிடாம சொல்லணும். எப்பவும், ‘சொன்னதைக் கேளு’, ‘சும்மா இரு’, ‘உனக்குத் தெரியாது’, ‘எதுத்துப் பேசாத’, ‘உனக்கு என்ன தெரியும்’ இதுபோலப் பேச்சுக்கள்தான் அதிகமாக காதில் விழும். அய்யோ, பெரிய தொல்லை.

ஆனா, நான் என்ன லேசு பட்டவளா. அவன் மாதிரியே பெரியவ. அவனை விடவும் பெரியவதானே? எனக்குத் தேவையான மாதிரி இருப்பேன். தோணறத சொல்லிடுவேன். சில சமயம் சரியான சண்டை நடக்கும். நாட்கணக்கா, வாரக்கணக்கா, சில நேரம் மாதக்கணக்கா பேச்சே இருக்காது. மௌனப் போர். பேச்சு இல்லைன்னாலும் மத்தது எல்லாம் நடக்கற மாதிரி நடக்கும். ஒரு தடவை அத்தைக்கூட கோவிலுக்கு அவனைக் கேட்காமப் போனேன்னு திட்டினான். ‘நீயும் பெரியவந்தான், உன்னைவிட உங்க அம்மா பெரியவங்க. அவங்க கூடப் போக அவங்க மகன்கிட்ட அனுமதி வாங்கணுமா?’ன்னு முகத்தில இடிச்சு, மெல்லச் சொன்னேன். அன்னையில இருந்து கொஞ்சம் மெதுவானான்.

இப்படி ரெண்டு இளம் கணவன் மனைவி, புருசன் பொஞ்சாதி விளையாட்டு விளையாடிக்கிட்டு இருந்தமோங்கற மாதிரி எங்க குடும்பம் ஆரம்பமாச்சு.

ராத்திரிக்காக காத்திருப்பது. அப்பப்பா, அது என்ன ஆசை அவனுக்கு. எப்படிச் சொல்ல? அதுவரை நாங்க நிறையக் குழந்தைங்க விளையாட்டு விளையாடி இருக்கோம். பிள்ளைங்க எல்லாம் சேர்ந்து கணவன் மனைவி விளையாட்டும் விளையாடிருக்கோம். எங்க கணவன் மனைவி விளையாட்டுன்னா என்ன? புருஷனா இருக்கறவன் பொண்டாட்டியை திட்டறது, பொண்டாட்டியா இருக்கறவ சேவை செய்யறது. பெண்களே கணவனா நடிப்பாங்கதானே, அப்படிக் கணவனா இருக்கிறவங்க இல்லாத மீசையை முறுக்கறது, நெஞ்ச நிமிர்த்தி, முதுகை நேர வைச்சுக்கிட்டு, காலை அகற்றி உட்காறது, கடுசான, உரத்த குரலில அதட்டறது. தலைகால், முதுகை பிடிச்சு விடச் சொல்றது. முதுகைச் சொரியச் சொல்றது. பொண்டாட்டின்னா சமையல் செய்யறது, பிள்ளைங்களை மிரட்டறது. டப்பால காசை ஒளிச்சு வைக்கிறது, நகை செஞ்சு கொடுண்ணு நச்சரிக்கிறது, இல்லைன்னா அந்தப் பக்கமா திரும்பிப் படுக்கிறது, பிள்ளைத்தாச்சி மாதிரி நடந்து ‘உஸ்’ அப்பான்னு சலிச்சுக்கிறது, சண்டைப் போடறது... இதுபோல. கடைசியில, விளையாடிக்கிட்டே பொண்டாட்டி உணவு

பரிமாறி, பாத்திரங்களை எடுத்து வச்சு, கணவன் பாதத்தை தொட்டு நெத்தில ஒத்திக்கிட்டு ரெண்டுபேரும் ஒரே போர்வைக்குள்ள படுத்தா விளையாட்டு முடிஞ்சிடும்.

இப்பவும் அதே விளையாட்டுத்தான். ஆனால், அங்கே போர்வையைப் போர்த்தியதும் விளையாட்டு முடிஞ்சிடும். இங்க விளையாட்டு ஆரம்பமாவதே போர்வையைப் போர்த்திய பிறகுதான்.

நான் பிரம்மச்சரியத்தை கடைபிடிப்பவள். இப்போ அதை எல்லாம் நினைச்சுப் பார்க்கிறது சரியா தப்பா தெரியலை. ஆனா இதைச் சொல்லலாம். ஆரம்பத்தில முரண்டு பிடிச்சேன், நழுவினேன். ஆனா போகப்போக எனக்கும் ஒரு புளகாங்கிதம் ஆனது பொய்யல்ல. நான் தூர விலகி விலகி விறைப்பா நிக்கணும். அவன் ஓடி வந்து என்னை நெருங்கணும்னு ஆசையா இருக்கும். அவன் இருக்கும் போது நழுவிக்கொண்டு விலகிப் போவது எப்படின்னு யோசிப்பேன். அவன் தொலைவில் இருக்கும்போது இப்ப வருவானா, அப்ப வருவானான்னு காத்துக் கிடப்பேன். அவன் கடித்த அடையாளங்கள் என் முதுகு, கன்னம், தோள்கள் மீதெல்லாம் மூள நான் உன் பக்கத்தில் வரமாட்டேன்னு திட்டுவேன். ஆனா, உடம்பு மீதிருக்கும் சிகப்பு அடையாளங்களைப் பார்த்து வீட்டில் பெண்கள் கேலி செய்தால் வெட்கப்படுவேன். அப்படி ஒன்று ஆறின உடன் மற்றொன்று மூளும்போது உள்ளுக்குள்ளேயே பெருமைப் படுவேன்.

எங்கள் வீட்டில இருக்கும் பல பூனைகளைப் போலவே நானும் இருக்கேன்னு தோணும். கடுவன்னா ஆண் பூனை, பக்கத்தில் வந்தா பெண் அதட்டி தூர விரட்டும். கடைசில அது முன்னால போய் உட்கார்ந்துகிட்டு 'கொரகொரா'ன்னு இன்ப முனகல் ஒலி எழுப்பும். தொடப்போனால் சிடுசிடு, தொடாமல் இருந்தால் தொடனுமேன்னு ஏக்கம்...

பூமி சுழலறதே இதனால்தானே குழந்தை.

மாதம் தவறாம தீட்டாவேன். ஐஞ்சு நாள் வெளியே. அப்படி மாதத்தில ஐஞ்சு நாள் ஓய்வா இருக்க ஒரு மாதிரி சந்தோசமா இருக்கும்.

ஆனா என் கணவனுக்கு ஐஞ்சு இரவு அவன் கூட இல்லயேன்னு சலிப்பா இருப்பான். ஆறாவது நாள் என்னையே சுத்திச் சுத்தி வருவான். ஒருதடவை குளிச்சிட்டு உள்ளே வந்தேன். 'தீட்டானா வெளியே எதுக்கு இருக்கணும் நீ? உள்ள என் பக்கத்திலேயே இரு'ன்னு சொன்னான். உங்களுக்கு சிரிப்பா இருக்கலாம், அவனுக்கு தீட்டுன்னாலே என்னான்னு தெரியாது! காபா காந்தி வீட்டில பொம்பளைப் பிள்ளைங்க ரொம்பக் குறைவு. பெரும்பாலும் ஆண்கள்தான். எனக்கும் அப்படித்தானே? பெண் குழந்தையே பிறக்கலை. என் வயித்தில ஒரு பெண் வாரிசு உண்டாகவே இல்லையேன்னு எத்தனை நாள் வருத்தப்பட்டேன் தெரியுமா? எங்க மச்சானுங்களுக்கும் அப்படித்தான். பெண்கள் குறைவு. ஆண் பெண்களுக்கு நடுவே படுதா இருந்ததால் பெண்களுக்கு இயல்பா என்ன நடக்குமுன்னு ஆண்களுக்குத் தெரியவே தெரியாது. பெண் பிள்ளைகளை அய்யோ பாவமுன்னு சொன்னா பொட்டையன்னு சொல்லுவாங்கன்னு பயமும் ஆண்களுக்கு இருக்கலாம்.

கடைசியா என் கணவனுக்கு, மோக பாபுவுக்கு சொன்னேன், தீட்டுன்னா இப்படி இப்படி நடக்குமுன்னு. பாரு, எனக்கு இங்க ரொம்ப வலிக்குமுன்னு அவன் கையை எடுத்து வயித்து மேலே வைச்சுக் காட்டினேன். போர்பந்தரில் இருக்கும் போது வயித்து வலிக்கு அம்மா உப்பை சூடு பண்ணி துணில சுத்தி வேது கொடுப்பா. பிறகு அவளும் குளிச்சு சுத்தமாவான்னு சொல்லச் சொல்ல எனக்கு எதுக்கோ அம்மா, எங்க வீடு எல்லாம் நினைவுக்கு வந்து அழுகை வந்திடுச்சு. ஆனா ஆச்சரியம் என்னான்னா நான் அழுகறதப் பாத்து அவனுக்கும் அழுகை வந்திடுச்சு! அன்னைக்கு ராத்திரி ரெண்டு பேரும் சும்மா துக்கப் பட்டோம். எதுக்கு? இந்த உலகத்தில பெண்கள் எல்லாம் பெண்ணுங்கர காரணத்தால அனுபவிச்ச கஷ்டங்களுக்காக. 'நீங்க பெண் பிள்ளைங்க ரொம்பப் பெரியவங்க' என்ற வார்த்தை அவன் வாயிலிருந்தே வந்திச்சு. என் அம்மா, அக்கா, பாட்டி எல்லாருக்கும் இப்படி சிரமமா இருந்திருக்குமுன்னு அவனுக்கு தெரியவே இல்லைன்னு பட்சாதாபம் ஆனதாம் அவனுக்கு.

இந்த உடம்புங்கறதும், ஆண் பெண்ணுங்கறதும் என்ன மாயம் குழந்தை! 'பள்ளியில் இருக்கும்போதும் உன் நினைவுதான் எனக்கு, என்ன செய்ய?'ன்னு சொல்வான் மோக. அப்படி உடல் மீது மோகம் கொண்டவனா இருந்தான். அந்த நிகழ்வுக்குப் பிறகு பெண் தேகத்துக்குள்ளே இருக்கும் வலியை கொஞ்சம் கொஞ்சமாக புரிஞ்சுக்க ஆரம்பிச்சான்.

அப்ப, எங்கள் மாமாவுக்கு உடல்நிலை ரொம்பவும் மோசமா இருந்தது. 1885 இருக்கலாம். அவரைப் பாத்துக்கிற பொறுப்பு எல்லோருக்கும் இருந்தது. பண்டிதர்கள் வந்து பார்த்தாங்க. ஹக்கீம்கள் வந்து பார்த்தாங்க. எங்கள் குடும்ப டாக்டர் வந்து பார்த்தாரு. இங்கிலிஸ் மருத்துவங்க அறுவைச் சிகிச்சை பண்ணணும்னு சொன்னா மத்தவங்க வேண்டாமுன்னு சொன்னாங்க. கடைசியில எதுவும் செய்ய முடியலை. இருக்கறவரைக்கும் அவர் சேவை செய்யலாமுன்னு முடிவெடுத்தாங்க. அதிகமா சேவை செஞ்சவன் மோகதான். பெரிய மச்சான்கள் வேலை, அரசியல், போர்பந்தர் இப்படி இருந்தாங்க. சேவை செய்யும் வேலையை மோக மிக நல்லா அக்கறையா, நிஷ்டையா செய்வான். நோயாளியின் கைகால் அசைவைப் பார்த்தே அவருக்கு என்ன செய்யுது, என்ன வேணும்ன்னு புரிஞ்சுக்குவான். அவர் பக்கத்திலேயே உட்கார்ந்து அவருக்கு இதமா எதையாவது செய்யறுதில மோக சிறந்தவன். கைகால்களைப் பிடிச்சு விடுறது, தலையைக் வருடி விடுறது, முதுகு, நெத்தியை அழுத்தறது, பஜனை பாடுறது, கொஞ்சம் கொஞ்சமா தண்ணி குடிக்க வைக்கிறது, படுத்திருப்பவரு கூட ஏதாவது இதமா பேசறது, இப்படி எதையாவது செய்வான். மாமா ராத்திரி அடிக்கடி எந்திரிப்பார். தண்ணி கேட்பார். மூத்திரம் கழிக்க அழைச்சுப் போகணும். அவரு திடகாத்திரமானவரு வேற. எங்க அத்தையால முடியாது. செய்யற நிலைமையிலும் இருக்கலை.

இப்படி இருக்க, ஒரு ராத்திரி,

மாமா ரொம்ப ஆயாசமா இருக்குன்னு அவஸ்தைப் பட்டார். அவருக்கு காத்து விசிறி, உடம்பைத் துடைச்சு , தண்ணி குடிக்க

வைச்சு, நெத்தி, முதுகை தடவிக் கொடுக்க தூக்கம் வந்துச்சு. அந்த நேரம் எங்க லட்சுமிதாஸ் மச்சானும் வந்தாரு. அவர் மாமாவோட இருக்கறப்ப மோக என் அறைக்கு வந்தான். நான் அப்ப முதல் தடவை கர்ப்பமா இருந்தேன். நாள் நெருங்கி இருந்துச்சு. தூங்கிக்கிட்டு இருந்தேன். உள்ள வந்தவன் கதவைச் சாத்தி தாழ்பாள் போட்டான். ஐஞ்சு நிமிசம். கடல் ஆர்ப்பரித்தது அவ்வளவுதான். கதவு தட்டற சத்தம்.

மாமாவால மூச்சு விடமுடியலைன்னு சொன்னாங்க. அவர் இறந்து போயிருந்தார். அவருக்கு 63 வயசு. மோக ஓடிப் போனான். ஆனால், கடைசி நேரத்தில அவர்கூட இருக்க முடியலையேன்னு குற்ற உணர்வுல பல நாள் துடிச்சுப் போனான். பிறகு, எனக்கு குழந்தை பிறந்து இறந்துபோனப்ப அவன் செய்த பாவத்தால அப்படி நடந்துச்சுன்னு நினைச்சான்.

மாயையை ஜெயிக்கறேன்னு சிரமப்பட்ட என் கணவன் ரொம்பத் தீவிரமா உணர்ச்சி வசப்படக் கூடியவன். சிற்றின்பத்த விரும்பும் மனுசனா இருந்தான். எனக்கு விருப்பமோ இல்லையோ, அவன் வேகத்துக்கு அடிபணிவதை விட்டா வேற சுகம் இருக்குமான்னு தோணலை. இவன் என் மீதும், என் உடம்பு மீதும் வச்சிருக்கும் கவனத்தை பள்ளி மீதும், வேலை மீதும் வச்சிருந்தால் மேலும் புத்திசாலியா இருந்திருப்பான்னு தோணுது. ஆனா அவங்கிட்ட அதைச் சொல்லலை.

அப்போ, அவன் என்னை விட்டுத் தொலைவா, வெளிநாட்டுக்குப் போற பேச்சு அடிபட்டது. அத்துடன் கணவன் மனைவின்னு நாங்க ரெண்டு பேரும் மகிழ்ச்சியா இருந்த, ஒருத்தருக்கு ஒருத்தர் காத்திருந்த, இன்பமா இருந்த, உடல் சுகம் அனுபவிச்ச காலம் முடிஞ்சு போச்சு.

★★★

மோகா காந்தி, ஹரியின் அப்பா

அட குழந்தை!

என்னைப் பார், கேட்க ஒரு காது கிடைத்தால் போதும், அடியிலிருந்து எல்லாம் தோண்டி எடுத்து உன் முன்னால் பரப்பி உளறிக் கொட்டுவேன்! தவறாக நினைக்க வேண்டாம் குழந்தை, தோன்றியதைச் சொல்லக் கேட்க ஒரு செவி தேவைதானே? அது எனக்குக் கிடைத்ததில்லை. அதற்குத்தான் உன் முன்னால் இப்படிப் பேசுகிறேன் என்று நினைக்கிறேன்.

இருக்கட்டும், இருக்கட்டும். இனி கொஞ்சம் கம்பீரமான, கொஞ்சம் மாறுபட்ட செய்திகளைச் சொல்கிறேன். கேள்.

ஹா... நான் எங்கே நிறுத்தினேன்? அதுதான், போர்பந்தரைப் பற்றி சொல்லிக்கொண்டிருந்தேன். நானும் மோகவும் பிறந்த ஆண்டு போர்பந்தரில் ஒரு மாற்றம் ஏற்பட்டது. எங்கள் ராணாக்களின் கையிலிருந்து ஆட்சி தவறிவிட்டது. முதலில் அங்கே ராணா விக்மத்ஜீ ஆட்சி நடத்தினார். பெரிய அரண்மனை, 'ஹுஜூர் பேலஸ்' என்று அந்த கடற்கரையில் கட்டியிருந்தார். எங்கள் போர்பந்தர் ஆங்கிலேயர்களின் மொழியில் 'கிளாஸ் ஒன்!' சமஸ்தானமாக இருந்தது என்று அப்பாவும், மாமன்கள் எல்லோரும் சொல்லக் கேட்டிருக்கிறேன். என்றால், அங்கே ஆட்சி புரிவது, வேலையாட்களை நியமனம் செய்து கொள்வது, சம்பளம் குறிப்பது, நீதி இவற்றின் மீது ராணாவின் அதிகாரம் இருக்கும். ஆனால் இரண்டு நீதி விசாரணைகளில் எங்கள்

ராணா மக்களுக்கு அநீதி இழைத்தானாம்; அதற்கு அவன் மக்களை ஆட்சி புரியத் தகுந்தவனல்ல என்று ஆங்கிலேயர்களே முடிவு செய்து அவனை ஆட்சியிலிருந்து இறக்கிவிட்டார்கள். தங்கள் ஏஜெண்டை கொண்டு வந்து அமர்த்தினார்கள். எங்கள் வீட்டில், ராணாவின் பெயரைக் கெடுத்த அந்த இரண்டு நீதி விசாரணைகளைப் பற்றி அடிக்கடி பேசுவார்கள். அந்த நீதி விசாரணையாவது என்ன? ஒரு வேலைக்காரன் லக்கன் என்று பெயர். அவன் காது, மூக்கை அறுத்துக் கொன்றார்கள். அதற்கு ராணா கொடுத்த காரணம், 'தன் மகனை கெட்ட பழக்கங்களுக்கு ஆளாக்கி, அரசகுமாரனின் கொடும் சாவுக்கு அந்த ஆள் காரணமானன்' என்பது. மற்றொரு அரபு மனிதனுக்கு ராணா மரண தண்டனை விதித்திருந்தான். காரணம், 'அவன், இரவில் இந்து சிப்பாய்கள் அதிலும் ராஜபுத்கள் காவல் காத்துக்கொண்டிருந்த ராணியின் அந்தப்புரத்திற்குள் திருடனைப்போல நுழைந்து, தன் விதவை மருமகளையும் சேர்த்து இந்துப் பெண்களை மானபங்கப் படுத்த முயன்றான்' என்பது.

ஆனால், மரண தண்டனை விதித்த காரணங்கள் ஆங்கிலேயருக்கு சரியாகப் படவில்லையாம். ராணா தனது அதிகாரத்தை மீறி, மக்களுக்கு சங்கடம் ஏற்படும்படியாக நடந்துகொண்டிருக்கிறான் என்று எங்களை கிளாஸ் த்ரீ சமஸ்தானமாக மாற்றிவிட்டார்கள். அதன் விளைவு மக்களுக்கு என்னவானதோ தெரியவில்லை, ஆனால் எங்கள் இரு வீட்டாரின் வியாபாரங்களுக்கும் மற்ற செயல்பாடுகளுக்கும் சிரமமானது. இது எங்கள் திருமணத்துக்கு முன்பு நடந்தது. அதனால் எங்கள் திருமண நேரத்தில் மூன்று பேரின் திருமணங்களையும் ஒன்றாக நடத்தி, செலவைக் குறைத்துக்கொண்டார்கள்.

அதுவரை மாமனார் போர்பந்தரின் திவானாக இருந்தார். அவர் அதிகம் கல்வி கற்றவர் அல்ல. எலிமென்ட்ரிவரை படித்திருந்தார். திவான் ஆவதற்கு முன்பு அரசாங்க அலுவலகத்தில் கணக்கராக இருந்தார். தன்னுடைய நேர்மையாலும், அறிவாலும் திவானாகி நல்ல ஆட்சி புரிபவர் என்று புகழடைந்திருந்தார். எங்கேயோ இருந்து வந்த ஆங்கிலேய வியாபாரிகள் துப்பாக்கியும், படகும், இராணுவமும் இருக்கிறது என்ற காரணத்திற்காக தலைமுறை தலைமுறையாக ஆண்ட எங்கள் அரசர்கள் ஆட்சி கவிழ்ந்து அழிவதை அவர்கள் பார்க்க வேண்டியதானது. எங்கள் வீட்டிலும் வகைவகையான அரசியல் பேச்சுக்கள் அடிபடும். போர்பந்தர் 'கிளாஸ் த்ரீ' சமஸ்தானம் ஆன பிறகு ராணாவின் திவானாக இருந்தவர்களின் பதவி பறிபோனது.

காந்தி குடுபத்தாரின் செல்வாக்குக் குறைந்தது. அதனால் மோகவுக்கு ஐந்தாறு வயதிருக்கும் போது மாமா ராஜ்கோட்டுக்குப் போனார். அங்கே தாகூர் சமஸ்தானத்தின் திவான் ஆனார். அதுமட்டுமல்ல, காதேவாடி மாநிலம் முழுவதற்கும் ஆங்கில ஏஜெண்ட்டின் அலுவலகம் ராஜ்கோட்டில் இருந்தது. காபா காந்தி அந்த அலுவலகத்திற்கு நெருக்கமானவராக இருந்தார். அவர் போய் ஓரிரு ஆண்டுகளுக்குப் பிறகு அவர் குடும்பமும் ராஜ்கோட்டிற்கு போனது. மோக முதலில் படித்தது ராஜ்கோட்டில்தான். போர்பந்தரில் மாமாவுடைய தம்பி துளசிதாஸ் திவான் பதவிக்கு ஒரு பதவி கீழே இருந்தார்.

இப்படி இருக்க, ஆங்கிலேயர்களின் உதவிக்கு வரும் திவான்களுக்கு நல்ல ஆங்கில அறிவு இருக்க வேண்டும். உலகத்தின் எல்லா நடமுறைகளும் தெரிந்திருக்க வேண்டும். வரலாறும் தெரிந்திருக்க வேண்டும்.

காந்தி குடும்பத்தார்கள் கல்வியில் அதிகம் ஆர்வம் உள்ளவர்கள் அல்ல. அவர்கள் புரிதல், ஆர்வம் எல்லாம் வேறு. லட்சுமிதாஸ் மச்சான் அதிகம் படித்ததில்லை. இன்டர் முடித்து கோர்ட் வேலைக்குப் போனார். கர்பனதாஸ் மச்சான் மெட்ரிக் பரீட்சை எழுதும் அளவிற்கும் படிக்கவில்லை. அதனால் காபா காந்தி குடும்பத்து திவான் பதவி பறிபோனது மட்டுமல்ல, அதற்கு பதிலாக ஆங்கிலேயரின் கைக்குக் கீழே அது போன்ற நிலையில் வேலை செய்யும் வாய்ப்புக்களும் இல்லாமல் போனது. இப்போது முழுக் குடும்பத்திற்கும் மெட்ரிக் பாஸ் செய்த என் கணவன் மட்டுமே நம்பிக்கை என்பது போலானது.

மோக ஒன்றும் புத்திசாலியான மாணவனாக இருக்கவில்லையாம். அது எனக்கென்ன தெரியும்? நானோ படு முட்டாள். வாழ்க்கை முழுவதும் திருத்தினாலும் நான்கு எழுத்து கற்க ஒரு மணி நேரம் பிடிக்கும். மோக அவனேதான் தன்னை 'சாதாரண' மாணவன் என்று சொன்னது. 1887ல் அகமதாபாத்துக்குப் போய் மெட்ரிக் எழுதி வந்தான். எங்கள் பக்கம் அந்த ஊரை 'அமதாவாது' என்று அழைப்பார்கள். அங்கே அவன் போனது இரயிலில். ஒரு பெரிய ஊருக்கு அவன் செய்த முதல் பயணம் அது. என்ன சொல்வது? எவ்வளவு சொன்னாலும் அமதாவாதின் வர்ணனை சொல்லி மாளாது. அடுத்த ஆண்டு கொஞ்சம் ஆங்கிலம் கற்கட்டும் என்று பாவ்நகர் கல்லூரிக்கு பிள கற்க அனுப்பினார்கள். அப்போது நான் திரும்பவும் கர்ப்பமாக இருந்தேன். மசக்கை அவஸ்தையில் சிரமப்பட்டுக் கொண்டிருந்தேன். முதலில் ஒன்று தவறி பிறகும் ஒரு கர்ப்பச் சிதைவும்

ஆகி ஒரு விதமான ஆதங்கத்தில் இருந்தேன். என்னுடன் தங்கும் குழந்தைகள் உண்டாகுமோ இல்லையோ என்று ஏங்கினேன்.

மோக பாவ்நகரத்திற்குப் போனது ஜனவரி 1888 என்று நினைக்கிறேன். அந்த வட்டாரத்திற்கே அது ஒன்றுதான் பதவிப் படிப்பு கற்கும் கல்லூரியாக இருந்தது. அதிக செலவு கிடையாது. மெட்ரிக் போல அதிக மாணவர்கள் இல்லை. 39 பேர் மட்டுமே இருந்தார்களாம். ஆனால், அங்கே மோகனுக்கு சரி போகவில்லை. வீட்டு நினைவாகிறது என்று அடிக்கடி வீட்டிற்கு வருவதும் போவதும் நடந்து கொண்டிருந்தது. 'பொண்டாட்டி நினப்பு வந்து வீட்டுக்கு ஓடி வர்றான்னு' எல்லாரும் கிண்டல் செய்வாங்க. அது உண்மையாகவும் இருக்கலாம். கடைசியில் ஒருமுறை எனக்கு அங்கே சரி வரவில்லை என்று விட்டு விட்டு வீட்டுக்கு திரும்பிவிட்டான். அப்போது எங்கள் வீட்டிற்கு மாவ்ஜி தவே ஜோஷி என்பவர் வந்திருந்தார். அந்தப் புரோகிதர் எங்கள் அத்தை மாமாவுக்கு மிகவும் வேண்டிய பெரியவர். அவருடன் மோக வெகு நேரம் பேசிக்கொண்டிருந்தான். கடைசியாக தவே அவர்கள், 'வெறும் பிஏ படித்தால் எந்தப் பயனுமில்லை. பிஏ படித்தவர்கள் அதிகமாக இருக்கும் போது திவான் பதவி கிடைப்பது உறுதி இல்லை. அதற்கு பதிலாக லண்டனுக்கு பேரிஸ்டர் பதவி கற்கப் போ. சமஸ்தானத்தில் இல்லாவிட்டாலும் சொந்தமாக வக்கீல் தொழில் செய்து கைநிறைய சம்பாதிக்க முடியும்' என்று பரிந்துரை செய்தார். மோக போவது என்று முடிவெடுத்தான்.

என்னை விட்டு விட்டு தான் ஒருவனே தனியாகப் போகிறானே என்று கோபம் வந்து சில நாட்கள் பேசவில்லை. என்னை விட்டு வருஷக்கணக்காக போவது என்றால் என்ன? இங்கே நான் ஒருத்தியே தனியாக அவனில்லாமல் அவன் வீட்டில் எல்லோருடைய வேலையும் செய்துகொண்டு எப்படி இருக்க? இரவு வருவதையே காத்துக்கொண்டிருக்கும் என் கணவன், கல்லூரிக்கு சேர்ந்திருந்தாலும் மனைவியின் நினைவு வந்து அடிக்கடி வீட்டுக்கு வருகிறான் என்று எல்லோருடைய கேலிக்கும் ஆளான மோக, வருடக் கணக்காக என்னை விட்டுவிட்டு இருப்பானா? அப்படி இருக்க முடியும் என்றால் அங்கே ஏதோ ஒரு வெள்ளைக்காரியை பார்த்துக் கொள்வான். அந்த வெள்ளைக்காரிகள் மகா மாயக்காரிகளாம். நம் ஆண்களை கவர்வதும் அல்லாமல், அவர்களுக்கு மாமிசம், மது எல்லாம் பழக்கி, கடைசியில் சாதியைக் கெடுத்து, மதத்தையும் மாற்றி விடுவார்களாம். அதனால் மோக கல்வி கற்க அங்கே போவது வேண்டாம். இங்கேயே

வியாபாரத்தைக் கவனித்துக்கொண்டு இருக்கட்டும். பெரிய கடை வைக்கிறேன் என்றால், என் அப்பா வீட்டாரும் உதவி செய்வார்கள் என்று சொல்லிப் பார்த்தேன்.

ஆனால் மோகா கேட்க வேண்டுமே. அவன் தலையில் என்ன புகுந்து கொண்டதோ தெரியவில்லை. போய்த் தான் ஆகவேண்டும் என்று பிடிவாதம் பிடித்தான்.

லண்டனுக்குப் போய் படிப்பது என்றால் பணம் தேவை. அவ்வளவு பணத்தை எங்கே இருந்து புரட்டுவது? துளசிதாஸ் மாமா 'போகக்கூடாது. அவ்வளவு பணம் இல்லை' என்று சொல்லிவிட்டார். அப்போது மோகனின் அண்ணன் லட்சுமிதாஸ் மச்சான் துணைக்கு நின்றார். என்ன சிரமமானாலும் சரி, என்ன செலவானாலும் சரி, எங்கள் தம்பியை பேரிஸ்டர் ஆக்குவது உறுதி என்று முடிவு செய்தார். லண்டனுக்கு செலவு எவ்வளவு ஆகலாம் என்று மோகவும் , லட்சுமிதாஸ் மச்சானும் கணக்குப் போட்டு பார்த்தார்கள். குறைந்தது என்றால் 13,000 ரூபாய் தேவை என்றானது. நான் என் நகைகளை எல்லாம் கொடுக்கிறேன் என்றேன். 'அவை எல்லாம் உன்னுடையவை, நீயே வைத்துக்கொள், போனால் நான் திரும்பி வருவேனோ இல்லையோ, வந்தாலும் செய்து கொடுப்பேனோ இல்லையோ' என்று சொல்லி விடவேண்டுமா அந்த மோக? ஒன்பது மாதம் நிறைவடைந்து குழந்தை பிறக்கும் நாள் நெருங்கிக் கொண்டிருந்தது. தலைப் பிள்ளை இறந்து போயிருந்தது. முதல் குழந்தையின் சாவு, பிரசவத்தைப் பற்றிய பயத்தை மட்டுமே நிரப்பிப் போயிருந்தது. இப்போது இவன் இப்படிச் சொல்கிறானே! எனக்கோ உயிர் போவது போல பயம் ஏற்பட்டது. வருவது உறுதி இல்லை என்ற பிறகு எதற்காகப் இவன் வெளியே கற்கப் போகவேண்டும் என்று மீள மீளத் தோன்றி, அதை சொல்லி, திட்டும் வாங்கினேன். ஒருமுறை 'தலை சரியில்லையா உனக்கு?' என்று அதட்டினான் மோக.

★★★

பதிமூணாயிரம் ரூபாய் ரொக்கம் எங்கள் யாரிடமும் இருக்கவில்லை. போர்பந்தரின் ஆங்கில ஆட்சி அதிகாரியிடம் மேற்படிப்பிற்காக இங்கிலாந்துக்கு அனுப்ப பண உதவி செய்ய வேண்டுமென்று கேட்டுவரப் போனார். பல ஆண்டுகளாக திவானாக சேவை செய்த

குடும்பத்து மாணவனுக்கு பயணத்திற்கு உதவி செய்வது நியாயம் என்று வாதம் செய்தார். ஆனால், அவன் உறுதியாக நிராகாரித்து விட்டானாம். என் கணவனின் முகம் வாடிப்போனது. இவன் தனக்குத் தோன்றியதை செய்யாமல் நிம்மதியாக இருக்கமாட்டான். போய் வரட்டும் என்று தோன்றியது. என் நகைகள் முழுதையும் அவன் முன்னால் வைத்தேன். அதிலிருந்து மூன்றரை நான்கு ஆயிரங்கள் கிடைத்தன.

மசக்கை சடங்கு என்று அம்மா வீட்டிற்கு அழைத்திருந்தார்கள். போர்பந்தருக்குப் போய் இருந்த விஷயத்தை எல்லாம் சொல்லிவிட்டேன். யாரிடமிருந்தாவது பண உதவி செய்யச் சொல்லுங்கள், இல்லை கடன் வாங்கிக் கொடுங்கள் என்று கேட்டேன். எப்படியாவது அவர் லண்டனுக்குப் போக வேண்டும் என்றேன். என் சீமந்தம், பிள்ளைப் பேறு எதையும் நீங்கள் செய்ய வேண்டாம். வீட்டிற்கு அழைத்து வந்து அனுப்பும் செலவையும் செய்ய வேண்டாம். என் கணவன் படிக்க உதவி செய்யுங்கள் என்றேன். ஆனால் அங்கேயும் கஷ்டம்தான் இருந்தது. என் தங்கையின் கணவன் போய் வரும் செலவைக் கொடுப்பதாகச் சொன்னார். உறவுக்காரர்களிடம் கடன் வாங்கி அனுப்பலாம் கவலைப் படாதே என்று தைரியம் சொன்னார்.

எப்படியோ பண ஏற்பாடு ஆனது. இவ்வளவு நடந்திருந்தாலும் எங்கள் சின்ன மாமா துளஸிதாஸ், 'ஃபாரின்னும் வேண்டாம், எதுவும் வேண்டாம். லண்டனுக்குப் போய் வந்தவங்களைப் பாத்திருக்கேன். சிகார் அவங்க வாயில இருந்து இறங்கவே இறங்காது. எல்லா சாம்பிரதாயங்களையும் அவங்க விட்டுடுவாங்க' என்று கடைசி நிமிசம் வரை குத்திக்கிட்டே இருந்தாரு. இது எங்க அத்தை புத்தலிபாய் அவங்களை மிகவும் பயமுறுத்துச்சு. கடைசியில் அவங்க மதிப்புக்குறியவரான சந்த பேசார்ஜி மகராஜ் அவரைப் பார்த்து வந்தார். அந்தத் துறவியின் வார்த்தைகள் தான் அவருக்கு கட்டளை. 'காலம் மாறி இருக்கு. கடல் கடந்தால் சாதி கெடாது. வெளிநாட்டிற்குப் போனால் போகட்டும். ஆனால் அவனிடமிருந்து மூன்று வாக்கு பெற்றுக்கொள்' என்று பரிந்துரைத்தார். "வெளிநாட்டில் மது, மாது, மாமிசம் இம்மூன்றையும் தொடுவதில்லை என்பதே அந்த வாக்குக்கள்."

மோகா புறப்படும் நாள் நெருங்கிக் கொண்டிருந்தது. அங்கே எடுத்துச் செல்ல பலகாரம், பொருட்கள் எதைத் தயார் செய்வது என்று குழப்பமாக இருந்தது. அந்தப் பலகாரம், இந்தப் பொடி,

அந்தக் காரம், இந்த இனிப்பு, இது தேவையா, அது வேண்டாமா என்று பார்த்துப் பார்த்து செய்தோம். எந்தப் பலகாரம் அதிக நாட்கள் கெடாமல் இருக்கும் என்று யோசித்து செய்து வைத்தோம். துணிமணி எதுவானாலும் பரவாயில்லைன்னு இருப்பதிலேயே நல்லதா எடுத்து துவைச்சு இஸ்த்திரி போட்டு வைத்தோம். அங்கே ரொம்பக் குளிருன்னு காதேவாடியின் கதகதப்பான துணிகளை எல்லாம் தனியா எடுத்து வைத்தோம். அங்கே போன பிறகு இருக்கட்டுமுன்னு எங்க அத்தை ஒரு சின்ன பகவத் கீதையையும், ஒரு ஜபமணியையும் கூடவே வைத்தார். எனக்கு என் கணவன் பேரிஸ்டர் ஆகி திரும்புவான்னு பெருமைப்படறதா இல்லை அவனை ரெண்டு மூணு வருசம் பிரிஞ்சிருப்போமேன்னு கவலைப்படறதா ஒண்ணும் புரியலை.

அப்ப மட்டுமல்ல, அதற்குப் பிறகும் பலமுறை நான் இதுபோல இக்கட்டில, அதுவும் அந்த மோக விசயத்திலேயே மாட்டியிருந்தேன்.

மோகா புறப்பட ஒரு வாரம் இருக்கும் போது, எனக்கு வயித்து வலி ஆரம்பமாச்சு. வீட்டில் எல்லோரும் நான் கணவனை அனுப்பி வைக்கும் கவலையில் துடிக்கிறேன்னு நினைச்சாங்க. ஆனா போகப் போக வலி அதிகமானது. மோக புறப்படுவதற்குள் நான் செத்துப் போவேன்னு தோணிச்சு. முதல் பிரசவம் மிகச் சிரமமா இருதுச்சு. ஆனா அப்ப இருந்ததை விடவும் இப்ப கொஞ்சம் வலுவா இருந்தேன். பெரியவளாகவும் இருந்தேன். இப்ப எனக்கு 20 வயசு. எப்படியோ மோக புறப்படறதுக்குள்ள பிள்ளை பிறக்குதே, அது தன் அப்பாவை, அவன் தன் பிள்ளையை பாக்க முடியுதேங்கற சமாதானம் ஒரு பக்கம், அந்தக் குழந்தையும் பிழைக்குமோங்கற பயம் இன்னொரு பக்கம். கடைசியில் நோவு அதிகமாகி அதிகமாகி துயரமா, சமாதானமா எதுன்னு தெரியாத ஒரு அதிசயமான மனநிலை இருந்தது. அதுக்கு இடையே என் மன உறுதி அதிகமாகி, துணிச்சல் வந்தது. இந்த பிரசவ வலி கடந்தது போலவே மோக விலகி இருக்கும் காலமும் கடந்து போகும், நல்லதே நடக்குமுன்னு தோணிச்சு. எதெதையோ பினாத்திக்கிட்டிருந்தேன். எங்க வீட்டில எல்லாரும் என் தலை கெட்டுப் போச்சுன்னே நினைச்சாங்க.

கடைசியா பிரசவம் என் மடியை நிரப்புச்சு. ஆண் குழந்தை. குண்டா சிகப்பா இருந்தான். பிறந்த ஓரிரு நிமிசத்திலயே கூரை பிச்சுக்கிட்டுப் போறதுபோல கத்தினான். அவன் அழுகையை நிறுத்தும்வரை மூச்சைப் பிடிச்சுக்கிட்டு காத்திருந்த மத்தவங்க எல்லாம் நிம்மதியானாங்க. உடனே எங்கள் வீட்டுக்கு செய்தியை சொல்ல மோக ஓடினானாம்.

அது ஜூலை 1888. குழந்தையின் அப்பா ஒரு வாரத்தில புறப்பட இருந்தான். நான் இன்னும் சுத்தமாகி உள்ளே வந்திருக்கலை. ஒரு நாள் மோக என் அம்மா வீட்டுக்கு வந்தான். நேரா பிள்ளைத்தாச்சி அறைக்கே வந்திட்டான். இஷ்... அய்யோ, அவ இன்னும் சுத்தமாகலை, தொடக்கூடாதுன்னு எங்க அம்மா கத்திக்கிட்டு இருந்தாலும், 'அத்தை, கொஞ்சம் வெளியே போறீங்களா? ஒரே நிமிசம்' ன்னு சொன்னான். அம்மா வெளியே போனாங்க. 'என்ன பேரு வைக்கலாம் குழந்தைக்கு'ன்னு கேட்டான். நான் இன்னும் யோசிச்சிருக்கலை. 'அத்தனை பலகாரம் செஞ்சு வைச்சிருக்கீங்களே நான் என்ன பகாசூரன்னு நினைச்சயா'ன்னு கேலி செஞ்சான். 'எனக்கு பலகாரம் எதுவும் வேண்டாம் கஸ்தூர், நீ இதுவரை கொடுத்த மகிழ்ச்சியை எல்லாம் கூடக் கொண்டு போறேன். கண்ணுக்குள்ள இருக்கிற உன் சிரிப்பு, பிள்ளையின் முகம் இது போதும். அம்மா கொடுத்த ஜபமணி, பகவத்கீதையை மட்டுமே கொண்டு போறேன். சரியா? மகனை ஹரிலால் என்று அழைப்போமா?' என்று கேட்டான். "ஓஹோ, ஹரிநாராயணனின் பெயர், நல்லா இருக்கு, சரி'ன்னு சொன்னேன். கையில் பையனை தூக்கிக்கிட்டு அவன் செவியில 'ஹரி, ஹரிலாலா, ஹரிலாலா, ஹரிலாலா, என் மகனே'ன்னு கிசுகிசுத்தான். கதவை மெல்ல முன்னால தள்ளி, மோக குழந்தையை என் பக்கத்தில் படுக்க வச்சு என் கண், புருவம், மூக்கு, உதடு, நெற்றி எல்லாம் விரலை ஓடவிட்டு ரொம்ப மென்மையா ஒரு முத்தத்தை அழுத்தினான். இதுதான் அந்த வேகமான மோக? இவனை எப்படி வருசக் கணக்காக விட்டிருப்பது? ஆண்டவா, என் கண்ணில் கண்ணீர் சிந்தியது. சூடான மூச்சைக் கண்டு கண் மீது உதட்டை அழுத்தினான். துயரத்தை எல்லாம் உறுஞ்சிவிடுபவன் போல.

'கஸ்தூர், நான் இப்போ உன் பக்கத்தில இருந்து உனக்குப் பணிவிடை செய்யணும். மன்னித்துக் கொள் என் உயிரே. இந்த உடல் புறப்பட்டாலும், என் உயிர் இங்கேதான் இருக்கிறது என்பதை மறக்க வேண்டாம். என்றும் மோகன்தாஸ் உன்னுடையவன் தான், உன் தாசன். நான் அங்கே எந்தப் பெண்ணையும் தொடமாட்டேன். மது, மாமிசம் தொடமாட்டேன். அம்மாவுக்குக் கொடுத்த வாக்கையே உனக்கும் அளிக்கிறேன். இரண்டே ஆண்டு, திரும்பி வந்து விடுவேன். அதுவரை இந்தக் குழந்தை, உன் உடல் நலத்தின் மீதும் கவனம் இருக்கட்டும். எனக்காக பிரார்த்தனை செய். நீ இங்கே எப்படி இருப்பாயோ, நானும் அங்கே அப்படியே இருப்பேன். ஹரியையும், உன்னையும் நன்றாக கவனித்துக்கொள். எனக்காக நீங்கள் சுகமாக இருக்க வேண்டும்.

லண்டனுக்குப் போக பண ஏற்பாடும் மற்ற எல்லா ஏற்பாடுகளும் முடிந்துவிட்டன. இனி உன் அனுமதி மட்டும் தேவை. என்னை சிரித்துக் கொண்டே அனுப்பி வை, என் தங்கமே. கடவுள் விருப்பம் இதுதான் போல. எல்லாம் நன்மையாகவே நடக்கும். கடவுள் நம்மை கைவிட மாட்டார். புறப்படும் நாள் மறுபடி வருகிறேன்' என்று நெற்றி, புருவம், கண், உதடுகள் மீது சித்திரம் வரைந்தான். லேசாக குழந்தைக்கு ஒரு பூ முத்தமிட்டு புறப்பட்டு விட்டான்.

அந்தக் நொடிதான் என்னை மூன்று ஆண்டுகள் உயிரைக் கையில் பிடித்துக்கொண்டு காத்திருக்கும் வலுவைக் கொடுத்தன. ஹரியின் அப்பாவானதும் மோக திடீரென்று வளர்ந்து பெரியவனானது போலத் தோன்றியது.

லட்சுமிதாஸ் மச்சான் கப்பல் ஏற்றி வருகிறேன் என்று மும்பைக்குப் போனவர் சீக்கிரமாகத் திரும்பிவிட்டார். கடலில் புயல் எழுந்திருப்பதாகவும், போகும் கப்பல்கள் மூழ்குவதாகவும், அதனால் தீபாவளி சமயம் புறப்படும் என்றும் ஊர்க்காரர்கள் பரிந்துரை செய்ததால் மோகாவை அங்கே நண்பர்கள் வீட்டில் விட்டுவிட்டு வந்ததாகவும் சொன்னார். என் தங்கையின் கணவர் மோகாவுடன் இருப்பதாகச் சொன்னார். கப்பல் மூழ்கும் செய்தி என் கைகால்களை நடுங்கச் செய்தது. அய்யோ, ஹரியின் அப்பா திரும்பி வராவிட்டால்? போவது வேண்டாம் என்று ஓடிப்போய் மோகவை தடுத்து நிறுத்தி விடவேண்டும் என்று தோன்றியது. ஆனால் என் கைக்கு எட்டுவதிலிருந்து வெகு தொலைவிற்குச் சென்றிருந்தான் ஹரியின் அப்பா. என் மடியில் பச்சைக் குழந்தையை வைத்துக்கொண்டு பயப்படுவதைத் தவிர, அவனுக்காக வேண்டுவதைத் தவிர என்னால் வேறெதுவும் செய்ய முடியவில்லை.

மும்பையிலிருந்து மற்றொரு செய்தி வந்தது; நாங்கள் பிறந்த சாதியான மோதாபனியாக்களுக்கு ஹரியின் அப்பா கடல் கடந்து போவது சரிப்படவில்லையாம். மும்பையில் நல்ல வானிலை தருணம் மோக கப்பல் ஏறக் காத்துக்கொண்டிருக்க சாதி ஜனங்கள் காபா காந்தியின் மகனை அடையாளம் கண்டு கொண்டு போக வேண்டாம் என்று தடுத்தார்கள். 19 வயது மோகாவிடம் எல்லோரும், 'உன் அப்பா எங்களுக்கு நல்லாத் தெரியும், நல்ல பரிச்சயம்' என்று சொல்பவர்கள்தான். பாவம் நிறைந்த 'காலபானி'யை தாண்டிப்போனால் சாதியிலிருந்து ஒதுக்கி வைப்போம் என்று பிடிவாதமாக இருந்தார்கள். பெரியவர்கள் எல்லாம் சேர்ந்து ஒரு சாதிப்

பஞ்சாயத்தையே நடத்தி விட்டார்கள். கடல் கடந்து போவது சாதி விலக்கு, அதனால் மோகா வெளிநாடு போகக்கூடாது. வழியனுப்ப சாதிக்காரர்கள் யாரும் துறைமுகத்திற்குப் போகக்கூடாது, மீறிப் போவவர்கள் அபராதம் கட்டவேண்டும். அப்படிக் கட்டாதவர்களை சாதியிலிருந்து தள்ளி வைக்கப்படும் என்றெல்லாம் பஞ்சாயத்து முடிவெடுத்தது. மது, மாது, மாமிசம் ஒன்றையும் தொடுவதில்லை என்று தன் அம்மாவுக்கு வாக்குக் கொடுத்திருப்பதாக மோகா சொன்னாலும் அவர்கள் கேட்கவில்லை. ஆனால், ஹரியின் அப்பாவும் அசைந்து கொடுக்கவில்லை. அவர்கள் முடிவாக, காபா காந்தியின் மகனுக்கு அபராதம் விதித்து விலக்கி வைத்தார்கள். இதற்கெல்லாம் கவலைப்படக்கூடாது என்று மோகா லண்டனுக்குப் புறப்பட்டான்.

மூன்று வாரங்கள் கடக்கும் தருணம் ராஜ்கோட்டின் ஒரு வக்கீல் லண்டனுக்குப் புறப்பட்டிருந்தார். அவருடன் மோக புறப்பட்டு விட்டான். சாதிக்காரர்களின் கோபத்திற்கு பயந்து, பயணச் செலவிற்கு கொடுக்கிறேன் என்று சொன்ன என் அக்காவின் கணவர் பணம் கொடுக்காமல் திரும்பிவிட்டார். அதற்காக மறுபடி கடன் வாங்க வேண்டியதானது. மோகாவை வழியனுப்ப உறவுக்காரர்கள் யாரொருவரும் போகவில்லை. லட்சுமிதாஸ் மச்சான் இதை எல்லாம் சொல்லும் போது எனக்கு துயரம் பொங்கி வந்தது. முதல் முறையாக சாதி மீது வெறுப்பு வந்தது. அதுவரை எங்கள் சாதி மீது மிகவும் பெருமை இருந்தது. இப்போது கொஞ்சம் கொஞ்சமாக அழிந்துபோனது.

மோதா பனியாக்கள் சாதியிலிருந்து விலக்கி வைத்தது நல்லதானது. ஒன்றொன்றாக கழற்றி வைத்தோமே, அதில் முதலாவது சாதி. ஆனால், எவ்வளவு சங்கடப் பட்டிருப்பான் என் மோகா?! ஹரியை தழுவிக் கொண்டதுபோல அவனைக் கட்டித் தழுவி ஆறுதல் சொல்லவேண்டும் என்று தோன்றியது. ஆனால் முடியாது, ஹரிக்கு ஒரு மாதம் ஆகும் போது அவன் அப்பா கடல் கடந்து என்னை விட்டு வெகு தூரம், கண்ணுக்குத் தெரியாத நாட்டிற்குப் போய் சேர்ந்திருந்தான்.

இதுவரை அவன் என் மோகாவாக இருந்தான். இதற்குப் பிறகு 'அவர்' 'மோகா பாய்' ஆக இருந்தார்.

எங்கள் பக்கம் பல வீடுகளில், எங்கள் மாமா வீட்டிலும் சரி, சங்கீதம், பாட்டு போன்றவை கிடையாது. கேட்கவும் கூடாது. நாள் தவறாமல் பஜனை இருக்கும் அவ்வளவுதான். விளையாட்டுக் கிடையாது, பொழுதுபோக்கு இல்லை. சங்கீதம் இல்லை. பயணம் கிடையாது. ஓய்வு கிடையாது. வேலை, வேலை, வேலை, வியாபாரம், வியாபாரம். வேலையில் மூழ்கிவிடும் அதே குணம் மோகாவுக்கும் இருந்தது. மோகாபாய் முதலில் பியானோ பார்த்தது கப்பலில்தான். அதைப் பற்றி எவ்வளவு வியப்பாகக் கடிதம் எழுதி இருந்தார் தெரியுமா? கன கம்பீரமாக இருந்தாலும் அவர் குழந்தைதான். எல்லாவற்றைப் பற்றியும் ஆர்வம், குதூகலம். ஒரு கடிதம் முழுக்க பியானோவைப் பற்றியே எழுதி இருந்தார்.

லண்டனுக்குப் போன பிறகு கணக்கில்லாமல் கடிதம் எழுதினார். அவற்றை எல்லாம் பத்திரமாக ட்ரங்கில் எடுத்து வைப்பேன். அவர் கையால் எழுதிய கடிதங்களல்லவா. அவ்வப்போது கண்ணில் ஒற்றிக்கொள்வேன். ஒருவேளை தவறுதலாக அவர் இமை முடியோ, தலை முடியோ, மீசை முடியோ விழுந்திருக்கலாம் என்று உன்னிப்பாகப் பார்ப்பேன். ஊஹூம். ஒழுக்கமான சிவன். அப்படி எல்லாம் நடக்கவே முடியாது. இங்கே இருந்து போகும் எங்கள் கடிதங்களில் அதுபோல ஏதாவது இருக்கும் சாத்தியங்கள் உண்டு. ஒவ்வொரு கடிதத்திலும், ‘கடிதம் எழுது, கடிதம் எழுது’ என்று வற்புறுத்தி இருப்பார். என்ன எழுதுவது, எதை எழுதுவது? கடிதம் எழுத எனக்கு வராது. படிக்க எழுத சரியாகத் தெரியாது. நான் கல்வி கற்றவள் அல்ல. மற்றவர்களிடம் படிக்க வைக்க வேண்டும், எழுத வைக்க வேண்டும். எழுத்து என்னமோ கற்றிருந்தேன். கோணல் மாணலாக எழுதுவேன். ஆனால் பதில் கடிதத்தை எப்படி பேனா பிடித்து எழுதுவது என்று ஒரு பக்கத்திற்கு பரிந்துரை இருக்கும். இப்படி எழுது, அப்படி ஆரம்பி, பிறகு இப்படி முடி என்றெல்லாம் அறிவுரைகள் இருக்கும். எழுத்து அழகாக இருக்கட்டுமே என்று தினமும் அரிச்சுவடி எழுத வேண்டி இருந்தது. வேலைக்கு நடுவே இதென்ன இவர் தொல்லை என்று கோபம் வரும். எழுதப் படிக்கத் தெரியாவிட்டாலும், வீட்டுக் கணக்கை பைசா தவற விடாமல் நான் தானே பார்த்துக் கொள்கிறேன் என்றும் தோன்றும்.

மோகா எப்படி என்றால் எல்லாவற்றைப் பற்றியும் எழுதுவார். எல்லோருக்கும் தெரியும்படியாக சொல்லிவிட்டால் செய்த பாவங்கள் எல்லாம் மன்னிப்புக்கு அருகதையாகி விடும் என்பது அவருடைய

எண்ணம். எழுதித் தெரிவித்து விட்டால் நாம் மீள கெட்டது செய்வதிலிருந்து தப்பிக்கலாம் என்று எண்ணினார். எப்படியோ உண்மையாக வாழவேண்டும் என்பது ஒன்றுதான் அவர் தத்துவம். 'டின்னருக்குப் போனபோது ஒருத்தி மிகவும் நெருக்கமானாள். அவளுடன் சீட்டும் விளையாடுவேன். கடைசியில் அம்மாவுக்குக் கொடுத்த வாக்கு நினைவுக்கு வந்து அவளை விட்டு விட்டேன்' என்று ஒருமுறை எனக்கு எழுதி இருந்தார். எப்படி இருக்கும் எனக்கு!? அதை எல்லாம் எனக்கு துணிச்சல் வரட்டும் என்று எழுதினாராம்! இதைப் படித்து எனக்கு எப்படி தைரியம் வரும்? தனக்குத் துணிச்சல் வரட்டும் என்று எழுதி இருக்க வேண்டும்.

அங்கே போன சில நாட்கள் மிகவும் சளைத்துப் போயிருக்க வேண்டும். பிறகு எழுதிய கடிதங்களில் சைவ உணவு சங்கத்தார்களின் அறிமுகமாகி இருக்கிறது, நமபிக்கையுடன் இருக்க உதவியாக இருக்கிறது என்று எழுதி இருந்தார். ஆரம்பத்தில் ஹோட்டலில், பிறகு ஹாஸ்டலில் சில நாட்கள் இருந்து பிறகு அங்கேயும் சரி வராமல் ஒரு வீட்டில் 'பேயிங்க் கெஸ்ட் 'ஆக இருக்கிறேன் என்று எழுதி இருந்தார். வரவர அங்கே இருக்கும் நம்மவர்களின் அறிமுகம் மெல்ல ஆனது. பிராணஜீவன் மெகதா, நம்ம ஊர் பக்கம் ராஜ்கோட்காரர், லண்டனுக்கு முன்பே போயிருந்தவர், கிடைத்தாராம். அவரை சந்தித்த பிறகு ஒரு நல்ல நண்பர் கிடைத்த மகிழ்ச்சியில் இருக்கிறேன் என்று எழுதியிருந்தார். பணம் தண்ணீர் போல செலவாகிறது. பணம் தேவை என்று வீட்டுக்கு அடிக்கடி கடிதம் வரும். இங்கிலீஷ் பேசக் கற்றுக் கொடுக்கும் பள்ளிக்குச் சேர்ந்திருந்தார். வெவ்வேறு கோர்ஸ்களை எடுத்திருந்தார். லட்சுமிதாஸ் மச்சான் கடன் வாங்கி, வாங்கி பணத்தை அனுப்பி வைத்தார். அவர் ஆதரவை மறக்கவே முடியாது. அப்பாவின் இடத்தில் நின்று ஹரியின் அப்பாவுக்கு உதவினார். என்ன ஆனாலும் சரி, என் தம்பியை பேரிஸ்டர் ஆக்கியே தீருவேன் என்று உறுதியாக முடிவு செய்துவிட்டார், மச்சான். ஒன்றன் பின் ஒன்றாக பரீட்சைகள் நடந்தன. பிறகு ஆறு மாதத்தில் மற்றொரு பரீட்சை நடந்தது.

எப்படியோ இரண்டு ஆண்டுகள் கடந்து போயின. ஆனால், திரும்பி வர கொஞ்ச காலம் பிடிக்கும் என்று ஒரு கடிதத்தில் எழுதி இருந்தார். 'உணவு சோதனைகள், சைவ உணவு போன்ற விஷயங்களைப் பற்றி பத்திரிகைகளுக்கு கட்டுரை எழுதுகிறேன். சைவ உணவு சங்கத்து செயலாளராக இருக்கிறேன். பெரிய பெரிய மனிதர்களின் சந்திப்பு ஏற்படுகிறது' என்று எழுதியிருந்தார். சைவ உணவு சங்கத்தில்

சேர்ந்திருந்ததால் ருசியான நம் உணவு கிடைக்கலாம் என்று அத்தையும், மச்சானும் மற்றவர்களும் நிம்மதி அடைந்தார்கள்.

இந்தப் பக்கம் நானும் ஹரியும் இணைந்தே இருந்தோம். எனக்கு, முதல் குழந்தை இறந்தது போல ஹரியும் செத்துப் போவானோ என்ற பயம், பிரமை வெகு நாட்களுக்கு இருந்தது. இந்த நொடி குழந்தை மூச்சு விடுவதை நிறுத்தி விட்டால் என்று பயந்தேன். இரவு பால் குடிக்க அருகில் படுத்திருக்கும் பிள்ளை விடிந்ததும் மூக்கில் பால் நிறைந்து மூச்சுத் திணறி இறந்த செய்தியை யாரோ சொன்ன பிறகு மடி மீது படுக்க வைத்துக் கொண்டே பாலூட்டுவேன். இரவு விழிப்பு வரும் போதெல்லாம் குழந்தை மூச்சு விடுகிறதா இல்லையா என்று தொட்டுத் தொட்டுப் பார்ப்பேன். அது இறந்து விட்டால் என்று நினைத்து நினைத்து அழுதேன். அவன் அப்பாவும் இங்கே இல்லை. வீட்டில் மற்றவர்கள் எல்லாம் இருந்தாலும் அப்பா இல்லாத பிள்ளையை நான் தனியாக பார்த்துக் கொள்ள வேண்டுமே என்ற ஆதங்கம் இருந்தது. அதன் கழுத்துக்கு, காலுக்கு, கைக்கு மந்திரித்த கயிறுகளைக் கட்டுவேன். தாயத்து கட்டினேன். பூசை செய்ய வைப்பேன். வீட்டுக்கு வரும் துறவிகளின் காலை அதன் தலையால் தொட வைப்பேன். என்ன ஆனாலும் சரி, எனக்கு என் பிள்ளை நலமாகவும், வலுவாகவும் இருக்க வேண்டும் அவ்வளவுதான். நெஞ்சோடு அணைத்துக் கொண்டு படுப்பேன். அவன் அப்பா நினைவு வரும் போதெல்லாம் பிள்ளையை கொஞ்சித் தழுவிக் கொள்வேன்.

வாரம் ஒருமுறை வரும் கணவனின் கடிதம், அதில் என்னைப் பற்றி, குழந்தையின் மீது காட்டும் அன்பு, ஆரோக்கிய உணவு பரிந்துரைகள், குஜராத்தி படிப்பது, எழுதுவதைப் பற்றிய விசாரிப்புகள் எல்லாம் இருக்கும். ஹரி வளர்ந்து கொண்டிருந்தான். தினம் தினமும் வலுவாக வளர்ந்து கொண்டிருந்தான். இனி அந்தக் குழந்தை இறக்காது என்ற தைரியம் வந்தது. ஹரி ஒருவன் இருக்காவிட்டால் எனக்கு மோகா இல்லாமல் எத்தனை சிரமமாக இருக்கும் என்று யோசித்தேன். சில சமயம், ஹரியின் அப்பா இருந்திருந்தால், எனக்கு பிள்ளையை

இந்த அளவிற்குப் பார்த்துக் கொள்ள ஓய்வு கிடைத்திருக்குமா என்றும் தோன்றியதும் உண்டு. அவர் இருந்திருந்தால் அப்போதே மற்றொன்றுக்கு ஏற்பாடு நடந்திருக்கும் என்று நினைத்து வெட்கமானது.

இதற்கு இடையே லட்சுமிதாஸ் மச்சான் போர்பந்தர் திவான் அலுவலகத்திற்கு அலைந்து கொண்டிருந்தார். கர்பணதாஸ் மச்சான் அங்கே ராஜ்கோட்டில் சிறிய வேலையில் இருந்தார். எங்கள் அத்தையின் உடல்நிலை அடிக்கடி கெடும். என் நாத்தனாரின் கணவனுக்கும் உடல்நிலை சரி இருக்காது.

மோகா பாயிடமிருந்து பல கடிதங்கள் வந்தாலும், கண் முன் கணவன் இல்லாத குறை மனத்தில் இருந்தது. சாதுக்கள் வீட்டிற்கு வரும்போது என் துயரத்தை சொல்லிக் கொள்வேன். எங்கள் வீட்டில் சாதுக்கள் வரும்போது அவர்கள் தங்க ஒரு அறையைக் கொடுப்பார்கள். ஒவ்வொருவராக பெண்கள் திரைக்குப் பின்னால் தங்கள் சுக துக்கங்களை சாதுக்களிடம் சொல்லிக் கொள்வார்கள். நோய், சண்டை, சலிப்பு, உறவுகளின் நெருடல் போன்றவைகளை குடும்பத்தை விட்ட சாதுக்களிடம் சொல்லி லேசாவார்கள். எங்கள் கஷ்டங்களுக்கு பரிகாரமாக அவர்கள் சொல்லும் விரதம், வழிபாடுகள் எல்லாம் செய்வோம். கணவனைப் பார்க்க வேண்டும் என்று தோன்றும் போது, அங்கே மற்றொரு திருமணம் செய்து கொண்டிருப்பாரா என்று பயம் உணடாகும் போது, நான் இங்கே இருந்தே பிடியை இறுக்குவேன். 'வெள்ளைக்கார பொம்பளங்களை நம்ப முடியாது. அவங்க நம்ம மாதிரி அல்ல. எல்லாத்தையும் விட்டவங்க' என்று என் ஓரகித்திகள் மீள மீள பயப்பட வைப்பார்கள். ஆனால் அடிக்கடி வரும் என் கணவனின் கடிதங்களிலிருந்து அவர் அங்கே என்ன செய்கிறார், என்ன வேலையில் தொடங்கிக் கொண்டிருக்கிறார் என்று எல்லாம் தெரியும். மோகாபாய் மற்ற பெண்களை நாடக் கூடிய மனிதரல்ல. என்ன இருக்கிறதோ அதை எல்லாம் சொல்லி விடக்கூடியவர். அப்படி ஏதாவது இருந்தால் கடிதம் எழுதி தெரிவித்திருப்பார் என்று ஆசுவாசமடைந்தேன்.

இதற்கு இடையே, எங்கள் அத்தையின் உடல் நலம் மிகவும் மோசமானது. அவரை கவனித்துக் கொள்வதில் நேரம் போகும். இளைய மகனை நினைத்துக் கொள்வார், வரச்சொல்லுவார். அப்போதெல்லாம் லண்டனுக்கு அனுப்பி வைக்கும் கடிதங்களில் 'அம்மா உங்களை நினைத்துக் கொள்கிறார்' என்று சொல்லி எழுத வைப்போம். அத்தைக்கு உடல் நலம் மிகவும் மோசமாகி பிழைப்பது

சிரமம் என்றபோது மோகா பாய்க்கு தெரிவிப்பதா வேண்டாமா என்பதைப் பற்றி வீட்டில் பேச்சு நடந்தது. அம்மாவை அவ்வளவு தொலைவிலிருந்து வந்து பார்த்துப் போவது படிப்புக்கு தொந்தரவு ஆகும், பணமும் செலவாகும். அது மட்டுமல்லாமல் அதுவரை அத்தை இருப்பது சந்தேகம் என்பதால் மோகாபாய்க்கு தெரிவிக்க வேண்டாம் என்று முடிவானது.

கடைசியாக ஒருநாள் தன் இளைய மகன் திரும்பி வருவதற்காக காத்திருக்காமல் எங்கள் அத்தை போய்விட்டார். மிகவும் அமைதியான சாவு. அவர் முகத்தைப் பார்த்தால் கவலை இல்லாமல் யாத்திரை புறப்படுபவர்களுக்கு இருக்கும் அமைதி தெரிந்தது. அய்யோ, உயிர் பிரியும் தருணத்தில் அப்பாவுடனும் இருக்கவில்லை என்று மிகவும் தூயரப்பட்ட மோகா, அம்மா போகும் முன்பும், போன பிறகும் கூட இருக்க முடியவில்லையே என்று வருத்தப்படுவாரோ என்று எண்ணினேன். என் கண்ணில் அத்தையை நிரப்பிக்கொண்டு கணவன் வந்த பிறகு அதை அவருக்குக் கடத்திவிட வேண்டும் என்று தோன்றியது.

அப்படி இப்படி என்று இரண்டரை ஆண்டுகள் கடந்தே விட்டன. முடிந்த அளவிற்கு செலவு செய்யாமலும், பணம் கேட்காமலும் நாள் கிழமைகளை சமாளிக்க பழகிக் கொண்டேன். மச்சானிடம் வாங்கிய ஒவ்வொரு காசுக்கும் கணக்கு வைத்திருந்தேன். அப்படி வைத்திருக்க மோகா பாய் சொல்லியிருந்தார்.

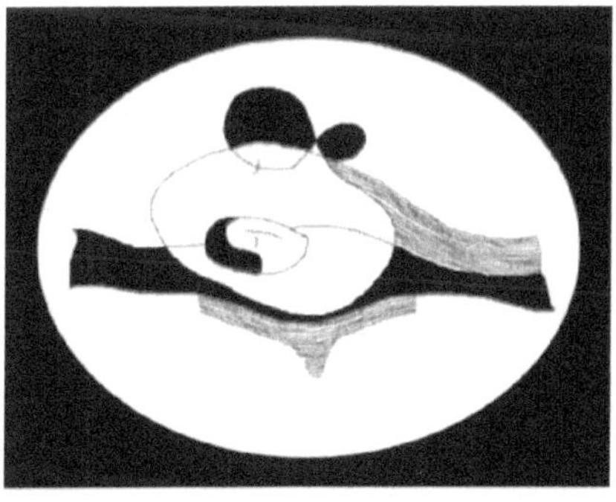

இப்படி இருக்க, அந்த நாளும் வந்தது. ஹரியின் அப்பா பேரிஸ்டர் மோகன்தாஸ் கரம்சந்த் காந்தி மும்பையில் இறங்கினார். எனக்கு சொர்க்கலோகமே ராஜ்கோட்டுக்கு வர இருக்கிறதோ என்பது போல ஆனந்தம். மெய் மனமும், ரோம ரோமங்களும் மகிழ்ச்சியால் 'தக்கதக்க' என்று குதிப்பது போலவும், நெஞ்சுக்குள் பெருமை பூப்பது போலவும் தோன்றியது.

வந்தவுடன் லட்சுமிதாஸ் மச்சான் அம்மா இறந்துபோன செய்தியைச் சொன்னார். மோகபாய் மிகவும் வருத்தப்பட்டார். அவர் நண்பன் பிராணஜீவன் மெகதா வீட்டில் ராய்சாந்த் பாய் என்ற ஒரு சாது கிடைத்து ஆறுதல் சொன்னாராம். சாதியிலிருந்து விலக்கி வைத்த வர்களின் தொல்லையும் அதிகமானது. அவர்கள் கோபத்தைத் தணிக்க ராஜ்கோட்டுக்கு வரும் முன் நாசிக்கில் இறங்கி, கோதாவரியில் மூழ்கி எழுந்து சுத்தமானார். ஆனால் அது மோதாபணியாக்களை திருப்திப் படுத்தாமல் நாங்கள் அபராதம் கட்ட வேண்டும் என்று முடிவானது. மோகாபாய் கட்டவில்லை. அதனால், சாதி ஜனங்களின் கோபத்துக்கு பயந்து மோகாவின் அக்கா தம்பியை வீட்டுக்கு அழைத்து ஒரு டம்பளர் தண்ணீர் கூட கொடுக்கவில்லை.

மூன்று ஆண்டுகளுக்குப் பிறகு ஹரியின் அப்பா வீட்டிற்கு வந்தார். பல ஆண்டுகளுக்குப் பிறகு என் கணவன் எங்களிடம் வந்து சேர்ந்தார். முன்பை விடவும் பெரியவராகத் தெரிந்தார். வெள்ளையாக ஆகி இருந்தார். மீசை தடித்திருந்தது. வெளிநாட்டில் நல்ல உணவு கிடைத்திருக்க வேண்டும். ஆரோக்கியமாகத் தெரிந்தார். கண்கள் ஒளிர்ந்தன. ஹரி முதலில் அப்பாவிடம் போக ரகளை செய்தான். பிறகு ஓரிரு நாட்களில் பழகி விட்டான்.

மோகாவின் வேகம், குறும்புகள் எல்லாம் அன்பின் தொடுதல்களாக மாறி, மெல்லிய குரலின் வார்த்தைகளாக உருமாறி இருந்தன. வெளிநாட்டில் தன்னைத்தான் கட்டுப் படுத்திக்கொள்ள பட்ட சிரமங்களை எல்லாம் விவரித்துக் கொண்டே என் மார் மீது முகத்தைப் புதைத்து மௌனமாகி விடுவார். என்னைப் பொறுத்தவரை மற்ற சிந்தனைகளே இல்லாத, மிகவும் நிம்மதியான நொடிகள் அவை.

என் பொருள் என்னிடம் வந்திருந்தது. என் வீட்டு தீபம் என் இல்லத்தை ஒளிரச் செய்தது. இதைவிட அதிகமாக வேறு எதை விரும்ப?

★★★

கடலைத் தாண்டி கனவுகள்

எந்த நிம்மதியும், புளகாங்கிதமும் எப்போதும் இருக்காது குழந்தாய்...

மூன்று ஆண்டுகள் லண்டனில் படிப்பதற்காக வாங்கிய கடன்களை அடைக்க வேண்டி இருந்தது. நடத்த வேண்டிய பிள்ளைகளின் திருமண ஆடம்பரங்களுக்குப் பணமில்லாமல் குடும்பத்தார்களின் கை தோற்றிருந்தது. மச்சானுக்கோ வெகு எதிர்பார்ப்புக்கள். இனி என்ன வீட்டு செலவுக்கு தாராளமாக பணம் கொடுக்க ஒரு காமதேனு வந்துவிட்டது என்று. மும்பையில் என் கணவரின் வக்கீல் தொழில் ஆரம்பமாகி, சில நாட்களுக்குப் பிறகு நாங்கள் எல்லாம் அங்கே போவது என்று கனவு கட்டி இருந்தேன். ஆனால், மோகாபாய்க்கு தன் மனைவி, குடும்பத்தாரை லண்டன் பண்பாட்டிற்கு மாற்றும் ஆசை பிறந்தது. இதை இங்கே வைப்பது சரியல்ல, இப்படி செய்வது தவறு, சாப்பிடும்போது சத்தம் செய்யக்கூடாது, வெறும் கையில் சாப்பிடுவது சுத்தமல்ல, எழுந்ததும் ஒரு கப் தேநீர் அருந்தவேண்டும், கலக்க சக்கரை, தேநீர் கரண்டி தனியாகக் கொடுக்கவேண்டும், தரையில் உட்காருவதற்கு பதிலாக மர தீவான் போடவேண்டும், சன்னல் கதவுகள் திறந்திருக்காமல் மறைக்க திரை போடவேண்டும், வரும் விருந்தாளிகளை இதற்கு மேல் உள்ளே விடுவது வேண்டாம், மறைவான இடம் இருக்க இங்கே ஒரு சுவர் எழுப்ப வேண்டும்... அப்பாடா... இப்படி எத்தனை. லட்சுமிதாஸ் மச்சான் ஒரு சிலதை செய்தார். கப் சாசர் வாங்கி வந்தார், சன்னலுக்கு திரை இறக்கி விட்டார், தீவான் செய்தார். தேநீர் கரண்டி வாங்கிவந்தார். மற்றவை எல்லாம்

தேவையில்லாத செலவு என்று தோன்றியதோ என்னமோ தன் தம்பிக்கு ஒரு வக்கீல் அலுவலகம் திறந்த பின் மற்றவைகளுக்கு செலவு செய்யலாம் என்றார். நான் ஹரியின் அப்பாவுக்கு, 'முதலில் அலுவலகம் திறங்கள். கைநிறைய சம்பாதியுங்கள், கடனை அடையுங்கள், பிறகு நம் வீட்டுக்கு உள்ளேயும் வெளியேயும் மாற்றங்களைச் செய்யலாம்' என்று சொன்னேன்.

மும்பையில் வக்கீல் தொழில் ஆரம்பமானது. அதிக வாடகைக்கு அலுவலகத்தைப் பிடித்திருந்தார். ஆனால், பிரதிவாதி வக்கீலாக எதிர் கட்சிக்காரர்களின் வாதத்திற்கு எதிர் வாதம் செய்ய ஹரியின் அப்பாவால் முடியவே இல்லையாம். அதனால் அதிக வழக்குகள் வரவில்லை. வரும் பணம் அங்கே செலவுக்கே சரியாகி எங்கள் செலவுக்கு லட்சுமிதாஸ் மச்சானையே கேட்கும் நிலைமை தொடர்ந்தது. எங்கள் செலவு இருக்கட்டும், தன் செலவை சரிக்கட்ட அண்ணனை சார்ந்து இருக்க வேண்டிய சூழ்நிலை எதிரானது. மோகாபாய் வெகு மென்மையான மனிதர். பணம் கொடுப்பவரின் பேச்சு, முக பாவம், கொடுக்கும் தோரணை இவற்றில் சிறிய மாற்றங்கள் தெரிந்தாலும் ஹரியின் அப்பா மிகவும் நொந்து கொள்வார். நாங்கள் இருவர் மட்டுமே இருக்கும் போது எங்கள் பேச்சுக்கள் இதுபோன்ற சலிப்புகளைப் பகிர்ந்து கொள்வதைப் பற்றியே இருக்கும். ஒரு ஆண்டு முடிவதற்குள் மும்பை அலுவலகத்தை மூடிவிட்டு ராஜ்கோட் திரும்பி வந்தார். ஆனாலும், ராஜ்கோட்டில் அதிக வழக்குகள் கிடைக்கவில்லை. எல்லாம் சின்ன சின்ன வேலைகள். ஏதோ ஒரு சூழ்நிலையில் ஆங்கில அதிகாரியின் கோபத்திற்கு மோகா ஆளாகி நாட்களைக் கடத்துவதே சிரமமானது.

இப்படி இருக்க ஒருநாள், 'தென்னாப்பிரிக்கா என்ற ஒரு நாடு இருக்கிறது. அங்கே போகும் வாய்ப்புக் கிடைத்திருக்கிறது. போகட்டுமா?" என்று கேட்டார்.

அப்போது நான் மறுபடியும் கர்ப்பவதி. முதல் கர்ப்பங்களுக்கு வாந்தி, தலை சுற்றல், அசதி இருக்கவில்லை என்றாலும் பலவீனமாக இருந்தேன். மூன்று ஆண்டுகள் என்னை விட்டுப் போனவர் இன்னும் ஒரு ஆண்டு கூட ஆகவில்லை, மறுபடியும் போகிறேன் என்ற போது கவலையாக இருந்தது. எத்தனை நாள் நான் கணவன் இல்லாத வீட்டில் இருப்பது? மற்ற பெண்கள் கர்வாசௌத், அந்த நோன்பு, இந்த விரதங்கள் என்று கடைபிடித்துக்கொண்டு, கணவனின் பாதங்களை கழுவிக் கொண்டிருக்கும் போது என்னால் அவை

எதுவும் முடியவில்லை. தொலைவில் இருக்கும் கணவனுக்கு நல்லது நடக்கட்டும் என்று வாரத்திற்கு இரண்டு நாள் உண்ணா நோன்பு இருப்பேன். நான் அப்படி சொன்னதும் ஹரியின் அப்பாவின் முகம் வாடிப்போனது. கடைசியில், ஒரு ஆண்டுக்கு மட்டும் போய் வரவேண்டும், தாமதமானால் என்னையும் அங்கே அழைத்துக் கொள்ளவேண்டும் என்ற நிபந்தனை போட்டு ஒத்துக் கொண்டேன்.

ராஜ்கோட்டின் தாதா அப்துல் சேட் மெமன் என்பவர் பெரிய கப்பல் வியாபாரி. அவர் தொழில் தென்னாப்பிரிக்காவிலும் இருந்தது. அங்கே இருக்கும் அவர் சகோதர உறவுக்காரருக்கு கோர்ட் விவகாரங்களை கவனித்துக்கொள்ளும் வக்கீல், அதுவும் காதேவாடி பக்கத்து குஜராத்தி, ஆங்கிலம் இரண்டும் தெரிந்தவர் வேண்டி இருந்தது. 105 பௌண்ட் பணமும், பயணச் செலவும் கொடுக்கிறோம், வக்கீல் உதவியாளராக அல்லது மோகாபாய் சொன்னது போல 'கூலி பேரிஸ்டர்' ஆக வருகிறாயா என்று அவர் கேட்டார். ராஜ்கோட் தொழில் சரி இல்லாதபோது வெளிநாட்டு அனுபவமும், ஒரு ஆண்டு நல்ல கோர்ட் அனுபவமும் கிடைக்கும் என்று எண்ணி, அண்ணனுடன் பேசி மோகாபாய் புறப்பட்டார்.

அப்துல்லா சேட் தன் தொழில் எதிரி தய்யப் சேட் மீது போட்ட வழக்குக்கு உதவியாளராக வேலை செய்ய மோகாபாய் போனார். சேட்டுக்கள் இருவரும் உறவுக்காரர்கள். அவர்களுக்கு இடையேயான வழக்குகளால் இருவருக்கும் நட்டம். இந்த வழக்கு நடப்பதால் வக்கீல்களுக்கும், நீதிமன்றத்திற்கும் தான் லாபம் என்பது மோகாபாய்க்கு தெளிவாகத் தெரிந்திருந்தது. கோர்ட்டுக்கு வெளியே சமரசம் செய்துகொண்டு வழக்கை முடித்துக் கொள்ளலாம் என்று அவர்கள் இருவரிடமும் மோகாபாய் தானே முன் நின்று பேசி, ஐந்தாறு மாதங்களில் வழக்கை முடித்து வைத்தாராம். மோகாபாய் கருத்துப்படி நல்ல வக்கீல் என்றால் முடியைப் பிய்த்துக்கொண்டு வாதம் செய்து வழக்கை நீட்டுவதல்ல; உடைந்த மனங்களை ஒன்று சேர்த்து, பேச்சு வார்த்தை நடத்தி வழக்கை முடித்து வைப்பது. அதுபோல இருவரின் நடுவே இருந்த சொத்துக்களின் வழக்கு தீர்வு கண்டது.

வக்கீல்களைப் பற்றி எப்படிப்பட்ட வேடிக்கையான, கிண்டல் பேச்சுக்கள் இருக்கிறது அல்லவா, குழந்தை? ஒரு வழக்குக் கிடைத்தால் பல ஆண்டுகள் இழுத்து, இழுத்து தகராறு வளர உயிர்ப்புடன் வைப்பார்கள் என்ற குற்றம் வக்கீல்கள் மீது இருக்கிறது. ஆனால், தெளிந்த நீரைப்போல மனம் கொண்ட இந்த வக்கீல் காந்தி வெகு சீக்கிரமாக சமரசம் செய்து வைத்து வழக்கை முடித்தது அப்துல்லா சேட்டுக்கு மிகவும் மகிழ்ச்சி. இவர் மீது அன்பையும், மதிப்பையும் ஏற்படுத்தியது. பாய் மீது அன்பு மழையைப் பொழிந்து, பாராட்டு விழா நடத்தி திருப்பி அனுப்ப ஏற்பாடு செய்தார். விரைவில் திரும்பி விடுவேன் என்று பாய் - யிடமிருந்து கடிதமும் வந்தது.

ஆனால், இனி என்ன இந்தியாவுக்குத் திரும்ப வேண்டும் என்ற போது, ஒரு பிரச்சினை வந்ததாம். அதனால் வருவதை கொஞ்சம் தள்ளிப் போட்டிருக்கிறேன் என்று மறு கடிதம் வந்தது. வந்துவிடுவார் என்று மகிழ்ச்சியாக இருந்தவளுக்கு மிகவும் வறுத்தமானது. அப்படியே கடிதத்திலும் எழுத வைத்தேன். புறப்பட்டவர் எதற்கு வராமல் போனார் என்று ஏதேதோ குழப்பங்கள் மனத்தில் சூழ்ந்தன. கடைசியில், பாய் ஒரு நீண்ட கடிதம் எழுதினார். கடிதத்தில் அந்த நாட்டின் கதையை விவரமாக எழுதி இருந்தார். நமக்கு காதேவாடி, மும்பை இருப்பதைப்போல தென்னாப்பிரிக்காவில் நடால் மற்றும் டிரான்ஸ்வால் மாநிலங்கள் ஆங்கிலேயரின் ஆட்சிப் பகுதிகள். அங்கே பாய் இருந்த டர்பன் நகரம் நடால் மாநிலத்தில் இருக்கிறது. அது போர்பந்தரைப் போல துறைமுக நகரம். கரும்புத் தோட்டங்களிலும், நிலக்கரி சுரங்கங்களிலும் வேலை செய்துகொண்டு இந்தியர்கள் அதிகமாக நடாலில் வசிக்கிறார்கள். நடாலுக்கு அருகே உள்நாட்டில் டிரான்ஸ்வால் என்ற மற்றொரு மாநிலம் இருக்கிறது. பிரிட்டோரியா, ஜோகன்ஸ்பர்க் அந்த மாநிலத்து முக்கியமான நகரங்கள். அங்கேயும் நம்மவர்கள் அதிகம் இருக்கிறார்கள்.

நம்மவர்கள் இந்தியாவை விட்டு அங்கே எதற்குப் போனார்கள் என்று ஒரு கடிதத்தில் நீ கேட்டிருந்தாய். அதற்கு பதிலாக ஒரு கதையையே எழுதி அனுப்பி இருந்தார். ஆங்கிலேயர்கள் வந்த பிறகு இந்தியாவில் ஏழைகளின் எண்ணிக்கையும், ஏழ்மையும் அதிகரித்துக் கொண்டே போனது. வேலை தேடி நாட்டை விட்டுப் போவது அதிகமானது. அந்த நேரத்தில் ஆங்கிலேயர்களுக்கு தங்கள் சுரங்கம், வீட்டு வேலை, விவசாய வேலைகளுக்கு மலிவான கூலி ஆட்கள் தேவைப்பட்டார்கள். வெளிநாட்டு மக்கள், அதிலும் அடிமைகளாக இருந்த கறுப்பர்களை அதுபோன்ற வேலைகளுக்கு பழக்குவது கடினம்

என்று கப்பல்களில் ஏழை ஆசிய நாடுகளில் இருந்து கூலிகளை நிரப்பிக் கொண்டு போனார்கள். அங்கே வெள்ளையர்கள் எசமானர்களாக இருந்தார்கள். அதற்கு அடுத்த இடம் புலம் பெயர்ந்தவர்களுக்கு இருந்தது. அவர்களை விடவும் கீழ் நிலையில் கறுப்பர்கள் இருந்தார்கள். நம்மவர்கள் தலை தூக்காமல் இருக்க ஆங்கிலேயர்கள் ஒரு பக்கம் அழுத்த, தங்கள் இரண்டாவது எசமானர்களான இந்தியர்கள் மீது கறுப்பர்களுக்குக் கோபம், பொறாமை. இப்படி இரண்டு பக்கத்து தாக்கங்களுக்கும் நடுவில் அங்கே இருந்த இந்தியர்கள் சிக்கிக் கொண்டார்கள்.

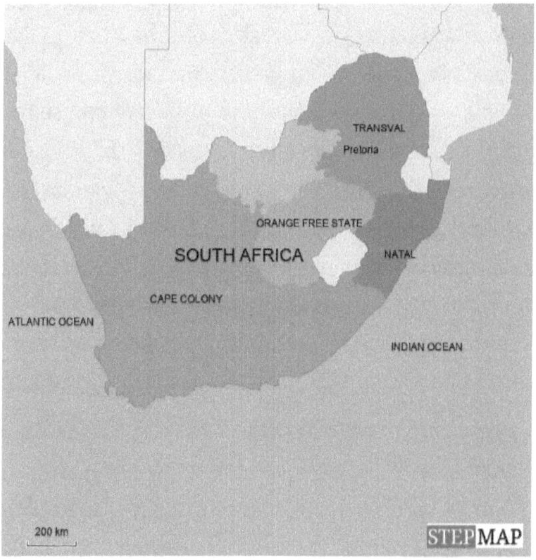

அப்போது உலகத்தின் எல்லா நாடுகளுக்கும் இந்தியர்கள் போகத் தொடங்கி இருந்தார்கள். ஆனால், எந்திரங்கள் வந்த பிறகு ஆங்கிலேயர்களுக்கு கூலிகள் தேவை இல்லாமல் போனது. அதற்காக புலம் பெயர்வதை தடுப்பதற்காக புதுப் புது சட்டங்களை போடத் தொடங்கினார்கள். வெள்ளைக்காரர்களின் கைக்குக் கீழே மாநிற ஆசியர்கள் இந்தியாவின் தீண்டத்தகாத மக்களைப் போல துயரத்தையும், அவமானத்தையும் அனுபவித்தார்கள். உண்மை. எனக்காகட்டும், பாய்க்கு ஆகட்டும் இந்தியாவில் தீண்டாமை வழக்கத்தால் அவர்கள் எவ்வளவு வலியை அனுபவிக்கிறார்கள் என்று தெரிந்திருக்கவே இல்லை. அங்கேதான் அது முதல் முதலாக அனுபவத்திற்கு வந்தது.

உண்மை குழந்தை, நம்மவர்களை 'கிரிமிடியா' கூலிகள் என்று அழைத்தார்களாம். அவர்கள் கடைகள் திறக்க முடியாது. அனுமதி இல்லாமல் எங்கேயும் போய் வர முடியாது. தங்கள் விருப்பமான ஊரில் இருக்க முடியாது. சுற்றித் திரிய முடியாது. உட்கார முடியாது. திருமணமாகி மனைவியை அழைத்து வர முடியாது. தெரு ஓரத்தில் பழங்கள், காய்கறிகள், பால் விற்று வாழ்க்கையை நடத்தலாம் என்றால் அதுவும் முடியாது. பர்மிட், லைசன்ஸ், வரி எல்லாம் தேவை. இரவு ஒன்பது மணிக்குப் பிறகு காலை ஆறு மணிவரை 'கிரமிடியா' கூலிகள் தெருவில் நடமாட முடியாது. வெள்ளையர்கள் வசிக்கும் தெருவில் எப்போதும் நடமாடமுடியாது. ஹோட்டல்களில் தங்க அறைகள் கிடைக்காது. வெள்ளையர்களின் பூங்காவே வேறு, இரயில் பெட்டிகளே தனி, மருத்துவமனை வார்டுகள் வேறு. அங்கே மற்றவர்கள் போக முடியாது. இந்தியக் கூலிகள் எல்லாம் ஒரே பக்கம், ஒரே வட்டாரம் வீதிகளில் இருக்க வேண்டும். இதுபோன்ற புதுப் புது சட்ட திட்டங்கள் அங்கே இருந்தன. இது அநியாயம் என்று தெரிந்தாலும், சீற்றம் கொண்டாலும் நம்மவர்களால் ஒன்றும் செய்ய முடியவில்லை. ஏன் என்றால் தங்களுக்கு சொந்தமில்லாத நாட்டில் இருந்தார்கள். எல்லோரும் நான்கு காசு சம்பாதிக்கப் போனவர்கள். இப்படியாக ஐம்பதாயிரம் மக்கள் இருந்தார்களோ என்னமோ. நம்மவர்கள் சார்பாக போராடுபவர்கள் யாரும் இருக்கவில்லை.

பாய் இதற்கு எதிராக பேசினார். எங்கெங்கேயோ இருந்த கிரிமிடியா கூலிகளை ஒன்றிணைத்து சங்கத்தை அமைத்தார். கடிதம் எழுதினார். திட்டம் போட்டார். பல மக்களை சந்தித்தார். தன் வேலைக்கு ஆதரவாக நடால் இந்தியன் காங்கிரஸ் குழுவை அமைத்தார். எங்களுக்கும் எல்லா உரிமையையும் கொடுங்கள் என்று கோர்ட்டில் போராட்டம் ஆரம்பமானது. அங்கே நம்மவர்களுக்கு ஒரு தலைவன் பிறந்து வந்தான் என்று கண்டது. இப்படி மோகா காந்தி அங்கே எல்லோருக்கும் 'காந்தி பாய்' ஆனார்.

இப்படி இருக்க, இனி அவர் இந்தியாவுக்குப் புறப்பட வேண்டும் என்ற தருணத்தில், விரைவில் நடக்க இருந்த நடால் தேர்தலில் இந்தியர்களுக்கு ஓட்டுரிமை கொடுக்கக்கூடாது என்ற சட்டம் வரப்போவதாக செய்தி தெரிந்தது. வாக்குரிமை இல்லை என்றால் எந்த உரிமைகளும் கிடையாது என்றே பொருள். காந்தி பாய் ஒரு மாதத்திற்காவது இருந்து போராட்டத்தை முன்னெடுத்துச் செல்ல வேண்டும், பிறகு இந்தியாவுக்குப் போகலாம் என்று அங்கே இருந்த

இந்தியர்கள் அப்துல்லா சேட்டை கேட்டுக் கொண்டார்களாம். பாராட்டு விழாவே போராட்ட இயக்கத்தை அமைக்கும் கூட்டமானது. இரவோடு இரவாக கையொப்பங்களை சேகரித்து மறுநாள் பத்திரிகைக்கு அனுப்பி வைத்தார்கள். ஆங்கிலேய அரசுக்கும் பத்தாயிரம் கையொப்பங்களை சேகரித்து அனுப்பி வைத்தார்கள். தென்னாப்பிரிக்கா இந்தியர்களின் நிலைமை மிக மோசமாக இருக்கிறது என்பது உலகம் முழுவதும் செய்தியானது.

இந்தியர்கள் சார்பாக வக்காலத்து வேலைக்கு நான் பணம் வாங்க மாட்டேன். ஆனால் சொந்த செலவுக்கு வக்கீல் தொழில் செய்வேன் என்று காந்தி பாய் நடால் உயர்நீதி மன்றத்தில் தன் பெயரை பதிவு செய்தார். வியாபாரிகளும், கூலிக்காரர்களும் நண்பர்களானார்கள். கூலிகளின் பிரச்சினைகளை கேட்பவர், அவர் சார்பாக பேசுபவர்கள் இல்லாத போது அவர்களுக்காக போராட ஒருவர் உருவானார். துறவிகள் வீட்டிற்கு வரும்போது நாங்கள் எப்படி எங்கள் கஷ்ட சுகங்களை சொல்லி லேசாவோமோ, அப்படி அவர்கள் அங்கே இருந்த நம் இந்தியர்களுக்கு துறவி போல ஆகிவிட்டார். ‘இப்போது வந்தேன், முடிந்து விட்டது’ என்று ஒரு ஆண்டின் வேலை மூன்று ஆண்டுகள் நீண்டது. ஆனாலும் முடிவடையும் எந்த அறிகுறிகளும் தெரியாமல், வழி இல்லாமல் என்னையும், குழந்தைகளையும் அங்கே வரும்படி சொன்னார். அழைத்துச் சென்றார்.

ஒரு ஆண்டுக்கு என்று போனவர் நடால், டிரான்ஸ்வால் இரண்டு இடங்களிலும் தலா பத்து ஆண்டுகள், மொத்தம் இருபது ஆண்டுகள் தங்கவேண்டி வந்தது. குஜராத்தி பனியா மோகா காந்தியை காந்தி பாய் ஆக்கி, பாபுவாக மாற்றியது. அது ஒன்றும் சாதாரண மாற்றம் அல்ல குழந்தை. ‘முதலில் நான் பிரிட்டிஷ், பிறகு இந்தியன்’ என்ற பாய், இந்தியர்களை ஆங்கிலேயர்கள் நடத்தி வந்த முறைக்கு, ‘நான் முதலில் இந்தியன், பிறகு பிரிட்டிஷ்’ என்னும் அளவிற்கு மாற்றமடைந்தார். அந்த நிலம் அவரை மட்டுமல்ல, என்னையும் மாற்றியது. அதுவரை நான் என்னைப் பற்றியும், நாட்டைப் பற்றியும், மதம் கடவுளைப் பற்றியும், மற்ற மக்களைப் பற்றியும் சிந்தித்திருக்கவே இல்லை. அந்த மண் பல விஷயங்களுக்கு என் கண்ணைத் திறந்தது. முதலில் என் உலகம் வெறும் குஜராத்தி உலகம், பனியா உலகம். அதிலும் பெண்களின் பண்டிகை, நல்ல நாள், விரதம், சமையல், ஆடை, குழந்தை குட்டிகள், நோய், சாவின் உலகமாக மட்டுமே இருந்தது. இப்போது அவை எல்லாவற்றுக்கும் அப்பாற்பட்டு மலர்ந்து கொண்டே

போனது. சுற்றி இருந்த கவசங்களை தளர்த்தி ஒவ்வொன்றாகக் கழற்றிவிட்டு தயாரானேன்.

இந்தியா என் ஜன்ம பூமியானால், தென்னாப்பிரிக்கா என் கர்ம பூமி. யோக பூமி என்று சொல்லலாம்.

★★★

நாங்கள் அரபிக் கடலைத் தாண்டினோம்

1896 என்று நினைவு. ஹரியின் அப்பா தென்னாப்பிரிக்காவில் தங்கியிருந்த மூன்று ஆண்டுகளில் இரண்டு முறை இந்தியாவிற்கு வந்து போயிருந்தார். ஹரிலாலனும், மணிலாலனும் வளர்ந்து கொண்டிருந்தார்கள். இரண்டாம் முறை அவர் வந்தபோது நான் மறுபடியும் கர்ப்பவதியாக இருந்தேன். அது நான்காவது பிரசவம். மூன்றாவது பிள்ளை. அந்த நாட்டில் இன்னும் ஐந்தாறு ஆண்டுகள் இருக்க வேண்டும். வருகிறீர்களா? என்று கேட்டார். எனக்கும் அதுதான் தேவை. ஆனால், நாங்கள் ஏற்பாடுகளை செய்வதற்குள், உடனே வர வேண்டும் என்று அவசர அழைப்பு வந்து பாய் புறப்பட்டு விட்டார். பிறகு ஆறு மாதங்கள் கழித்து வந்தார். குடும்பம் முழுதும் தென்னாப்பிரிக்காவுக்குப் புறப்பட்டது.

முதல் முறையாக வீட்டையும், ஊரையும் விட்டு வெளிநாடு புறப்பட்டிருந்தேன். எங்கள் உறவுக்காரர்கள், நண்பர்கள் எல்லாம் போர்பந்தருக்கு அருகிலேயே இருந்ததால் இது போன்ற தொலைவான பயணத்தை எப்போதும் மேற்கொண்டதில்லை. போர்பந்தர், ஜுனாகட், ராஜ்கோட் இந்த மூன்று ஊர்களைத் தவிர வேறு எங்கும் போனதில்லை. போகவேண்டும் என்று எண்ணியதும் இல்லை. இனி, புத்தி பழுக்கும் முன், என்றால் ஹரியின் அப்பா மெட்ரிக் பரீட்சை எழுத அமதாவாத் போய் வந்த பிறகு, மாதக் கணக்காக அமதாவாத் பரப்பளவு, வைபவம், அழகை வர்ணிக்கும் போது, எனக்கும் ஒருமுறை போய் பார்த்து வர வேண்டும் என்று தோன்றியதும் உண்டு. ஆனால், வீட்டை விட்டுப் போவது அவ்வளவு எளிதா? பிள்ளைகள் ஒட்டிக் கொண்டிருக்கும். பொழுது விடிந்தால் வீட்டு

வேலைகளின் சுமை முதுகில் ஏறியிருக்கும். ஊர் சுற்றி வரலாம் என்று மனத்திற்கு தோன்றுவதே இல்லை. அப்படி ஏதாவது விரும்பினால், அது அடாவடித்தனம், பாவம் என்றே கணக்கு. அப்படிப் போக வேண்டும் என்றால், கணவன், அண்ணன், மாமா அல்லது வேறு யாராவது'எசமானன்' அழைத்துச் செல்ல வேண்டும்.

மோகா காந்தி லண்டனுக்குப் புறப்பட்ட போது, அவரை வழியனுப்ப மும்பைக்குப் போகும் ஆசை இருந்தது. ஆனால், அப்போது ஹரி வயிற்றில் இருந்தான். நாட்கள் நெருங்க கூடு கதகதப்பாக வைத்திருக்கும் அக்கறை அதிகமானது. முன்னும் பின்னும் சுற்றித் திரிந்து தொல்லை கொடுத்துக் கொண்டிருந்த அன்பான கணவன் புறப்பட்டு விடும் துயரத்திற்கு கைகால்கள் தளர்ந்து போயின. தன் அப்பன் இனி என்ன புறப்படும் போது ஹரி பிறந்தான். வழியனுப்பப் போக சாத்தியப் படவில்லை. மூன்று ஆண்டுகள் கழித்து மோகபாய் பேரிஸ்டர் ஆகி வந்த போதும் வரவேற்க மும்பைக்குப் போக முடியவில்லை. அப்போது பார்த்து, ஹரிக்கு உடல்நிலை சரியில்லாமல் போனது. அப்பா வருவதற்குள் மகனை குணப்படுத்துவதில் கவனம் சென்றது.

இப்படி வீடே என் உலகம்; வீடுதான் சொர்க்கமும் நரகமும் – எல்லாமும் ஆகி இருந்தது. எனக்கு மட்டுமா, அதிகபட்ச பெண் ஜீவன்கள் அவரவர் தாய் வீட்டையும், புகுந்த வீட்டையும் விட்டால் மூன்றாவது ஊரைப் பார்ப்பதே இல்லை. பெண் பிள்ளைகள் மட்டும் அல்ல, வெளிநாட்டு வியாபாரம், விவகாரம் இருந்தாலும் எங்கள் அப்பா நாடு விட்டு போனவர் அல்ல. கப்பல் ஏறியவர் அல்ல. அரபு நாடுகள், ஆப்பிரிக்க நாடுகளுடன் விவகாரம் எல்லாம் துண்டுத் தாள், வாய்ச் சொல் வழியாகவே நடக்கும் வியாபாரம். கடல் தாண்டுவது என்றால் சாதி விலக்கு ஆனது போலவே என்று அதிக வணிகர்கள் நினைத்தார்கள்.

அப்படி இருக்க ஊர், வீடு, மக்கள், கடல், செடி, மரம், கடவுள் எல்லோரையும் விட்டுவிட்டுப் புறப்பட்டிருந்தேன். பால்யத்தில் போர்பந்தரில் தினமும் பார்க்கும் கடலின் முதுகை ஏறிப் புறப்பட்டிருந்தேன். நானும் மோகாபாய் போல சாதியிலிருந்து விலக்கு ஆக அவருடன் புறப்பட்டு இருந்தேன். 600 பயணிகள் இருந்த இரண்டு கப்பல்கள் மும்பையில் இருந்து தென்னாப்பிரிக்காவுக்கு 1896இல் தீபாவளி கழிந்து ஒரு மாதமாகி இருக்கும், நவம்பர் கடைசியாக இருக்கலாம், புறப்பட்டன. எங்களுடன் ஹரி இருந்தான்.

மணி இருந்தான். மணிக்கு அப்போது ஐந்து வயது. நின்ற இடத்தில் நிற்க மாட்டான். ஓடிக்கொண்டே இருப்பான். எங்கேயாவது சந்து பொந்துகளில் கைகால்கள் மாட்டிக்கொண்டு, எங்காவது வழி தவறினால் என்று ஆதங்கப் படுவேன். ஆனால், கப்பலில் எங்கே போனாலும் வழி தவற சாத்தியமில்லை. பயப்பட வேண்டாம். நம்மிடம் வந்தே வருவான். மூலை முடுக்கெல்லாம் மக்கள் கவனித்துக் கொண்டே இருப்பார்கள் என்று மோகா ஆறுதல் சொல்வார்.

கடல் என்றால் எனக்கு மிகவும் மகிழ்ச்சி. ராஜ்கோட் போன பிறகு கடல், கடல் ஓசைகள் இல்லாமல் தொலைவாக வந்தது போலத் தோன்றியது. ஆனால் கரையில் உட்கார்ந்து கடலை விரும்பி இருக்கிறேனே தவிர அந்த அபாரமான நீர் குவியல் மீது பயணித் திருக்கவில்லை. கப்பல்தான் என்றாலும் அதே ஒரு ஊர் போல இருந்தது. ஒரே இடத்தில் எல்லா வகையான மக்கள். எல்லா நிறத்து மக்கள். அத்தனை மக்களைப் பார்த்து கொஞ்சம் குழப்பமாக இருந்தது. தூக்கம் வரவில்லை. சாப்பாடு சேரவில்லை. கடலில் கப்பல் மூழ்கி மிக சிரமப் பட்டு மாலுமிகள் திரும்பி வந்த கதைகளை வீட்டில் அவ்வப்போது சொல்வார்கள். கப்பல் கொஞ்சம் அசைந்தாடினாலும் பயந்து எப்போது தரை தொடுவேனோ என்று தோன்றும்.

ஆனாலும் ஒரு துணிச்சல். கணவன், பிள்ளைகள் துணைக்கு இருக்கிறார்கள். எது நடந்தாலும் எல்லோருக்கும் மொத்தமாகவே நடக்கும். ஹரியின் அப்பா இதுதான் வாய்ப்பு என்று எனக்கும், பிள்ளைகளுக்கும் பாடம் சொல்லிக் கொடுத்தார். தென்னாப்பிரிக்க நாடு, அங்கே மக்கள், சட்டம், தன் முயற்சிகள் பற்றி எல்லாம் விவரமாக எனக்குப் புரியும்வரை தெளிவாகச் சொன்னார். ‘எல்லாம் தெரிந்திருக்க வேண்டும் நீ. இல்லை என்றால் நான் அங்கே என்ன செய்கிறேன், என்னை சுற்றி இருக்கும் மக்கள் எப்படிப் பட்டவர்கள், எதுவும் தெரியாது. இல்லை என்றால் நாம் சண்டி, உத்தாலகர் போல சண்டைப் போட்டுக் கொண்டிருக்கும் கணவன் மனைவியாகி விடுவோம், பார்’ என்று புரிய வைப்பார்.

அது ஒரு வகையில் மகிழ்ச்சியான காலம். ஒரு மாதம் நாங்கள் நாள் முழுதும் கூடவே இருந்தோம். ஹரியின் அப்பா எங்களுடன் ஒரு மாதம் இருந்தார்! அங்கே எனக்கு சமையல் வேலை இல்லை, வீட்டு வேலை கிடையாது. நாள் முழுக்க கணவனுடன். கப்பல், அது பயணிக்கும் வழி, திசை அறியும் முறை, கடல், பூமி, குஜராத், ஆப்பிரிக்கா, அங்கே இருக்கும் சூழ்நிலை, இலக்கணம், கணிதம், வரலாறு –

அப்பப்பா போதுண்டா சாமி! அவர் இப்படி பல விஷயங்களை பற்றித் தெரிவித்தார். வீட்டில் நாங்கள் இப்படி எதிர் எதிரில் உட்கார்ந்து பேசியதே இல்லை. எங்களுக்கு நேரம் கிடைப்பதே இரவில். அப்போது ராசலீலை. அதற்குத்தான் இப்போதும் எனக்கு கப்பல் என்றால் நாங்கள் இருவரும் ஒன்றாக உட்கார்ந்து பேசியதெல்லாம் நினைவுக்கு வரும்.

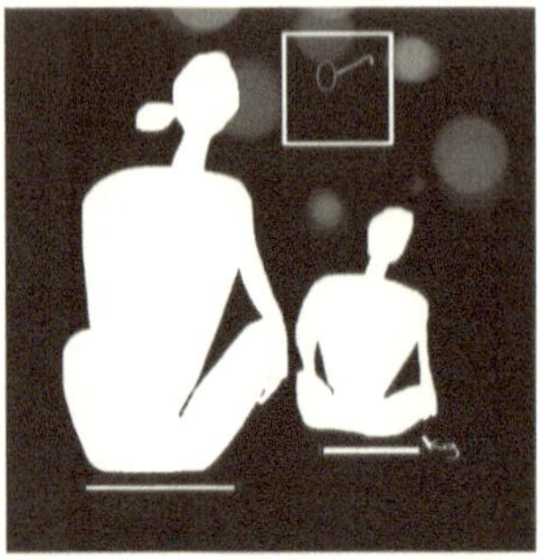

படகில் நாட்கள் நெருங்கின!

ஏறக்குறைய ஒரு மாதம் கப்பலில் கழிந்தது. அங்கே இருந்த போதுதான் கிறிஸ்மஸ் பண்டிகை வந்தது. எனக்கோ அந்தப் பண்டிகையைப் பற்றி எதுவும் தெரியாது. காந்தி பாய், ஏசு மகாத்மா, அவன் போதனை, கிறிஸ்து மதம் இதைப் பற்றி எல்லாம் சொன்னார். அது மட்டுமல்ல, கப்பல்காரர்கள் கொடுத்த கிறிஸ்மஸ் விருந்தில் வெகு நேரம் பேசினார். என்ன பேசினாரோ எனக்கு அப்போது புரியவில்லை. ஏன் என்றால் அவர் ஆங்கிலத்தில் பேசினார். பேச்சு முடிந்ததும் சிலர் கோபப்பட்டார்கள். அதுதான் நினைவில் இருக்கிறது.

1897, புத்தாண்டு வந்தது. கப்பல் தென்னாப்பிரிக்கக் கரையை அடைந்தது. ஆனால், மும்பை துறைமுகத்தில் ஏதோ தொற்று நோய் இருக்கிறது என்று கப்பலை கடலிலேயே நிறுத்தினார்கள். ஓரிரு நாள் அல்ல, இருபது நாட்கள்! வழியில் நாங்கள் சமைக்க என்று கொண்டு வந்திருந்த பொருட்கள் காலியானது. மற்றொரு கவலை என்றால் எனக்கு நாள் நெருங்கிக் கொண்டிருந்தது!

ஆம், அப்போது ராமதாஸ் வயிற்றில் இருந்தான். கடைசி இரண்டு மாதங்கள் வேலை இல்லாமல் ஓய்வாக இருந்தேன். என் கணவரோ கப்பல் சமையலறையிலிருந்து கர்ப்பிணிக்கு என்று பயிர்கள், பருப்பு வகைகள், உலர்ந்த பழங்கள் என்று எடுத்துக் கொண்டு வருவார். இதை சாப்பிடு, அதை சாப்பிடு, அதிகம் சாப்பிடு என்று சொல்வார். சாப்பிட்டதற்கோ, உட்கார்ந்தே இருந்ததற்கோ கொஞ்சம் தடித்து விட்டேன். ரவிக்கைகள் எல்லாம் இறுக்கமாகி விட்டன. குழந்தை வளர்ந்து பிரசவம் சிரமமாகி விடுமோ என்று உள்ளுக்குள்ளேயே பயமாக இருந்தது. மூன்றாவது, நான்காவது பிரசவம் சீக்கிரமாக ஆகிவிடும் என்று பெண்கள் சொல்வதைக் கேட்டிருந்தேன்.

பிள்ளைத்தாச்சிக்கும் – குழந்தைக்கும் வேண்டிய துணிமணி, சாமான்களை கொண்டு வந்திருந்தேன். ஆனால் தரை மீது அல்லாமல் தண்ணீர் மீது பிள்ளை பெறுவது போல ஆனால்!? தண்ணீர் மீது பிறக்கும் குழந்தையின் எதிர்காலம் எப்படி இருக்குமோ என்று பயமாக இருக்கும். 'அடி, பைத்தியம், தரை மீது நடப்பதுதான், கடல் மீதும் நடக்கும். எல்லோருக்கும் நடப்பதுதான் நமக்கும் நடக்கும். இங்கே மருத்துவர்கள் இருக்கிறார்கள். பயப்பட வேண்டாம். அமைதியாக இரு' என்று ஹரியின் அப்பா சொன்னார்.

ஆனால், காந்தி பாய் தென்னாப்பிரிக்காவில் இல்லாத போது அவரைப் பற்றி அவதூறாகப் பிரச்சாரம் செய்திருந்தார்கள். கப்பல் நிறைய கூலிகளை இந்தியாவிலிருந்து கொண்டு வருகிறார் என்று வதந்தி பரப்பி இருந்தார்கள். அதனால், அந்தப் கப்பல்களை துறைமுகம் அடையவிடாமல் கடலிலேயே மூழ்கடிக்கும் திட்டம் இருக்கிறது, அதற்காகத்தான் நம் கப்பலை நிறுத்தி வைத்திருக்கிறார்கள் என்ற செய்தி வந்தது. இதை பாய் நம்பவில்லை. ஆங்கிலேயர்கள் அதுபோல கீழ்த்தரமானவர்கள் அல்ல என்றார். அது உண்மையோ பொய்யோ எல்லாப் பக்கமும் அது செய்தியானது. கடைசியாக, ஆங்கில அரசே நடால் ஆட்சிக்கு கண்டனம் தெரிவித்து என்னையும், பிள்ளைகளையும் கப்பலில் இருந்து இறக்கி அனுப்பியது. முதலில் நாங்கள் தரையைப் பார்த்தோம்.

பெரும் வரவேற்பு

'நீங்கள் இறங்குங்கள், பிறகு பாய் வருவார்' என்றார்கள். ஆனால், கப்பலிலேயே அவர் மீது சில ஆங்கிலேயர்கள் கை வைத்தார்கள். வந்து இறங்கிய பிறகும் கலவரம் நடந்தது. இது எனக்கு மிகவும் எதிர்பாராதது. என் கணவர் நல்ல வேலைகளைத்தானே செய்கிறார். அதனால்தான் வெள்ளையர்கள் ஒன்று சேர்ந்து அவருக்கு ஆதரவாக இருக்கிறார்கள் என்பதே என் எண்ணமாக இருந்தது. எதற்காக அவர் மீது புத்திசாலிக்களான வெள்ளையர்கள் தாக்குகிறார்கள் என்று பாய்யிடமே கேட்டேன். வெள்ளையாக இருப்பவர்கள் எல்லாம் புத்திசாலிகள் என்று யார் சொன்னார்கள் என்று திருப்பிக் கேட்டார். அடித்தவர்கள் மீது புகார் கொடுக்க பாய் சம்மதிக்கவில்லை. யாருடைய கைவரிசையாலோ, தப்பான புரிதலாலோ இப்படி நடந்திருக்கிறது. உண்மை தெரிந்த பிறகு கண்டிப்பாக மனம் மாறி என்னுடன் வருவார்கள் என்று வாதம் செய்தார்.

டர்பனில் பாய் ஒரு வீட்டை வாடகைக்கு எடுத்திருந்தார். திருமணம் ஆகி 15 ஆண்டுகள் ஆகி இருந்தாலும் நாங்கள் தனிக் குடித்தனம் போனதில்லை. ராஜ்கோட்இல் 'காபா காந்தி லோ தேலோ' வில் எல்லோரும் ஒன்றாக இருந்தோம். ஒரே அடுக்களை. பிள்ளைகளை நான் இல்லாவிட்டால் அவர்கள் பெரியம்மா, சின்னம்மாக்கள், அல்லது வேறு யாரோ பார்த்துக் கொள்வார்கள். சமையலைறையிலும் அப்படித்தான். ஆனால், இங்கே அப்படி அல்ல. எல்லாம் எங்கள் பொறுப்பு. வெளியே இருந்து சாமான்கள் வாங்கிவர ஒருவன் இருந்தான். ஆனால், அவனுக்கு எங்கள் மொழி தெரியாது. நாங்கள் இருந்தது இந்தியர்கள் வசிக்குமிடத்தில் அல்ல. கடற்கரையின் பிரிட்டிஷ் பகுதியில், பேரிஸ்டர் வீடல்லவா? அதனால், அங்கே மோகாபாய் இருந்தார். கட்சிக்காரர்களில் அதிகமானவர்கள் முஸ்லிம்கள். பாய்க்கு முஸ்லிம் மக்கள் மிகவும் தோஸ்த் ஆக இருந்தார்கள். அவர்களுக்கு எங்கள் மொழி தெரியும். ஆனால், பெண்கள் வருவது குறைவாக இருந்ததாலோ என்னமோ, அவர்களை நெருங்க எனக்கு சிரமமானது.

தரை தொடுவதற்கும், பிரசவ வலி வருவதற்கும் சரியாக இருந்தது. வீட்டில் பெண்கள் யாரும் இருக்கவில்லை. ஆனால், காந்தி பாய் கொஞ்சமும் பயப்படவில்லை. அவருக்கு மருத்துவரின் அறிமுகம் இருந்தது. மருத்துவமனைக்குப் போனார். யாரையோ அழைத்து வந்தார். நான் பயந்ததுபோல பிரசவம் ஒன்றும் சிரமமாக இருக்கவில்லை. பிறகு, சில மருந்துக்களைக் கொண்டு வந்து கொடுத்தார்கள். குழந்தையை அவன் அப்பாவே தூக்கி, இறக்கி, படுக்க வைத்து எல்லா வேலைகளையும் செய்யத் தொடங்கினார். 'தீட்டு, சூதகம் போன்ற வார்த்தைகளை எல்லாம் இந்தியாவில் இருந்து வரும் போதே விட்டு விட்டு வந்து விட்டாய். நினைவிருக்கிறது தானே' என்று வேடிக்கையாக சிரித்தார். ஆம், தொலைவான நாட்டில் யாருக்கு விருத்தி, என்ன தீட்டு? போகாமல் இருக்க இங்கே எந்தக் கோவில் இருக்கிறது? நான் எடுத்துச் சென்ற ஓரிரு படங்களைத் தவிர அந்த வீட்டில் சாமி மாடம் இருக்கவில்லை. ஈசானிய மூலையும் தெரியவில்லை. துளசியும் இல்லை.

முதல் இரண்டு மாதம் குழந்தையைக் குளிப்பாட்ட தாதி இருந்தாள். பிறகு அதையும் ஹரியின் அப்பா எளிதாக செய்யத் தொடங்கினார். எனக்கு சூடாக, எளிமையான உணவை சமைத்துப் போடுவார். பிள்ளைகளுக்கு சமைப்பது, அவர்களுக்கு ஊட்டி விடுவது, துணி

துவைப்பது, பாடம் சொல்லிக் கொடுப்பது எல்லாம் செய்வார். எல்லோருடைய மலச் சட்டியையும் அவரே காலி செய்து சுத்தமாக கழுவி வைப்பார். இதை எல்லாம் என் பிள்ளைகளின் தகப்பன் கற்றது எப்போது? அவ்வப்போது அவர் நண்பர்கள் வீட்டுப் பெண்கள் வந்து போய்க் கொண்டிருந்தாலும் கூட, என் சேவை முழுவதும் கணவரே தான் செய்வார். வீட்டில் ஒரு பிரசவத்தின் போதும் கூட என்னுடன் இல்லாதவர் எவ்வளவு தைரியமாக பிள்ளையையும், பிள்ளைத்தாச்சியையும் கவனித்துக் கொண்டார் தெரியுமா? அவர் இதைப் பற்றிப் படித்த புத்தகத்தை கொண்டு வந்து காட்டினார். ஆனால், வெறும் புத்தகத்தைப் படித்து இவ்வளவு துணிச்சல் வந்தது அல்ல. மனசும் இருக்கணும் இல்லையா? அவரிடமிருந்து சேவை செய்துகொள்ளும் போது கண் நிறைந்துவிடும். காய்கறி நறுக்கிக் கொடுத்து, பாத்திரம் துலக்கி மாமியாருக்கு உதவியாக இருக்கும் மாமனார் நினைவு வந்தது. கணவன் மீது அன்பும், மதிப்பும் அதிகமானது. இப்படிப்பட்ட கணவன் என்றும் தவறு செய்ய மாட்டான் என்று தோன்றியது அப்போதுதான். நானும், குழந்தையும் கட்டில் மீது படுத்திருக்கும் போது நுனிக் காலில் உட்கார்ந்துகொண்டு தரை துடைக்கும் அவருடைய ஒரு பிம்பம் என் மனத்தில் கடைசிவரை நிலைத்துவிட்டது.

பிள்ளைப்பேறு முடிந்து நான் படுக்கையை விட்டு எழுந்தேன். மூன்று மாதத்தில் எல்லா வேலைகளையும் செய்யத் தொடங்கினேன். 'இனி நீங்கள், உங்கள் கோர்ட் வேலைகளை கவனியுங்கள். நான் எல்லாம் பார்த்துக் கொள்கிறேன்' என்றேன். ஆனால், பாய் அவர் துணியை அவரே துவைத்துக் கொள்வார். நான் வந்தாலும் இது என்ன குழப்பம். பணம் மிச்சப்படுத்த மற்றும் தன்னிறைவு அடைய இப்படி என்று அவரே தன் சவரத்தையும் செய்துகொள்வார். அப்படி என்றால் நாங்கள் எல்லாம் வந்து செலவு அதிகமானதா? சிரமமாக இருக்கிறதா? என்று கேட்டேன். 'அப்படிச் சொல்லதே கஸ்தூர், என் உழைப்பில் உன் பங்கும், பிள்ளைகளின் பங்கும் இருக்கிறது' என்று சொல்லி இருந்தார்.

என்ன ஆனாலும், மாற்றமடைந்த பாய் என்னைக் குழப்பியது என்னவோ உண்மை.

அங்கே வீட்டு வேலைக்கு பொருந்திக்கொள்ள கொஞ்ச காலம் பிடித்தது. இந்தியாவை விட சில வசதிகள் அதிகமாக இருந்தன. ஆனால், பொருள், உபகரணங்கள், வேலைகள் வேறையாக இருந்தன.

மொத்தத்தில் சொல்ல வேண்டும் என்றால் அங்கே பெண்களுக்கு வேலை கொஞ்சம் எளிது. ஆனால், ராஜ்கோட் வீட்டில் மச்சான் பிள்ளைகள், ஓரகித்தியர்கள், வேலைக்காரர்கள் எல்லோரும் இருந்தார்கள். பிள்ளைகளுக்கு விளையாட, பேச துணை இருக்கும். இங்கே பிள்ளைகளுக்கு மற்றவர்களிடம் பேச மொழி தெரியாமல் பிரச்சினையாக இருந்தது. எனக்கும் மொழிப் பிரச்சினைதான். குஜராத்தி தெரிந்த கணவன், பிள்ளைகள், மற்றவர்களுடந்தான் என் பேச்சு.

வீட்டுக்கு யார் யாரோ வருவார்கள். அவர்களை பாய் எனக்கு அறிமுகப்படுத்தி வைப்பார். அவர்களுக்கு என்ன செய்து கொடுப்பது என்று ஆதங்கப்பட்டுக் கொண்டிருக்கும் போது பாய் போய் தேநீர் போட்டுக் கொடுப்பார். சாப்பாட்டு ராம குஜராத்திகளுக்கு எளிமையான உணவு கனவிலும் வராது. வீட்டு டப்பாக்களில் எப்போதும் ஒன்றல்ல, நான்கு வகையான தின்பண்டங்கள் செய்து நிரப்பி வைப்பது பெண்களுக்குப் பெரிய வேலை. ஆனால் இங்கே, 'என்ன இருக்கிறதோ அதைக் கொடு, இல்லை என்றால் பரவாயில்லை' என்பார் பாய். அவர் உணவு எப்படி எளிமையாக இருந்ததோ, மற்றவர்களுக்கு தயார் செய்து கொடுப்பதுவும் அவ்வளவே எளிமையாக இருக்கும். நிறையப் பேச்சுக்களும், சர்ச்சைகளும் வாய் சபலத்து இடத்தைப் பறித்துக் கொண்டது. ஆனால் எங்கள் உணவு எளிமையை பிள்ளைகளுக்கு பழக்குவது கொஞ்சம் சிரமமாக இருந்தது.

அந்த நேரம் அங்கே ஒரு போர் வந்தது. ஜூலு என்ற ஆதி வாசிகளுக்கும், ஆங்கிலேயர்களுக்கும் நடுவே. பாய் எனக்கு சொன்னது போல அந்த நாடு உண்மையாக ஜூலு மக்களுக்கு சேர்ந்தது. நம் நாட்டில் எப்படியோ அதுபோல ஆங்கிலேயர்கள் அங்கே போய் சேர்ந்து எல்லாம் எங்களுடையது என்று சொல்லி விட்டார்கள். ஆனால், ஆங்கிலேயர்களுக்கு எதிராக எல்லாம் ஒன்றாகி, குழு அமைத்து, அவர்களுடைய மொழியைக் கற்று கடிதம் எழுதிப் போராட ஜூலுக்களால் முடியவில்லையாம். அவர்கள் போலவே இன்னும் பல ஆதிவாசிகள் கூட்டம் அங்கே இருந்தனவாம். அதனால் ஆங்கிலேயர்கள் அவர்கள் நிலத்தில் இருப்பதால் அவர்களுக்கு ஆட்சி செய்ய கற்றுக் கொடுக்க வேண்டும். அதுவரை நன்றாக கவனித்துக் கொள்ள வேண்டும் என்பது பாய் கருத்தாக இருந்தது.

அந்தப் போரில் இந்தியர்கள் யார் சார்பாக நிற்கவேண்டும் என்று கொஞ்சம் பேச்சுவார்த்தைகள் நடந்தன. முடிவில், எந்த

ஆங்கிலேயர்களிடமிருந்து நாம் நம் உரிமையைக் கேட்கிறோமோ, அவர்கள் கடினமான நிலையில் இருக்கும் போது அவர்களுக்கு நாம் உதவியாக நம் கடமையைச் செய்ய வேண்டும் என்று முடிவானது. போரில் காயப்பட்டவர்களுக்கு சேவை செய்ய ஆயிரத்தி நூறு பேரை அழைத்துக் கொண்டு புறப்பட்டார் பாய். வீர தீரச் செயல்களுக்கு இந்திய இந்துக்கள் பயனில்லை என்ற எண்ணம் ஆங்கிலேயர்களிடம் இருந்தது. அந்த எண்ணத்தை மாற்றிவிடும்படியாக வேலை செய்யவேண்டும் என்பார் பாய். சுமக்கும் படுக்கை மீது காயப்பட்டவர்களை தூக்கிக் கொண்டு பல மைல்கள் நடந்தார்கள்.

ராமதாஸ் பிறந்த பிறகு, 1899 இருக்கும், டர்பனுக்கு வெளியே இருந்த ஒரு கிறிஸ்த்துவ மடம் அல்லது ஆசிரமத்திற்கு எல்லோரும் போயிருந்தோம். லண்டன் சைவ உணவு சங்கத்தின வழியாக அவர்கள் அறிமுகமானது. ஆயிரக்கணக்கான ஏக்கர் பரப்பளவு இருந்த இடம். எனக்கு மிகவும் பிடித்துப் போனது. அறுபது சன்னியாசினிகள், நூற்றி இருபது பிரதர்கள், ஆயிரத்திற்கும் அதிகமாக ஆப்பிரிக்க கறுப்பு மக்கள் இருந்தார்கள். காய்கறி, பழங்கள், பயிர்கள் என்று தங்களுக்கு தேவையான தானியங்களை அவர்களே பயிரிட்டு விவசாயம் செய்தார்கள். எல்லோரும் சைவ உணவுக்காரர்கள். பாயும் தண்ணீரில் இருந்து எண்ணெய் ஆலை, மாவு ஆலை இயங்கின. விவசாயம், தூய்மை, கட்டிடம் கட்டுவது, கால்நடை வளர்ப்பு, பால் பண்ணை, கழுவுவது, மேய்ப்பது போன்ற எல்லா வேலைகளையும் அவர்களே செய்து கொள்வார்கள். அவர்களுக்கே என்று தனி அச்சக்கமும் இருந்தது. யாரும் மேல் அல்ல, யாரும் கீழ் அல்ல. ஆண் பெண், கறுப்பர் வெள்ளையர் என்ற பாகுபாடுகள் கிடையாது. எல்லா வேலைகளையும், உழைப்பையும் பகிர்ந்து கொள்வார்கள். அங்கே போய் வந்த பிறகு பல நாட்கள் பாய் அதைப் பற்றியே பேசிக் கொண்டிருந்தார். 'நம் வேத காலத்து ரிஷிகள், ஆசிரமங்கள் இதுபோலத்தான் இருந்திருக்குமோ? நாமும் ஆசிரமம் அமைக்க வேண்டும். நாமும் இது போல ஒரு ஆசிரம் கட்ட வேண்டும்' என்று ஒரு உறுதியான கனவு கண்டார்.

அப்போது நடந்த மற்றொரு நிகழ்வை சொல்ல வேண்டும். இப்போது நினைத்தாலும் எனக்கு என்னைப் பற்றியே வெட்கமாக இருக்கிறது. ஆனால் சொல்லாமல் இருப்பதும் சரியல்ல. தமிழ் பேசும் குஜராத்தி சமையல் சமைப்பவர், அவர் பெயர் வின்செண்ட் லாரன்ஸ் என்று, அவர் எங்கள் வீட்டிலேயே தங்கி இருந்தார். பாய்க்கு தோஸ்த்

அவர். சத்தியாகிரகி. எங்கள் வீட்டு பழக்கம் எப்படி இருந்தது என்றால் வீட்டில் இருப்பவர்கள் எல்லாம் வரிசையாக எல்லா வேலைகளையும் செய்ய வேண்டும். மலச் சட்டியையும் கூட எடுத்து காலி செய்யும் வேலை கூட பகிரப்பட்டிருந்தது. ஆனால் எதற்கோ எனக்கு அவர் மலம் செய்த சட்டியை கழுவ மிகவும் அருவருப்பாக இருந்தது. காரணம், அவர் கிறிஸ்துவராவதற்கு முன்பு பஞ்சமராக இருந்தார். தீண்டாமையின் கொடுமையும், வலியும் புரிந்திருந்தாலும் அவருடன் இருப்பது எனக்கு மிகவும் சிரமமாக இருந்தது. அதற்காக நான் சுத்தம் செய்ய மாட்டேன் என்று மறுத்தேன். நானாகட்டும், பாய் ஆகட்டும் பஞ்சமர்களின் சட்டியை சுத்தம் செய்வது எனக்கு சரியாகப்படவில்லை. அதை சொல்லியும் விட்டேன். காந்தி பாய் சினங்கொண்டார். கோபத்தில் என்னை, கேட்வரை 'தரதர' என்று இழுத்துக் கொண்டு வந்தார். நான் அழுது கொண்டிருந்தாலும் பொருட்படுத்தாமல், 'வீட்டில் இதுபோன்ற விபரீதங்களை நான் சகித்துக் கொள்ள மாட்டேன். இருப்பதானால் இரு, இல்லை என்றால் போ' என்று கத்தினார். அப்போது தேவதாசன் என் வயிற்றில் இருந்தான். "என் அம்மா வீட்டார், உறவுக்காரர்கள், என்னவர்கள் என்று யாரும் இல்லாத நாட்டிற்கு, கண் காணாத இடத்திற்கு, தெரியாத ஊருக்கு அழைத்து வந்து போ என்று சொல்ல உங்களுக்கு வெட்கமாக இல்லையா?" என்று அமைதியாகக் கேட்டேன். கோபத்தால் சீறிக்கொண்டிருந்த பாய், திடீரென்று மௌனமாகி விட்டார். கடைசியாக, எங்கள் இருவருக்கும் எங்கள் தவறு புரிந்தது. உள்ளே போனோம். இருவரும் மன்னிப்புக் கேட்டுக் கொண்டோம்.

அடியால் ஏற்படுத்திய காயம் ஆறிவிடும். விழுந்து எழுந்த காயமும் ஆறிவிடும். ஆனால் நாக்கு ஏற்படுத்திய காயம் எளிதில் மறந்துவிடாது. அன்று நாங்கள் இருவரும் காயப் பட்டிருந்தோம். அநேகமாக அதுதான் கடைசி. பிறகு, பாய் என்றும் என்னிடம் கோபத்துடன் நடந்து கொள்ளவில்லை. அவரும், நானும், இருவரும் தவறு செய்திருந்தோம். இரண்டு பக்கத்திலிருந்தும் நடந்த தவறுக்கு பாய் ஏதேதோ பிரயாச்சித்தம் செய்துகொண்டார். மீள எங்களுக்கு இடையே இதுபோன்ற நிகழ்வு மறுதலிக்கவில்லை.

இப்படி பாய் போராட்டக்காரராக புதுப்புது சோதனைகளுக்கு தயாராகி, புதிய புதிய கனவுகளை கட்டிக் கொண்டிருந்தார். ராமதாசுக்கு மூன்று வயது ஆகும் போது தேவதாஸ் பிறந்தான். அப்போதும் அப்படித்தான், பிள்ளைப்பேறு பார்த்தது என் பிள்ளைகளின் தகப்பன்.

1901, தேவதாசுக்கு ஓராண்டு நிறைவடையும் போது பாய் இந்தியாவுக்குத் திரும்பும் எண்ணம் வந்தது. மிகவும் வெற்றிகரமான வக்கீலாக இருந்தார். அங்கே இருந்தால் பணம் பண்ணும் எந்திரமாக மாறிவிடுவேன் என்று அவருக்கு அச்சம் ஏற்பட்டது. இந்தியாவில் வக்கீல் தொழில் நடத்திக் கொண்டு, அங்கே சுதந்திரப் போராட்டத்தில் பங்குபெறும் நோக்கமும் இருக்கலாம். முடிவில், தேவை ஏற்பட்டால் வருவேன் என்று நண்பர்களுக்கெல்லாம் வாக்குக் கொடுத்து விட்டு இந்தியா திரும்ப ஏற்பாடு செய்தார். எங்களை வழியனுப்பிய நண்பர்கள் காணிக்கை அளித்தார்கள். திரும்பி வரும்போது பாய் அதை இந்திய டிரஸ்ட் நிதிக்கு கொடுத்து விட்டார்.

தென்னாப்பிரிக்காவிலிருந்து இந்தியாவுக்குப் புறப்பட்டோம். வழியில் மரூஷியஸ் தீவு வந்தது. அங்கே இறங்கி ஏறக்குறைய ஒரு மாதம் இருந்தோம். மிகவும் அழகான தீவுகள் இருக்கும் ஊர். திரும்பிய பக்கம் எல்லாம் கடல். போர்பந்தரை விடவும் தண்ணீர் தெளிவாக இருந்தது. நான் பிள்ளைகளை கவனித்துக் கொண்டிருந்தால், பாய் பேச்சு வார்த்தைகளில் தொடங்கியிருப்பார். அங்கே அதிகமாக இந்தியர்கள் இருந்தார்கள். அங்கே இருப்பவர்கள் எல்லாம் பாய் பேச்சைக் கேட்க, பரிந்துரை பெற, கலந்துரையாடல் செய்ய காத்திருந்தார்கள். பிறகு அங்கே இருந்து புறப்பட்டு போர்பந்தர் வந்து சேர்ந்தோம். என் அம்மா குடும்பத்தாரையும், காபா மாமாவின் வீட்டார்களையும் ஒருமுறை சந்தித்த பிறகு ராஜ்கோட் போனோம். பாய் அங்கேயும் அதிக நாள் தங்கவில்லை.

எங்களை அங்கே விட்டு விட்டு பாய் கல்கத்தா போனார். அங்கே இருந்து ரங்கூனுக்கும் போய் வந்தாராம். கோபால கிருஷ்ண கோகலே அவர்களை சந்தித்தார். கோகலே காங்கிரஸ் கட்சியின் தலைவர். பாய்க்கு குரு சமானமானவர். அவர்கள் இருவருக்கும் ஒருவர் மீது மற்றவருக்கு அதிக மதிப்பும், அன்பும் இருந்தது. பாய் ஒரு மாதம் அவருடன் இருந்தார். தென்னாப்பிரிக்க இந்தியர்களின் நிலைமையைப் பற்றி எல்லோருடனும் சர்ச்சை செய்தார். பனாரஸ், ஆக்ரா, ஜெய்பூர், பாலம்பூர் பிறகு இன்னும் பல ஊர்களுக்கு போய் அங்கே இருந்து கடிதம் எழுதுவார். கடைசியாக, மூன்றாம் வகுப்புப் பெட்டியில் பயணம் செய்து ராஜ்கோட் வந்தார்.

ராஜ்கோட்இல் வக்கீல் தொழில் தொடங்கினார். நான்கைந்து மாதங்கள் கடந்திருக்கலாம் அவ்வளவுதான். மும்பையிலும் ஒரு வக்கீல் அலுவலகத்தை திறக்கச் சொல்லி பரிந்துரைகள் வந்தன. சரி என்று

பாய் மும்பையிலும் ஒரு அலுவலகத்தைத் திறந்து, அங்கும் இங்கும் அலைந்து கொண்டிருந்தார். ஐந்தாறு மாதங்கள் இருக்கும். வழக்குகள் வந்துகொண்டிருந்தன. மெல்ல பாய் இந்திய மண்ணில் காலூறும் அறிகுறிகள் தெரிந்தன. அதற்குள், 1902 டிசம்பரில் மறுபடியும் தென்னாப்பிரிக்காவிலிருந்து உடனே வரவும் என்று என்று அழைப்பு வந்தது. ஒரு நாளில் இருபத்தி நான்கு மணி நேரமும் பிடிவாதமாக, விடாமல் போராட, போராட்டத்தைப் பற்றியே சிந்திக்க அங்கே யாரும் இருக்கவில்லை. அதனால் பாய் தேவை அங்கே இருப்பவர்களுக்கு வந்தது. பாய் டர்பனுக்குப் புறப்பட்டார். பிள்ளைகளுக்கு உடல்நிலை சரியிருக்கவில்லை. அதனால் உடனே புறப்பட முடியாது என்று நாங்கள் இங்கேயே தங்கிவிட்டோம்.

அவர் அங்கே, நாங்கள் இங்கே ராஜ்கோட்இல். திரும்பவும் என் ஆரம்ப வாழ்க்கை தொடங்கியது. வெளிநாட்டு வீடு, வேலை, மக்களுடன் ஐந்து ஆண்டுகள் அங்கே இணைந்து வாழ்ந்த பிறகு, இந்தியாவில் கொஞ்சம் சிரமம் என்று தோன்றியது. எல்லாவற்றையும் விட தூய்மையைப் பற்றி நம்மவர்களுக்கு கவனம் குறைவாக இருப்பதே நெருடலாக இருந்தது. என் அதிக சுத்தம் வீட்டில் எல்லோருக்கும் சங்கடமாக இருந்திருக்கலாம். நம் உடல், அக்கம் பக்கத்துத் தூய்மையைப் பற்றிய கவனம் இருந்தால் மட்டுமே நம் ஆளுமையிலும் நேர்மையாக இருக்க முடியும் என்று பாய் நம்பி இருந்தார். சத்தியம், அகிம்சைகளை சாதிக்க தூய்மையும் ஒரு கருவி என்பது அவர் எண்ணம். எனக்கும் அதே பழகி விட்டது. ஆனால் எங்கள் வீடுகளில் மடிதான் தூய்மை என்று நினைத்தார்கள். மனிதர்களைத் தொடாமல் இருப்பதையும், அவர்களை தொடவிடாமல் இருப்பதையும் தூய்மை என்று நம்பினார்கள்.

என்னிடம் இன்னும் ஒரு மாற்றம் ஏற்பட்டிருந்தது. ஆப்பிரிக் காவுக்குப் போய் வரும்வரை விரதம், நாள் நட்சத்திரம், பண்டிகை திருவிழா என்று கணக்கு வைத்துக்கொண்டு நாளைக் கடத்திக் கொண்டிருந்தேன். இந்து சம்வத்திரப் பெயரில் ஆண்டுகளை சொல்வேன். இப்போது காலண்டரில் தேதி பார்க்கப் பழகி இருக்கிறேன். வீட்டில் பெண்கள் எப்போதும் சேலை, நகை, சமையல், பூசை, தின்பண்டம், மடி, சூதகம் இதுபோன்ற விஷயங்களைப் பற்றியே பேசினால் எனக்கு அதில் ஆர்வம் இருக்காது. ஊம், ஊகூம் என்று சொல்லிக் கொண்டிருப்பேன். அவர்கள் பேச்சில் வரும் விஷயங்களாவது என்ன? வீட்டுச் சண்டைகள், கணவன் மனைவிக்கு

இடையேயான ஊடல், அத்தை மாமா தொல்லை, மற்ற வீட்டு ரகசியங்கள், திருட்டு உறவுகள், நட்பு இப்படிப் பல. பெண்களுக்கோ தங்கள் சாதி, தங்கள் ஊர், தங்கள் தினசரி வாழ்க்கைக்கு வெளியே நம் கடலுக்கு அப்பால் என்ன நடக்கிறது என்றாகட்டும், அவை நம் மீது என்ன விளைவுகளை ஏற்படுத்துகிறது என்பதைப் பற்றியாகட்டும் எதுவும் தெரியாது. நான் சொல்லப் போனால் அவர்களுக்கு ஆர்வமே இல்லை. திறந்த கண்ணை மூடாமல் என்னைப் பார்த்துக்கொண்டு உட்காருவார்களே தவிர அவர்களுக்குப் ஒன்றும் புரியாது. அரசியல் எல்லாம் ஆண்களுக்கு, நமக்கு எதுக்கு அந்தத் தலைவலி என்பார்கள். நான் மட்டும் என்னவாம், பாய் சொல்லிக் கொடுத்த பாடத்தைக் கற்காமல் இருந்தால் அவர்கள் போலவேதான் இருந்திருப்பேன்.

இப்படி எல்லாம் சிந்திக்கும் போது குழந்தாய், பாய் இல்லாத தனிமை என்னை வாட்டியது. நான்கு பிள்ளைகளுடன் தாய்நாட்டில் இருந்தாலும் தனித்திருப்பதாகாவே தோன்றியது. ஒவ்வொரு செயலுக்கும் பாய் இருந்தால் இதற்கு என்ன சொல்லி இருப்பார் என்று சிந்திப்பேன். அதிலும் வீட்டார்கள் கடைபிடிக்கும் மடி, ஆசாரம் போன்ற விஷயங்களுக்கு அர்த்தமே இல்லை என்று தோன்றியது. வீட்டு வேலைகளுக்கு வருபவர்களிடம் காட்டும் அலட்சியம் பார்க்கச் சகிக்காது. எங்கள் வீட்டு மலச்சட்டியை எடுக்க வரும் பங்கிகளை தொடுவது இருக்கட்டும், யாரும் பேசக்கூட மாட்டார்கள். பஜனையில் எல்லாம் நல்ல நல்ல சூத்திரங்களையே பாடுவார்கள். ஆனால், யாரும் கடைபிடிக்க மாட்டார்கள். பஞ்சமர்களின் மலத்தையும் எடுக்கும் பாய் எங்கே? மடி மடி என்று தன்னுடையவர்களையும் தொடாத ராஜ்கோட் காரர்கள் எங்கே? நாட்கள் நகர எனக்கு பாய் எதற்காகப் 'பெரியவர்' என்று புரிந்தது. எனக்குப் புரிந்தாரே தவிர அவரைப்போல ஆவது எத்தனை சிரமம் என்பது அறிவானது. அவரிடம் போகத் துடித்தேன்.

ஒவ்வொரு வாரமும் பாய்யிடமிருந்து நீண்ட கடிதம் வரும். எனக்கு ஆப்பிரிக்கா அரசியல், போராட்டங்கள் கொஞ்ச நஞ்சம் தெரியக் காரணம் ஒவ்வொரு கடிதத்திலும் இருக்கும் செய்திகளைப் பற்றிய ஆர்வம். டிரான்ஸ்வால்இல் ஆங்கிலேயர்கள் நம்மவர்களுக்கு எதிராக வெவ்வேறு சட்டங்களை கொண்டுவரும் நோக்கத்தில் இருந்ததால்

காந்தி பாய் இந்த முறை பிரிடோரியா, ஜோகன்ஸ்பர்க் மக்களுக்குத் தேவைப்பட்டார். அதற்காக, டர்பன் விட்டு ஜோகன்ஸ்பர்க் நீதிமன்றத்தில் வக்கீலாக பெயரைப் பதிவு செய்தார். அங்கே எட்டு அறைகள் கொண்ட பெரிய வீட்டை வாடகைக்கு எடுத்திருந்தார். அந்த நேரம் ஜுலு கலவரம் ஆரம்பமானது. காயப்பட்ட ஆங்கிலேயர்களை கடத்தும் வேலையை செய்துகொண்டே மனிதாபத்துடன் ஜுலுக்களை மருத்துமனைக்கும் கொண்டு சேர்த்தார். நெருக்கமான குடியிருப்புகளில் இக்கட்டான வீடுகளில் வசிக்கும் இந்தியர்களின் காலனிகளில் உடல்நலப் பிரச்சினை உண்டாகலாம் என்றும், உடனே சுகாதார ஏற்பாடுகளை செய்ய உரிய நடவடிக்கை எடுக்க வேண்டும் என்றும் சுகாதார இலாகாவிற்கு கடிதம் எழுதியிருந்தார். அதற்குள் பிளேக் வந்தது. இந்தியாவிலும் பிளேக் தொற்று ஏதாவது ஒரு இடத்தில் உயிர் பலி எடுப்பது தொடர்ந்திருந்தாலும் தென்னாப்பிரிக்காவில் இருந்த இந்தியர்களைத்தான் அதிகம் பாதித்தது. நெருக்கடியான இடங்களில், தூய்மை வசதிகள் சரி இல்லாமல் இருப்பதே காரணம் என்பது பாய் வாதம். முறையான சிகிச்சை இல்லாமல், மருத்துவமனைகளில் இட வசதி இல்லாமல் நிறைய சாவுகள் ஏற்பட்டன. தொண்டர்களின் உதவியால் பாய் பிளேக் நோயாளிகளுக்கு சிகிச்சை மையங்களை ஆரம்பித்தார். நோயாளிகளின் பராமரிப்பு, தூய்மை போன்ற வேலைகளை தானே செய்யத் தொடங்கினார். துடப்பம் பிடித்து பெருக்கும் பேரிஸ்டரை வெள்ளையர்கள் அதிகமாக ஆதரித்தார்கள்.

இங்கே, இந்தியாவில் தென்னாப்பிரிக்காவில் நடப்பது எல்லாம் பெரிய செய்தியாயின. பாய் வீரத் தலைவன் போலவும், சமூக சேவகன் போலவும், புலம் பெயர்ந்த இந்தியர்களின் ஆபத்பாந்தவன் போலவும் சித்தரித்து எழுதினார்கள். ஆரம்பத்தில் பத்திரிகை, செய்தி, அரசியல் பக்கம் திரும்பாதவள் இப்போது ஆர்வத்துடன் பத்திரிகைகளைப் படித்தேன். கடிதம் எழுத வைப்பேன். நாளிதழ்களில் வரும் பாய் பற்றிய செய்திகளை எழுத்துக் கூட்டி மீள மீளப் படிப்பேன். பிள்ளைகளுக்குக் காட்டுவேன். போட்டோக்களில் தங்கள் அப்பாவைப் பார்த்துப் பெருமைப் பட்டுக்கொண்டார்கள். எங்கள் வீட்டிற்கு யார் வந்தாலும் மோகபாய் சாதனை, புகழ் பற்றியே பேசுவார்கள். முதல் முறை பாய் லண்டனுக்குப் போனபோது சாதியை விட்டு விலக்கி வைத்திருந்தார்கள். சாதி விலக்கு செய்யப்பட்ட எங்கள் வீட்டில் தண்ணீர் பருகக் கூட சிலர் தயங்கினார்கள். ஆனால் இப்போது நிலைமை தலைகீழாக இருந்தது.

பாய் தன் கூட்டாளிகளுடன் அங்கே இண்டியன் ஒபினியன் பத்திரிகையைத் தொடங்கினார். 'டர்பன் – லிருந்து பதினான்கு மைல் தொலைவில் இருந்த ஃபீனிக்ஸ்இல் ஒரு ஆசிரமம் அல்லது பண்ணை தொடங்கி இருக்கிறது. போராட்டம் தீவிரமாக நடக்கிறது. விரைவில் இந்தியா திரும்ப முடியாது. அதனால், குழந்தைகள் நலமாக இருந்தால் உடனே புறப்பட்டு வா ' என்று கடிதம் எழுதி பணமும் அனுப்பி இருந்தார். பத்திரிகையின் முதல் இதழையும் அனுப்பி இருந்தார்.

ராணி வாசத்திலிருந்து ஃபீனிக்ஸ் ஆசிரமத்திற்கு

நாங்கள் 1904 இல் இரண்டாம் முறை தென்னாப்பிரிக்காவிற்குப் போனோம். ஹரி மும்பையில் மெட்ரிக் பரீட்சைக்கு பதிவு செய்திருந்தான். அதனால் அங்கேயே தங்கிவிட்டான். கோகுல்தாஸ், சகன்லால், மணி, ராமதாஸ், தேவதாஸ் எல்லாம் புறப்பட்டோம். கப்பல் பயணம் இந்த முறை முன்போலப் பயமுறுத்தவில்லை. ஏனென்றால் இப்போது பயணத்திற்கும், அறிமுகமில்லாத மக்களுக்கும் பழகிப் போயிருந்தேன். பாய் இப்போது ஜோகன்ஸ்பர்க்இல் இருந்தார். மிகவும் வெற்றிகரமான வக்கீலாக இருந்தார். அதனால் ஜோகன்ஸ்பர்க் இல் இறங்கினோம். ஜோகன்ஸ்பர்க்இல் பெரிய வீடு. ராணி வாசம் என்று பாய் வேடிக்கை செய்வார். ஏழெட்டு அறைகள் இருந்தன. அங்கே பாய்இன் நண்பர்களாக ஹென்றி போலாக், கலென்பாக் எப்போதும் எங்களுடன் இருப்பார்கள். அவர் இருவரைப் பற்றியும் சொல்ல நிறைய இருக்கிறது எனக்கு. பிறகு ஒருமுறை சொல்கிறேன். எல்லோர் முயற்சியாலும் ஆசிரமம் என்ற பெரிய கனவு நினைவானது. ஃபீனிக்ஸ் ஃபார்ம் ஆரம்பமானது.

நாங்கள் இருந்த ஜோகன்ஸ்பர்க்இல் இண்டியன் ஒபினியன் பத்திரிகை, அச்சகம் இருந்ததோ டர்பனில். ஆல்பர்ட் வெஸ்ட் என்ற பாய்இன் நண்பர் ஒருவர் இருந்தார். அவர் பத்திரிகை ஆசிரியராக இருந்தார். எங்கள் பையன்கள் பத்திரிகை வேலைகளை பார்த்துக் கொண்டார்கள். வேலைக்காரர்களின் கௌரவச் சம்பளம், அலுவலக வாடகை, அச்சு எந்திரம் போன்ற செலவுகளுக்கு பாய் தன் உழைப்பின்

பணத்தை போட்டார். எப்போதும் பணமில்லை, பணமில்லை என்று சொல்வார். பத்திரிகை நடத்தும் சிரமத்தை அடிக்கடி சொல்வார். ஃபீனிக்ஸ் ஆசிரமம் அமைக்க இடம் அது இது என்று அதிகமாக செலவாகி இருந்தது. அதிலிருந்து எந்த இலாபமாகட்டும், உழைப்பிற்கு தகுந்த வருமானமாகட்டும் வரவில்லை. 'ஒரு நாள் பனியாவான நீங்கள் இதென்ன நட்ட விவகாரம் செய்கிறீர்கள்?' என்று நான் கேட்டுவிட்டேன்.

எனக்கு ஆசிரம வாசம் என்பதே புதியது. வெகு நாட்களுக்கு ஆசிரமம் என்று நாங்கள் எதற்காக ஒன்றாக இருக்க வேண்டும் என்று புரியவே இல்லை. சமூகமாக வாழ்வதை பழகிக்கொள்ள வேண்டும். கிராமப் பகுதிகளில் வாழவேண்டும் என்று ஆசிரமம் தொடங்கியதாக பாய் விவரமாகச் சொன்னார். பகவத் கீதையில் பிறர்பால் ஏற்காமை (அபரிக்கிரகம்) மற்றும் சமபாவம் என்று வருகிறது தானே, அதுபோல இதுவும் என்று தனது இரண்டு குருக்களான டால்ஸ்டாய், ரஸ்கின் அவர்களுடைய இலட்சியத்தின் வழியில் வாழ்வதற்கு இந்த ஆசிரம வாசம் என்றார்.

அவர் இதுவரை ஒரு கிராமத்தில் வாழ்ந்தவர் கிடையாது. வாழ்க்கையில் ஒரு இரவையும் கிராமத்தில் கழித்தவர் அல்ல. நானும் அப்படித்தான். பெரும்பாலும் பணியாக்கள் இருந்தது நகரங்களில்தான். நகரத்தில்தான் வாழ்க்கை, தொழில் எல்லாம். ஆனால், எதற்கோ தான் படிப்பதற்கும், வசிக்கவும் நகர வாசம் ஒத்துவராது என்று அவருக்குத் தோன்றியது. நகர வாழ்க்கையில் இருந்து சற்று தொலைவாக, கிராமத்து சூழ்நிலையில், விவசாய சோதனைகள் நடத்த வேண்டி இருந்தது. டர்பனின் புறப் பகுதியில் கரும்புத் தோட்டத்தில் உழைக்கும் இந்தியர்களின் ஒரு குடியிருப்பு இருந்தது. ஃபீனிக்ஸ் செட்டில்மெண்ட் என்று. அதன் அருகே ஓராயிரம் பௌண்ட்க்கு நூறு ஏக்கர் இடம் வாங்கியிருந்தார். அப்போது காந்தி பாய்க்கு ஆண்டுக்கு நான்கைந்து ஆயிரம் பௌண்ட் வருமானம் இருந்தது. நல்ல வருமானம். வீட்டில் செலவுக்கு அதிகமாகக் கேட்பார்கள் என்று அதை சொல்லி இருக்கவில்லை.

அச்சகம், சத்தியாகிரகம், வக்கீல் உதவி என்று தன்னுடன் இருப்பவர்களுக்கு ஃபீனிக்ஸ் ஃபார்ம்இல் நிலம் பகிர்ந்து கொடுத்தார். சில நியமனங்களுக்கு கட்டுப்பட்டு அங்கே இருக்க வேண்டும் என்று ஆசிரமவாசிகளுடன் ஒப்பந்தம் செய்து கொண்டார். தங்கள் நிலத்தில் தேவையானதை தாங்களே பயிரிட வேண்டும்;

மழையை குடி தண்ணீராக பயன்படுத்த வேண்டும்; தோள் பலத்தால் நடக்கும் எந்திரங்களை மட்டுமே பயன்படுத்த வேண்டும் போன்ற நிபந்தனைகள் இருந்தன. அந்த ஃபார்ம்–யை நடத்த எட்டு குறிக்கோள்கள் இருந்தன. முடிந்த அளவுக்கு தங்கள் வாழ்க்கைக்கு தேவையானதை சுய உழைப்பால் பெறுவது; தனிப்பட்ட வாழ்க்கையில் தூய்மையாக இருப்பது மட்டுமல்லாமல் பொது வாழ்க்கையிலும் தூய்மைக்கு முயற்சிப்பது; மானுட சேவைக்கு பயிற்சி பெறுவது; சுகாதாரம், ஆரோக்கியம் போன்றவைப் பற்றி பிரசாரம் செய்வது; இந்தியர்களுக்கும்ஐரோப்பியர்களுக்கும் இடையே நட்பு உறவை ஏற்படுத்துவது; டால்ஸ்டாய், ரஸ்கின் போன்றவர்களின் இலட்சியப் பாதையில் வாழ்வது; இது போன்ற சிந்தனைகளைப் பரப்புவதற்கு இண்டியன் ஒபினியன் பத்திரிகை நடத்துவது என்பவை அந்த குறிக்கோள்கள்.

பத்திரிகையின் ஆசிரியராக இருந்த ஆல்பர்ட் வெஸ்ட் மகிழ்ச்சியுடன் ஃபீனிக்ஸ் ஃபார்ம்க்கு வந்தார். அவருடன் அச்சகத்தில் வேலை செய்ய என்று எங்கள் மகன்லால் இருந்தான். என் மச்சான் குஷலதாஸ் காந்தியின் பிள்ளைகளான மகன்லால், சகன்லால், இவர்களும் எங்களுடன் தென்னாப்பிரிக்காவுக்கு வந்திருந்தார்கள். ராஜ்கோட் – இன் மிகப் பெரிய பணக்கார குடும்பத்து ஜகன்நாத் ஜோஷி என்ற

பையன் சமூக சேவை செய்யவேண்டும் என்று எல்லாம் விட்டு விட்டு மகன்லாலுடன் தென்னாப்பிரிக்காவில் வேலை செய்து கொண்டிருந்தான். மாதம் பனிரெண்டு ரூபாய் சன்மானம் அவனுக்கு அவ்வளவுதான். இண்டியன் ஒபினியன் பத்திரிகை அலுவலகம், அச்சகப் பொருட்கள், உபகரணங்கள் ஒன்றொன்றாக ஃபார்ம்க்கு வந்து சேர்ந்தன. ஒரு மாட்டு வண்டி, இரட்டை மாட்டு வண்டி என்று பதினாறு எருதுகள் இழுத்துக் கொண்டு வந்த பத்து வண்டிகளில் அச்சக எந்திரங்கள் வந்து இறங்கின. ஒரு கிளினிக், ஒரு பள்ளியும் ஆரம்பமானது. முதலில் எட்டுக் குடும்பங்கள் மட்டுமே வசிக்க இடத்தை அடையாளம் கண்டு கொண்டு தங்கினோம். ஒவ்வொரு வீட்டையும் தச்சர்கள் உதவியுடன் அந்தந்த வீட்டுக்காரர்கள் தாங்களே வடிவமைத்து கட்டிக் கொண்டிருந்தார்கள். வீட்டைச் சுற்றி காய்கறி வளர்க்கும் அளவிற்கு இடம் இருந்தது. எதையும் பயிரிடாமல் பாழடைந்த பூமியை சரி செய்யவேண்டி இருந்தது. பசு, செம்மறி ஆடு, வெள்ளாடு, நாய் எதுவும் இருக்கவில்லை. அக்கம் பக்கத்துக் காடுகளில் இருந்து வரும் நரி, பாம்புகள் எல்லாப் பக்கமும் கண்டன.

ஓரிரு ஆண்டுகள் ஜோகன்ஸ்பர்கிலேயே இருந்து பிறகு நாங்கள் ஃபீனிக்ஸ் போனோம். நான் எப்போதும் என் விருப்பம் போலத் தனியாக இருந்தவள். வீட்டாருடனும், உறவுக்காரர்களுடனும் பேச்சுக் குறைவுதான். பாய்யுடன் பேச விரும்புவேன். ஆனால் அவர் கிடைக்கவே மாட்டார். இந்தப் புதிய இடத்தில் சில நாட்கள் தனிமை என்று தோன்றி சலிப்படைந்ததும் உண்டு. ஜோகன்ஸ்பர்க் இல் சிலர் அறிமுகமாகி அந்த இடத்திற்கு ஒன்றிப் போயிருந்தோம் என்ற தருணம் அதை விட்டு விட்டு இங்கே வந்திருந்தேன். பாய் க்கு ஆசிரமத்தில் இருக்கவே முடியாது. அவர் அலைந்துகொண்டே இருந்தார். ஆசிரமாவாசிகளின் தேவைகளை விசாரிக்கும் பொறுப்பு என்னுடையது. மகன்லால் ஆரம்பத்திலிருந்து அங்கேயே இருந்து காந்தி பாய்க்கு மிகவும் உதவியாக இருந்தான். இப்போது சகன் கூட வந்திருந்தான். அவர் அங்கே இருக்கும் போது ஒவ்வொரு வாரமும் பாய் தவறாமல் கடிதம் எழுதுவார். ஆசிரமத்தில் என்ன நடக்கிறது என்ற செய்திகளை சேகரிப்பார்.

பாய் இல்லாத நேரம் பார்த்து ஆரிய சமாஜத்து சாமி சங்கரானந்த என்பவர் ஒருமுறை ஆசிரமத்திற்கு வந்திருந்தார். இந்தியாவில் சாது சந்நியாசிகளைக் கண்டால் மதிப்போம். நானோ அவர் கால்களில் விழுவேன். ஆனால் எதற்கோ இந்த சாமியாரைப் பார்த்தால்

அப்படி செய்ய வேண்டும் என்று தோன்றவில்லை. அவர் முகம் அசாந்தமாக இருக்கிறது என்று தோன்றியது. அவரைவிட என் கணவரே துறவிபோலக் கண்டார். அவர் ஆசிரமத்து அச்சகத்தை ஒரு சுற்று சுற்றி வந்தார். அங்கே இருந்தவர்களிடம் எல்லாம் வெவ்வேறு கேள்விகளைக் கேட்டார். எல்லா சாதிக்காரர்களும் ஒன்று சேர்ந்து இருப்பது, உண்பது, வேலை செய்வது அவருக்கு சரி என்று தோன்றவில்லை. பாய் இல்லாத போது ஆசிரமத்திற்கு வந்து அங்கே இருந்த தமிழர்களையும், இந்துஸ்தானி மக்களையும் கவரும் நோக்கம் அவருடையது. மகன்லாலிடம் 'உன்னத சாதியில் பிறந்த நீ பூணூல் அணியவேண்டும்' என்று அவன் மனம் கவர முயன்றார். அவன் உடனே பாய்க்கு கடிதம் எழுதினான். அவர் மகன்லால்க்கு எழுதிய பதில் கடிதத்தில், 'அப்படிப்பட்ட தார்மீக குருக்களைப் பற்றி எச்சரிக்கையுடன் இருக்க வேண்டும் என்று கவிஞர் ராய்சந்த் சொன்னது சரிதான். இப்போதே மேல்சாதி, கீழ்சாதி என்று மனிதர்களுக்கு இடையே போதுமான அளவிற்கு சுவர் எழுந்திருக்கிறது. நான் சாதனையாளனாக வேண்டும் என்பதற்கு பூணூல் போட்டுக் கொள்வதில் பொருள் இருக்கிறது. ஆனால், அது வெறும் சாதி, ஆணவத்தின் அடையாளமாக இருப்பதால் பூணூல் மானுடனாவதற்குத் தடையே தவிர அதிலிருந்து எந்தப் பயனும் இல்லை' என்று எழுதி இருந்தார்.

இவை எல்லாம் நடந்து கொண்டிருந்த போது 1906இல் இரண்டு எதிர்பாராத அதிர்ச்சியான நிகழ்வுகள் நடந்தன. இண்டியன் ஒபினியன் பத்திரிகையின் ஆசியர்களில் ஒருவரான மன்சுக்லால் நசர் என்பவர் திடீரென்று மரணமடைந்தார். பாய் மீது பத்திரிகைப் பொறுப்பு மேலும் அதிகமானது.

மற்றொன்று சாதாரணமான அதிர்ச்சி அல்ல. ஒருநாள் பாய் அமைதியாக, 'இனி மேல் நாம் இருவரும் தனியாகப் படுத்துக் கொள்வோமா, கஸ்தூர்?' என்று கேட்டார்!

ஒரு பக்கம் பாய் சத்தியாகிரகம் என்று அடிக்கடி சிறைக்கு போய்க்கொண்டும், மிக இம்சையை அனுபவித்துக் கொண்டும், விடுதலை அடைந்தாலும் ஊர் ஊராக திரிந்துகொண்டும், ஒருங்கிணைப்புப் பணியை செய்துகொண்டும், நம்மவர்களின் கஷ்ட சுகங்களைக் கேட்டு உதவி செய்து கொண்டும் இருந்தார். மற்றொரு பக்கம் ஆசிரமத்தில் எனக்கு அடிக்கடி உடல்நிலை சரியில்லாமல் போகும். ஏதோ நோயால் ஒருமுறை அதிகமாக இரத்தம் கசிந்து, படுக்கையில் இருந்து எழமுடியாத அளவிற்கு பலவீனமாகி இருந்தேன். உயிர் போகுமளவுக்கு திராணி இல்லாமல் படுத்திருந்தேன். இந்த முறை சிறையிலிருந்து விடுதலையானவுடன் ஜைலருக்கு ஒரு புத்தகம் கொடுத்து நேராக நான் இருந்த இடத்திற்கு பாய் வந்தார். டாக்டர் நான்ஜி என்று ஒரு இந்திய மருத்துவர், காந்தி பாய்இன் நண்பரும் கூட. என்னை ஃபீனிக்ஸ்இல் இருந்து கொண்டு வந்து அவர் மருத்துவமனையில் சிகிச்சைக்கு என்று டர்பனில் விட்டார்கள்.

இரண்டு அறுவை சிகிச்சைகள் நடந்தன. உடம்பு தேர சில காலம் தேவைப்பட்டது. இரத்தமே இல்லாமல் முழுமையாக வெளிரிப் போயிருந்தேன். அதே நேரத்தில் பாய்க்கு மறுபடியும் சிறைவாசம். இந்த முறை கைக்கு விலங்கு பூட்டி அழைத்துப் போனார்கள். அவர் விடுதலையாகி வரும் நேரம் பர்னிஷஸ் அனீமியா நோய் வந்து முழுமையாக வெளிரிப் போயிருந்தேன். அதற்கு பசுக் கறி சூப் குடிப்பது ஒன்றுதான் வழி என்று நான்ஜி டாக்டர் சொன்னார். எனக்குத் தெரியாமல் கொடுத்தும் இருக்கலாம்.

ஜெயிலிருந்து வந்ததுதான் தாமாதம், பசு மாமிச சூப் பெயரைக் கேட்டதும் திகைத்துப்போய் நான்ஜியின் நட்பையும் பொருட்படுத்தாமல் கொட்டும் மழையில் நேராக என்னை டர்பன்லிருந்து ஃபீனிக்ஸ்க்கு கொண்டு வந்தார். ஆம் குழந்தை, சுமந்து கொண்டுதான் வந்தார். ‘உயிரோடு இருப்பதற்கு நாம் என்ன செய்யப் போகிறோம் என்பதற்கு ஒரு வரம்பு இருக்க வேண்டும். ஏதோ ஒரு உயிரை பலிகொடுத்து வாழ்வதில் அர்த்தமில்லை...’ என்று தண்ணீர் சிகிச்சை, இயற்கை வைத்தியம் என்று ஆரம்பித்தார். அந்தத் தருணம் இந்தியாவிற்குச் சென்று திருமணம் செய்துகொண்ட என் மகன் ஹரிலாலின் மனைவி குலாப் அல்லது சஞ்சல் இந்தியாவிலிருந்து வந்திருந்தாள். என்னை கவனித்துக் கொள்ளும் பொறுப்பை பாய் அவள் மீது போட்டார். அவளுக்கு பல ஆலோசனைகளை விவரமாக சொன்னார். பிறகு மறுபடியும் சிறைக்குப் போனார். சிறையிலிறிந்து வரும் அவர்

கடிதங்களில் அதிகமாக உடல்நலத்தைப் பற்றிய பரிந்துரைகள், ஆலோசனைகள், விசாரிப்புக்களாகவே நிறைந்திருக்கும்.

சத்தியாகிரகம், கைது, பத்திரிகை, கையொப்பம் சேகரிப்புப் போராட்டம் என்று எல்லாம் நடக்கும். ஆயிரக் கணக்கான மக்கள் சிறைக்குப் போவதும் வருவதும் நடந்து கொண்டிருக்கும் போது இவர்களுக்கெல்லாம் விருப்பமான ரிஷி ஒருவர் இருந்தாரே, டால்ஸ்டாய் என்று, அவரிடமிருந்த கடிதம் வந்தது. கடிதம் வந்த நாள் பார்க்க வேண்டுமே! பாய் ஆசிரமத்தில் இருப்பவர்களுக்கு எல்லாம் காட்டி பெருமைப் பட்டுக் கொண்டார். திருமண நாள் குழந்தையைப் போல என் கையைப் பிடித்துக் கொண்டு மெகந்தியைப் பார்த்த மோகா நினைவிற்கு வந்தான். எப்போதும் மிடுக்காகவே இருக்கும் பாய் குதித்து குதூகலித்ததை நான் பார்த்ததே இல்லை. ஆனால் அன்று கடவுளிடமிருந்து கடிதம் வந்ததோ என்று சொல்லவேண்டும். அத்தனை கொண்டாட்டம், அப்படி இரு மகிழ்ச்சி. பாய் இன் தோஸ்த் ஹென்றி கலென்பாக் –குக்கும் அப்படித்தான் இருந்தது. ‘இந்தியர்களின் சுதந்திர போராட்டம் சரியாக இருக்கிறது. உங்கள் ஒத்துழையாமைப் போராட்டம் அங்கே மட்டுமல்ல உலகிற்கே தேவையான ஒரு மாதிரியாக இருக்கிறது. சத்தியாகிரகிகளுக்கு எங்கள் ஆதரவு இருக்கிறது. வாழ்த்துக்கள்’ என்று பாராட்டி ரிஷி கடிதம் எழுதி இருந்தார். அந்தக் கடிதம் வந்த பிறகு பாய் மாற்றம் அடைந்ததுபோலத் தோன்றியது. பல புத்தகங்களைப் படித்தார். சிந்தனையில் ஆழ்ந்து விடுவார். இப்போது என் பொறுப்பு அதிகரித்திருக்கிறது என்றார். கடந்த பாதைகளைப் பற்றி, அடுத்து நடக்க வேண்டிய வழிகளைப் பற்றி தியானிக்கிறேன் என்று கூறுவார். அநேகமாக பிறகு கலெனா, பாய் இருவரும் சேர்ந்து தொடங்கிய இரண்டாம் ஆசிரமத்தின் கனவை அன்றே கண்டிருக்கலாம். அந்த ஆசிரமத்திற்கு டால்ஸ்டாய் ரிஷியின் பெயரையே சூட்டினார்கள்.

★★★

சத்தியாகிரகம் என்றால்...

இதைப்பற்றி நீங்கள் நிறையக் கேட்டிருக்கிறீர்கள். எனக்கோ விடிந்தால் அதிகமாக காதில் விழும் சொல் இதாகத்தான் இருந்தது. அதுவரை கிரகம் தெரிந்திருந்தது. நவக்கிரகம் தெரிந்திருந்தது. சத்தியாகிரகம் தெரிந்திருக்கவில்லை. 'சத்தியாகிரகம்' என்ற புதிய சொல்லை எல்லோர் வாயிலும், மனத்திலும் பதியும்படி செய்ததால்தான் பாய்க்கு அதிக நண்பர்களும், எதிரிகளும் இருந்தார்கள்.

நான் குறையப் பேசுபவள் என்று சொல்லி இருந்தேனலல்வா. யார் மீதாவது கோபம் வந்தால் அல்லது எனக்கு அவர் விருப்பமாகவிட்டால் என்ன செய்வேன் தெரியுமா? அமைதியாக அவர் சொன்னதை ஒத்துக் கொள்ளாமல், எனக்கு என்ன விருப்பமோ அதுபோலவே இருப்பேன். இதை மொண்டித்தனம் என்பார்கள். பிடிவாதம் என்பார்கள். அது என்னமோ தெரியாது, ஆனால் என் அப்பாஅம்மா, கணவர் போன்றவர்கள் எல்லாம் இது இப்படிஇது அப்படி என்று நியமனங்கள் போட்டு சொல்ல வந்தால், 'நல்லது, ஆகட்டும்' என்று சொல்லாமலும், 'சரி, இல்லை' என்று சொல்லாமலும், ஒன்றும் தெரியாதது போல அப்படியே பல்டி அடிப்பேன். தலை மீது முந்தானையைப் போட்டுக்கொள்ளத்தான் வேண்டும் என்றால், அது என் தலை மீதிருந்து வழுக்கி விழும்படியாக கொண்டை போட்டுக் கொள்வேன். நடக்கும் போது ஓசை எழுப்பக் கூடாது என்றால், காலுக்கு 'சங்க் சங்க்' ஓசை எழுப்பும் கொலுசு போட்டுக் கொள்வேன். அட! நீர், நெருப்பு, காற்றுக்கு இல்லாதது எனக்கு மட்டும் ஏன் இந்தக் கட்டுப்பாடு என்று எனக்கு விருப்பமானபடி இருப்பேன். இதுதான் சத்தியாகிரகமாம்.

அதை என் மனைவிதான் எனக்குக் கற்றுக் கொடுத்தாள் என்று பாய் பிறகு எழுதி இருந்தாராம். எனக்குத் தோன்றுவது போல எல்லாப் பெண்களும் சத்தியத்திற்காகவும், சுதந்திரத்திற்காகவும் போராடுவது அவர்கள் இரத்தத்திலேயே ஊறியிருக்கிறது.

எங்களுடையது வீட்டிற்குள் சத்தியாகிரகம். அதை ஒரு சமூகத்திற்காகக் பயன்படுத்துவது புது செய்தி. அதை பாய் சாத்தியப்படுத்தினார். அவருடன் இருந்தவளாக சத்தியாகிரகம் என்று நான் புரிந்து கொண்டதை உங்களிடம் சொல்ல வேண்டும். இதைப் புரிந்து கொள்வதில் வாழ்க்கையின் பல சங்கதிகள் எனக்குப் புரிந்தது என்று சொல்ல வேண்டும். சத்தியாகிரகம் செய்துகொண்டே நான் வெகுவாக மாறிவிட்டேன். அதற்காக என்னென்ன நடந்தது என்று எனக்குத் தெரிந்த பாஷையில் உங்களுக்குச் சொல்ல வேண்டும். காலம் கொஞ்சம் முன்னும் பின்னும் இருந்தாலும் என்னென்ன நடந்தது என்பது நினைவிருக்கிறது, சொல்ல முயற்சிக்கிறேன்.

அநியாயம் செய்பவர்கள், அநீதிக்கு உள்ளாபவர்கள் இவர்கள் இருவரின் ஏற்புதல் வழியாகவே அநீதி நடக்க சாத்தியம். இதில் ஒருவருக்கு உன்னதமான சிந்தனை வந்தாலும் போதும், சத்தியத்தைப் பெறலாம், அநீதியைத்தை தடுக்கலாம் என்பது பாய்யின் சிந்தனை. யாரே ஆனாலும் நிரந்தரமாக மோசம் செய்ய முடியாது. ஏனென்றால் மோசக்காரர்கள் முடிவில் தங்களுக்கு தாங்களே மோசம் செய்து கொள்வார்கள் என்று பாய் நம்பியிருந்தார். சத்தியம் என்றால் என்ன? இயற்கை தந்த உரிமை. அதை எந்த மனிதனாலும் பறிக்க முடியாது. சத்தியத்தை கோரிக்கையாக வைப்பவர்கள், அநீதியை எதிர்ப்பவர்கள் சத்தியாகிரகிகள். அப்படிப்பட்டவர்கள் அநீதியின் சட்டத்தை கடைபிடிக்க ஒத்துக் கொள்ளமாட்டார்கள். அவர்கள் இம்சையை சகித்துக் கொள்வார்கள். தீய சொற்களைப் பேசமாட்டார்கள். வலிமையை பயன்படுத்த மாட்டார்கள். விரோதிக்கு பிரச்சினை என்றால் அதன் பலனை பயன்படுத்திக் கொள்ள மாட்டார்கள். வெற்றி தோல்விகளில் கேள்வியே இருக்காது. அநீதியை சரிப்படுத்த வேண்டும். அதுதான் நோக்கம். 'ஐரோப்பாவில் அதை பலவீனமான ஆயுதம்' என்றே சொன்னார்கள். ஆனால், சத்தியாகிரகம் பலவீனமானவர்களின் ஆயுதமல்ல. சத்தியாகிரகிகள் வலிமையுள்ளவர்கள். நேர்மையாகவும், மானசீகமாகவும் பலசாலிகள். உயிரே போகும் நிலைமையிலும் தலை குனிய மாட்டார்கள். தன்னைக் காப்பாற்றிக் கொள்கிறேன் என்ற பெயரில் இம்சையில் இறங்க

மாட்டார்கள். அதுதான் வீரமும், துணிச்சலும். அஞ்சாத மன நிலையே சத்தியாகிரகத்தின் முதுகெலும்பு' என்பார் பாய்.

இது போன்ற போராட்டங்களைத் தொடங்கும்போது, அதற்கு ஒரு பெயர் கொடுங்கள் என்று பாய்யை எல்லோரும் கேட்டார்கள். பத்திரிகைகளில், கூட்டாளிகளுடன் போதுமான அளவிற்கு சர்ச்சைகள் நடந்தன. மகனனும், ஹரியும் மேலும் பலரும் கொடுத்த பெயர்களை கவனித்து, சர்ச்சை செய்து முடிவில் 'சத்தியாகிரகம்' என்ற பெயரை வைத்தார். பெயர் கொடுத்தாகி விட்டது. ஆனால், உண்மையான சத்தியாகிரகத்தை அனுபவிக்கும், அதை பிரயோகம் செய்யும் வாய்ப்புக்களை நம்மவர்களுக்கு எதிராக பல சட்டங்களை இயற்றி நடைமுறைக்குக் கொண்டு வந்து அங்கே இருந்த அரசாங்கமே உருவாக்கிக் கொடுத்தது.

முப்பது ஆண்டுகளுக்கு முன்பு தென்னாப்பிரிக்காவில் இந்தியக் கூலிகள் பதினைந்தாயிரம் பேர் இருந்தார்களாம். இப்போது அவர்கள் எண்ணிக்கை ஒரு இலட்சத்தையும் தாண்டி இருக்கிறது. இது அபாயகரம்; இதைத் தடுக்க ஏதாவது செய்தே ஆகவேண்டும் என்று ஆங்கிலேயர்கள் மனதில் தோன்றியது. தென்னாப்பிரிக்காவிற்குப் போன எல்லா ஆசியர்களும் (இந்தியர்களும், சீனர்களும்) பர்மிட் அலுவலகத்துக்குப் போய் கைநாட்டு போட்டு பர்மிட் பெறவேண்டும்; அவர்கள் பர்மிட் வழியாக அவர்களுடைய மனைவி பிள்ளைகளுக்கும் பர்மிட் கிடைக்கும். அப்படி பர்மிட் பெற்றவர்கள் மட்டுமே இருக்கலாம். வேலை செய்யலாம் என்று சட்டம் இயற்றினார்கள்.

1907வது ஆண்டாக இருக்கலாம். பதிமூன்றாயிரம் பேர் நடாலில் இருந்தார்கள். எல்லோரும் அலுவலகத்தில் பெயரைப் பதிவு செய்து அடையாள அட்டை பெறவேண்டும் என்ற சட்டம் நடைமுறைக்கு வந்து விட்டது. அடையாள அட்டை, பதிவுச்சீட்டு, திருமண சான்றிதழ், ஒரே மனைவிக்கு அவகாசம், சுரங்கத் தொழிலாளிகளுக்கு தலா மூன்று பௌண்ட் வரி – இப்படி தலைகால் இல்லாத புதுப் புது சட்டங்களை ஆங்கிலேயர்கள் ஒன்றன் பின் ஒன்றாக அமல் படுத்தினார்கள்.

ஏற்கனவே புலம் பெயர்ந்து வந்திருக்கும் இந்தியர்களுக்கு செய்யும் அவமானம் இது; நாம் யாரும் பதிவு செய்து கொள்வது வேண்டாம் என்றும் மூவாயிரம் மக்கள் இருந்த நம்மவர்களின் ஒரு கூட்டத்தில் முடிவானது. ஒத்துழையாமை போராட்ட வழியில் சட்டத்தை எதிர்க்க முடிவானது. மாநிற மக்கள் என்று இந்தியர்களுக்கு செய்த அநீதியை எதிர்த்து சத்தியாகிரகம் ஆரம்பமானது. தமிழர்களும்,

நடைபாதை வியாபாரிகளும் ஒத்துழையாமையை வெளிப்படுத்தி சத்தியாகிரகிகளானார்கள். 'எங்களிடமிருந்து கூலி வேலை செய்ய வைக்க, உழைப்பைப் பெற, கப்பலில் நிரப்பிக்கொண்டு வரும்போது எந்த நியமங்களும் இருக்கவில்லை. இப்போது எதற்கு நியமங்கள்? அதை அவர்களுக்குப் புரிய வைக்க சத்தியாகிரகமே நமக்கு சரியான ஆயுதம். சத்தியாகிரகம் என்றால் தார்மீக செயல் போலவே புனிதமானது' என்று காந்தி பாய் எல்லோருக்கும் துணிச்சலைக் கொடுத்தார். மின்னலைப் போல தென்னாப்பிரிக்காவின் இரண்டு பகுதிகளிலும் அலைந்து திரிந்தார். இந்தியாவின் கிரிமிடியா கூலிகள் எங்கெங்கே இருந்தார்களோ அங்கெல்லாம் போய் கூட்டம் நடத்தி தைரியம் சொல்லி வந்தார். இந்திய இரத்த, மாமிசம் கொண்ட நாம் ஆங்கிலேயர்களின் அடிமைகள் அல்ல, நாம் அவர்களுடன் வேலை செய்யும் உழைப்பாளிகள் என்று பெருமையாகச் சொன்னார். எந்தப் பேச்சும் இரகசியமாக இருக்கவில்லை எல்லாம் வெளிப்படையாகவே இருந்தன. தன்னுடன் சில வெள்ளையர்களையும் வைத்துக் கொண்டிருந்தார். படகுத்துறை, சுரங்கம், சந்தை, துறைமுகம், அடுமனை, பள்ளி, மாவு ஆலை, வயல் தோட்டம் – இப்படி எங்கெங்கே இந்தியர்கள் கூலிகளாக இருந்தார்களோ அங்கெல்லாம் போய் பேசினார். எந்தக் காரணத்திற்கும் பெயரைப் பதிவு செய்துகொள்ள விண்ணப்பம் செலுத்தக் கூடாது என்று கேட்டுக் கொண்டார்.

இப்படி ஒரு பக்கம் சத்தியாகிரகம் சூடேறிக் கொண்டிருந்தாலும், மற்றொரு பக்கம் சிலர் பயந்து யாருக்கும் தெரியாமல் இரவு சென்று பதிவு விண்ணப்பத்தை நிரப்பி கொடுத்து வந்தார்கள். அப்படிப்பட்டவர்களில் அதிகப் பேர் குஜராத்தி வியாபாரிகளாக இருந்தார்கள். குஜராத்திகள் கொஞ்சம் அப்படித்தான். வியாபாரிகளுக்கு அமைப்பை எதிர்ப்பது அபாயம் அல்லவா?

ஆனால் இந்தியர்களில் பதிவு செய்ய விண்ணப்பம் செய்தவர்கள் ஐநூறு பேர் மட்டுமே. மற்ற, 12,500 பேர் பதிவு செய்து கொள்ளாத சத்தியாகிராகிகள். அவர்களில் பலர் சிறைக்குச் சென்றார்கள். சத்தியாகிரகம் விடாமல் தொடர்ந்தது. பர்மிட்டை எரிப்பதும், தெருவோரத்தில் பர்மிட் இல்லாமல் வியாபாரம் செய்து சிறைக்குச் செல்வதும், கூட்டம் கூட்டமாக நடால் பக்கமிருந்து டிரான்ஸ்வால் நோக்கிப் பயணம் செய்வதும், சுரங்க வேலைக்கு மொத்தமாக விடுமுறை எடுத்துக் கொள்வதும், தடை செய்யப்பட்ட வெள்ளையர்களின் தெருவில் நடமாடுவதும், பதிவு அலுவலகத்தை முற்றுகை இடுவதும் தொடர்ந்தன. ஒன்றன் பின் ஒன்றாக சட்ட வாளை

ஆங்கிலேயர்கள் வீசினார்கள். அவர்களுக்கு எதிராக திரும்பாமலும், எதற்கும் அஞ்சாமலும் சத்தியாகிரகிகள் துணிச்சலாக முன்னடந்தார்கள். சத்தியாகிரகிகளுக்கு முன்னால் ஆங்கிலேயர்களின் கத்தி வேலைக்கு உதவாத வெறும் குச்சிகளாயின. தடை செய்யப்பட்ட வீதிகளில் நடந்து சிறைக்குப் போனவர்களை பாய் விடுவிப்பார். பர்மிட், பாஸ் இல்லை என்று யாரை சிறையில் அடைத்தார்களோ அவர்கள் சார்பாக இலவசமாக வாதாடினார். தான் குறிப்பிட்டதால் கட்சிக்காரர்கள் அதுபோல செய்தார், அதனால் எல்லோருடைய தண்டனைகளையும் எனக்கொருவனுக்கே கொடுங்கள் என்று நீதிமன்றத்தில் வாதம் செய்தார். சிறைக்குப் போனவர்களின் மனைவி மக்களை பொதுமக்களின் நன்கொடையிலிருந்து பார்த்துக் கொள்ளும் ஏற்பாடுகளை செய்தார். 'சிறைக்குப் போவது அவமானம் அல்ல, பெருமை' என்று சொன்னார்.

ஆங்கிலேயர்களுக்கு பைத்தியம் பிடித்தது போலானது!

1908 ஜனவரியாக இருக்கலாம். புத்தாண்டு வந்தது. ஆசிரமத்தில் புதிய காலண்டர் தொங்கவிட்டிருந்தோம். முதல் முறை பாய்யை சிறையில் அடைத்தார்கள். அவருடன் மேலும் சில சத்தியாகிரகிகளும் போனார்கள். இரண்டு மாதம் சிறை தண்டனை. விடுதலையாகி ஆறேழு மாதம் கடப்பதற்குள் மீள கைது செய்யப்பட்டார். பாய் சிறையில் இருந்த நேரத்தை புத்தகம் வாசிக்கவும், பிரார்த்தனை செய்யவும், கடிதங்கள் எழுதவும் பயன்படுத்திக் கொண்டார். 'உண்மையான மகிழ்ச்சி உங்கள் நாட்டிற்காக சிறைக்கு போனால் கிடைக்கும், மனத்தை தூய்மைப் படுத்திக் கொள்ளும் காலம் அது' என்று சொல்லிவிட்டார். இதுவரை சிறை என்றால் இருந்த பயமும், தயக்கமும் மாயமாகி நீதி வழி என்ற நம்பிக்கை பிறந்தது. சத்தியாகிரகத்தின் ஒரு பகுதி சிறை என்றானது. அதுவரை சிறை என்றால் மக்களுக்கு பயமிருந்தது. சிறைக்குப் போய் வந்வர்கள் மீது ஏதோ நிராகரிப்பும், வெறுப்பும் இருந்தது. ஆனால், சிறைக்குப் போய் வருவது மதிப்பிற்குரியது என்று மாற்றியவர் பாய். நான் ஒன்றும் அதற்கு வேறல்ல. என் பார்வையையும் பாய் மாற்றினார். சிறை மற்றும் பாய் இரண்டும் எனக்கு புதிய சிந்தனைகளையும், வாழ்க்கையையும் கொடுத்தது.

பாய்க்கு நடாலின் டர்பனில் வசிக்க அனுமதி இருந்தது. எங்கள் ஃபீனிக்ஸ் ஆசிரமும் நடாலில் இருந்தது. ஆனால் அவர் வக்கீல் தொழில் நடத்திக் கொண்டிருந்தது, டால்ஸ்டாய் ஆசிரமம் இருந்த டிரான்ஸ்வால்இன் ஜோகன்ஸ்பர்க்இல். அங்கே இருந்து இங்கேயும், இங்கே இருந்து அங்கேயும் அடிக்கடி பயணம் செய்து கொண்டிருந்தார்.

ஒவ்வொரு முறையும் அனுமதி பெற்றுக் கொள்ள முடியவில்லை. அப்படியே போய் வந்து கொண்டிருந்தார். அதற்காக அவரை கைது செய்வது மிகவும் எளிதாக இருந்தது. இப்படிப் பயணம் செய்வது மட்டுமல்லாமல் போராட்டங்களுக்கும், சத்தியாகிரகங்களுக்கும் ஊக்கமளிக்கிறார் என்று மூன்றாவது முறையாக மீண்டும் கைது செய்யப்பட்டார். 1909 பிப்ரவரியில் பாய் மற்றும் ஹரிலால் இருவரும் ஒன்றாக சிறை சேர்ந்தார்கள். பாய் தனக்கு அதிக பட்ச தண்டனை அளியுங்கள் என்று நீதிபதியிடம் வேண்டிக் கொண்டாராம்! சிரமப்பட என்றும் பாய் பின்னடைந்தவர் அல்ல. அநேகமாக இப்படியொரு கைதியை அந்த நீதிபதி தன் வாழ்நாளில் பார்த்திருந்தாரோ இல்லையோ குழந்தாய்? எந்தக் கைதியாவது இப்படிக் கேட்கலாமா?

சஞ்சல் இந்தியாவிலிருந்து வந்திருந்தாள். ஹரிக்கு ஒரு பக்கம் அவளுடன் இருக்கும் ஆசை. மற்றொரு பக்கம் அப்பாவுடன் சத்தியாகிரகத்தில் துணையாக நின்று அவரிடமிருந்து பாராட்டுப் பெறவேண்டும் என்றும் ஆசை. எப்படியோ ஹரி இரண்டையும் சமாளித்தான். இந்த முறை சிறை வாசம் மிகவும் கடுமையான முறையில் இருந்தது. தரையை அழுத்தித் தேய்த்து பாலிஷ் போட வேண்டி இருந்தது. மாதம் ஒரே கடிதம் எழுத வேண்டும். சந்திக்க வருபவர்களுக்கும் மிகவும் கட்டுப்பாடுகளை விதித்திருந்தார்கள். நம்மவர்களால் அங்கே சிறைகள் நிரம்பி வழிந்தன. கைதிகளுக்கு இடமில்லாமல் வெளியே படுக்க வைத்தார்களாம். பாய்க்கு மட்டும் பேரிஸ்டர் என்று ஒரு அறையைக் கொடுத்திருந்தார்களாம். ஆனால், தன்னவர்கள் எல்லாம் வெளியே இருக்கும் போது தனக்கு அறை வேண்டாமென்று மற்றவர்களுடன் மண் தரையில் பாய் படுத்துக் கொண்டார்.

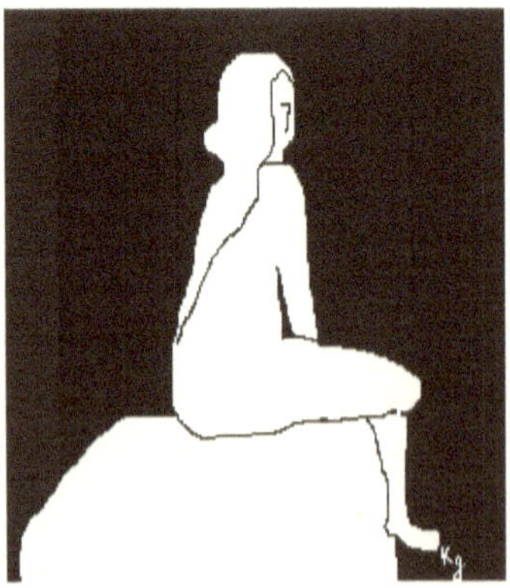

அப்போது நான் சத்தியாகிரகி ஆனேன். சிறைக்குப் போனேன். நாற்பது ஆண்டு ஆன போது சிறையை பார்த்து வந்தேன். என்னை மாரிட்ஜ்பர்க் சிறைக்கு அனுப்பி இருந்தார்கள். கடினமாக உழைக்கும் தண்டனை. அப்போதுதான் என் உடல் நிலை கொஞ்சம் சுதாரித்திருந்தது. எட்டு வாரங்கள் சிறைவாசத்தில் இருந்து வந்தேன். குஜராத்தி பேசும் சில

பெண்களைத் தவிர எல்லோரும் அறிமுகமில்லாதாவர்கள். அங்கே சைவம் என்று கொடுத்த உணவு சேரவே இல்லை. ஏறக்குறைய பட்டினியாக இருந்தேன். களி போல வேகவைத்த எதையோ கொண்டு வந்து வைப்பார்கள். ருசி என்பதே இருக்காது. எப்படி இருந்தாலும் சாப்பிடு, உடல்நிலை முக்கியம் என்று கடிதம் எழுதி இருந்தார் பாய். ருசியே இல்லாமல் எப்படி உண்பது? திண்பது உமட்டிக் கொண்டு வரும். சாப்பாட்டை விட்டுவிட்டு தண்டனையை முடித்து வெளியே வந்த போது அடையாளம் தெரியாத அளவிற்கு மெலிந்து போயிருந்தேன். எலும்பும், தோலும் மட்டுமே தெரிந்தன.

சத்தியாகிரகம் தொடர்ந்துகொண்டே இருந்தது. அதை தணிக்க வேண்டும் என்று பிரிட்டிஷ் அதிகாரி அவன் பெயர் ஸ்மூட் என்று நினைக்கிறேன், ஒரு உடன்படிக்கைக்கு எங்களை அழைத்தான். இந்தியர்கள் தாமாகவே முன்வந்து தங்கள் பெயர்களை பதிவு செய்துகொண்டால் கட்டாயப் பதிவை வாபஸ் பெறுவதாக சொன்னான். பாய் எப்படித் தெரியுமா, குழந்தை? எதிரியை எளிதாக நம்புவவர். சமரச ஒப்பந்தத்திற்கு சரி என்று சொல்லிவிட்டார். சத்தியாகிரகத்தை தாற்காலிகமாக நிறுத்தி வைத்தார். அப்போது சிறையில் இருந்தவர்களை எல்லாம் விடுதலை செய்தார்கள். ஆனால் இது அதிகமான மக்களுக்கு சரியாகத் தோன்றவில்லை. எனக்கும் அப்படித்தான் இருந்தது. 'ஆங்கிலேயர்களை, வெள்ளையர்களை இந்த அளவிற்கு எதிர்த்து சத்தியாகிரகம் செய்து இப்போது உடன்படிக்கை செய்து கொள்கிறேன் என்கிறீர்களே' என்று தகராறு செய்தேன். பாய் யின் செயலால் பலருக்கு மிகவும் அசமாதானமாக இருந்தது. பாய் பணம் பெற்றுக்கொண்டு பிரிட்டிஷ்காரர்களுடன் ஒப்பந்தம் செய்து கொண்டார். இது பச்சைத் துரோகம் என்று ஒரு பதான் மிகவும் கோபப்பட்டான். காந்தி ஏதாவது தன் பெயரை அலுவலகத்தில் பதிவு செய்தால் கொன்றுவிடுவேன் என்று மிரட்டினான். ஆனாலும் பாய் தன் பெயரைப் பதிவு செய்தார்! அந்த அலுவலகத்துக்கு வெளியே காத்துக் கொண்டு நின்றிருந்த பதான் கூட்டம் அவரை மயக்கம் வரும் அளவிற்கு அடித்துப் போட்டு விட்டுப் போனார்கள். வெகு நேரத்திற்குப் பிறகு நினைவு வந்தது. ஆனால் அவரை தாக்கியவர்களை கைது செய்தார்கள். அவர்களை விடுதலை செய்ய வேண்டும் என்று பாய் பிடிவாதமாக போராடினார்!

இந்த நிகழ்வில் துரோகம் நடந்து விட்டது. உண்மை. ஆனால் அது பாய் ஆல் ஆனதல்ல. ஸ்மூட் என்ற மோசக்காரன் கொடுத்த

வாக்குப் படி சட்டத்தை திரும்பப் பெறாததே காரணம். மீள சத்தியாகிரகம் தொடங்கியது. நம்மவர்கள் எல்லாம் பதிவு அட்டைகளை தெருவில் குவித்துப் போட்டு எரித்தார்கள். ஹமீதியா மசூதியின் முன்னால் இரண்டாயிரம் பதிவு அட்டைகளை எரித்தார்கள். பாய் லண்டனுக்குப் போய் வந்தார். அங்கே இந்திய சமுதாயத்து மக்களிடம் பேச்சுவார்த்தைகள் நடத்தினார். இந்திய அரசியல் தலைவர்களுடன் கடிதப் போக்குவரத்து வைத்துக்கொண்டார். பிராணஜீவ மெகதாவுடன் டர்பனிலும், ரங்கூனிலும், லண்டனிலும் அதிக சர்ச்சைகள் நடந்தன. ஆங்கிலேயர்களை தோற்கடிக்க முதலில் நாம் அவர்களைப்போல வாழ்வதை நிறுத்த வேண்டும். நம் வாழ்க்கையையும், வாழும் முறையையும் மாற்றிக் கொள்ளவேண்டும் என்றார் பாய். நடந்த சர்ச்சைகளை எல்லாம் கப்பலில் உட்கார்ந்து எழுதினார். அதுதான் 'இந்து சுயாட்சி' நூல். அப்போது நான் வாசித்து, அறிந்து கொள்ளும்படி இருந்தேன். அது சிறிய புத்தகம். நான் படிக்க வைத்துப் புரிந்து கொண்டேன். அந்த நூலை பலர் விரும்பினார்கள், புகழ்ந்தார்கள். சிலர் இகழ்ந்தார்கள். மற்ற சிலரோ வாசிக்கவே கூடாதா புத்தகம் என்று தடை செய்தார்கள்.

அப்போது மற்றொரு அதிசயம் நடந்தது. அதிசயம் ஒன்றுமல்ல விடுங்கள்., நடப்பதுதான். பாய் போல நேர்மையான எல்லா மனிதர்களுக்கும் நடப்பதுதான். நடால் இந்தியன் காங்கிரசில் பாய் க்கு எதிரிகள் தோன்றினார்கள். ஒரு கூட்டம் அவருக்கு எதிராகத் திரும்பியது. அவப்பிரச்சாரம் செய்தது. அவர்களுக்கு தன்னைப் பற்றி எதற்கு இந்த எண்ணம் உருவானது என்று பாய்க்கு வருத்தமானது. ஆனால் எனக்கு உறுதியாகத் தெரிந்திருந்தது. பொறாமையால் அவர்கள் அப்படி செய்தார்கள் என்று. ஏன் என்றால் எங்கே பார்த்தாலும், யாரைக் கேட்டாலும், பாய் பெயரையே சொன்னார்கள். பொறாமையால் சிலர் இல்லாததையும் பொல்லாததையும் சொல்லி பல புரளிகளைக் கிளப்பி இருந்தார்கள். கொஞ்ச நாள் சும்மா இருங்கள். எல்லாவற்றிலிருந்தும் விலகி இருங்கள், அது என்ன செய்கிறார்களோ பார்க்கலாம், போராட்டங்களையும், சத்தியாகிரகங்களையும் ஒருமுறை நிறுத்துங்கள், என்ன நடக்கிறதோ நடக்கட்டும் என்று நான் சொல்லிக்கொண்டே இருந்தேன். நிரந்தர சத்தியாகிரகம், கோர்ட், அலுலகம் இப்படி ஒரே அலைச்சல். கடிதப் போக்குவரத்துக்கள், குற்றச்சாட்டுக்கள் இவைகளில் இருந்து பாய் சளைத்துப் போயிருந்தார். காயத்தின் மீது சூடு போடுவது போல இந்த எதிர்ப்புக்கள் வேறு.

என்ன தோன்றியதோ, எல்லாவற்றிலிருந்தும் இரண்டு ஆண்டுகள் விலகியே இருந்தார். 1912 இல் இருக்கலாம், ஃபீனிக்ஸ் ஃபார்ம் யை ஐந்து டிரஸ்டிகளுக்கு மாற்றினார். ஐந்து பேரும் ஐந்து மதத்தைச் சேர்ந்தவர்கள். ஐந்து நாட்டவர்கள். ஓமர் ஹாஜி, பார்சி ருஸ்தும்ஜி, ஹர்மன் கலென்பாக், ரிச், பிராணஜீவன் மெகதா. நாம் வாங்கும் போது நாம் எவ்வளவு பணம் போட்டிருந்தாலும், எந்த பொதுச் சொத்தையும் நம் பெயரில் வைத்துக் கொள்ளக் கூடாது என்பது பாபு இன் முடிவு. உங்களிடம் உண்மையைத்தான் சொல்ல வேண்டும். எங்களுக்கும் நான்கு பிள்ளைகள் இருக்கிறார்களே என்று எனக்கு மனதில் தோன்றியதும் உண்டு. ஆனால் என் நிலைப்பாட்டிற்கு பாபு நிலைப்பாடு எதுவும் பொருந்தாது என்று புரிந்துகொண்டு அமைதியானேன்.

அங்கே இருந்து புறப்படும் போது ஃபீனிக்ஸ் பண்ணையில் 1913 இல் இப்படி எழுதி வைத்தார். 'நீ பலவீனமானவன் என்று நம்ப நிராகரி. அப்போதுதான் பலசாலியாவாய்.' இந்த சிந்தனைதான் பாபு இன் வலிமை. அதற்காகத்தான் சத்தியாகிரகம் வெற்றியடைந்தது.

★★★

தோளோடு தோள் சேர்த்தவர்கள்

அந்த தூர தேசத்தில் எத்தனை பேர் எங்கள் வேலைகளில் கை கோர்த்தார்கள் தெரியுமா? அதிலும் வெள்ளையர்களாக இருந்துகொண்டு பிரிட்டிஷ் அரசாங்கத்துடன் சேராமல், ஆங்கிலேயர்களுடன் சேராமல் இந்தியர்களுடன் நம்மவர்களாகவே இணைந்து எங்களை எல்லாம் காப்பாற்றிய, மாற்றிய பல ஜீவன்கள் இருந்தார்கள்.

ஹென்றி போலக் காந்திக்கு நெருங்கிய நண்பனாக உதவி செய்து கொண்டிருந்தான். அவன் ஒரு வக்கீல். பிரிட்டிஷ்காரன். அழகானவன். சுறுசுறுப்பானவன். நம் ஹரியைவிட ஐந்தாறு வயது மூத்தவன். இரண்டாம் முறை நான் போவதற்கு ஓராண்டுக்கு முன்பு, 1903இல், வேலை தேடிக்கொண்டு தென்னாப்பிரிக்காவின் ஜோகன்ஸ்பர்க் வந்தவன். தான் பிரிட்டிஷ் பிரஜையாக இருந்தாலும் ஆங்கிலேயர்கள் கறுப்பர்களுக்கும், இந்தியர்களுக்கும் செய்யும் அநீதி அவனுக்கு பிடிக்கவில்லை. டால்ஸ்டாய் மற்றும் ரஸ்கின் அவனுக்கு மிகவும் விருப்பமானவர்கள். சைவம். ஒருமுறை சைவ ஹோட்டலில் காந்தி பாய்யைப் பார்த்து, அவர் பேச்சைக் கேட்டு பாராட்டி இருந்தானாம். தென்னாப்பிரிக்காவில் பிளேக் வந்தபோது, காந்தி பாய் சிகிச்சை மையம் திறந்து தன்னார்வத் தொண்டர்கள் தேவை என்று பிரகடனம் செய்த போது தொடர்பில் வந்தவன். உடனே நண்பனாகி விட்டான். கடைசிவரை பாய் சொன்னதை முழு மனதுடன் செய்தவன். எனக்கு அவன் பேச்சு எதுவும் புரியாது. ஆனாலும் காந்தி பாய்யுடன் வாதம் செய்வதை பார்த்தே அது என்னவாக இருக்கலாம் என்று யூகம் செய்து கொள்வேன். இடையில் காந்தி பாய் குஜராத்தியில் விளக்கமாக சொல்வார்.

1905இல் அவனுக்கு திருமணம் ஆனது. திருமணம் செய்துகொள் என்று பாய் வற்புறுத்திக் கொண்டே இருப்பார். தன்னை சுற்றி இருந்த பிரம்மச்சாரிகள் எல்லாம் திருமணம் செய்து கொண்டு ஒரு நிலைக்கு வந்தால் மட்டுமே ஆசிரமத்து வேலைகளில் கவனம் செலுத்துவார்கள் என்பது அப்போது அவர் எண்ணமாக இருந்தது. ஹென்றிக்கு ஒரு தோழி இருந்தாள். மிலி டௌன்ஸ் என்று, இவன் யூதன். அவள் கிறிஸ்த்துவள். அவர்கள் இருவரும் காதலித்தாலும் திருமணமாகி இருக்கவில்லை. ஹென்றி அப்பா அவள் இன்னும் கெட்டியாக வேண்டும், வலுவில்லை. ஒல்லிக்குச்சி என்று சொல்வார். கடைசியில் காந்தி பாய் ஹென்றியின் அப்பாவுடன் பேசி, கடிதம் எழுதி, திருமண ஏற்பாடுகளை செய்தார். மிலியை ஜோகன்ஸ்பர்க் வா என்று அழைத்துக் கொண்டார். திருமணம் பதிவு செய்ய வேண்டும். பதிவு அலுவலகத்திற்குப் போனால் வெள்ளை மணமகன் மணமகளுக்கு மாநிற காந்தி சாட்சிக் கையெழுத்துப் போடலாமா கூடாதா என்று மேஜிஸ்ட்ரேட்க்கு சந்தேகம் வந்தது. விசாரித்து வைக்கிறேன். நாளை வரவும் என்றார். அந்த நாளை ஞாயிற்றுக் கிழமையாக இருந்தது. கடைசியில் திங்கட்கிழமை வரச் சொன்னார். திங்கள் புத்தாண்டு நாள் விடுமுறையாக இருந்தது. அதனால் செவ்வாய் அன்று வரவும் என்றார். ஆனால், இதை எல்லாம் கேட்பவர்கள் யார்? வக்கீல் இருந்தாரே. வாதம் செய்து அன்றே பதிவு நடக்க வேண்டும் என்று தீர்வானது. பாய் சாட்சிக் கையொப்பமிட்டார். அன்றே ஹென்றி, மிலி கணவன் மனைவி ஆனார்கள். அவர்களை வீட்டிற்கு அழைத்து வந்தார்.

ஆரத்தி இல்லை அட்சதை இல்லை. மணமக்கள் எங்கள் வீட்டிற்கு வந்தார்கள். அதுவரை வீட்டில் நாங்கள் இருவர், எங்கள் இரு பிள்ளைகள், சகன், கோகுல் இருந்தோம். இப்போது எங்கள் குடும்பம் வளர்ந்தது. மிலி வெள்ளைக்காரப் பெண், கிறிஸ்த்துவப் பெண். எனக்கு ஆரம்பத்தில் கொஞ்சம் சங்கோசமாக இருந்தது. எனக்கு அவள் மொழி வராது. என் பேச்சும் குறைவு. அவர்கள் உணவுப் பழக்கம் எப்படியோ என்று அச்சம். ஆனால் அவள் மிகவும் நல்ல பெண். என்னிடமும், குழந்தைகளிடமும் வெகு சீக்கிரமாக நட்பாகி விட்டாள். பிள்ளைகளுக்கு அவளிடம் மிகவும் சலுகை ஏற்பட்டது. பையன்களுக்கு ஆங்கிலம் சொல்லிக் கொடுத்தாள். சாப்பாடும் அப்படித்தான், இந்தியர்களைப் போல அதுதான் வேண்டும், இதுதான் வேண்டும் என்பது கிடையாது. வெள்ளையர்கள், எதையாவது கொஞ்சம் தின்று வயிற்றை நிரப்பிக் கொள்கிறார்கள். அவள் எங்கள் அடுக்களைக்கும் வேகமாக பழகிவிட்டாள்.

எல்லாம் ஆண்கள். ஆண்களுக்கு நடுவே மிலி வந்தது எனக்கு மிகவும் மகிழ்ச்சியாக இருந்தது. என்னுடன் பேசும் போது காந்தி பாய் கொஞ்சம் குரலை உயர்த்தினாலே போதும், என் சார்பாக வாதம் செய்வாள். 'நீங்கள் கிழக்குப் பக்க ஆண்கள் மனைவியை அடிமைகளாக வைத்திருக்கிறீர்கள்' என்பாள். பாய் ஒருமுறை சத்தியவான் சாவித்திரியின் கதையைச் சொல்லி, 'பார், இந்தியப் மனைவிகள் இப்படித்தான், சாவிலும் துணையாகவே இருப்பார்கள், அது எங்கள் பண்பாடு' என்றார். ஆனால் அவளோ, 'இதைத்தான் நான் சொன்னது. மொத்தத்தில் பெண்ணை ஏதாவது ஒரு வகையில் கணவனுக்கு சேவை செய்து கொண்டிருப்பது போலவே வைத்துக் கொண்டிருக்கிறீர்கள். இறந்தாலும் கணவனை திரும்ப அழைத்துக் கொண்டு வந்து சேவை செய்தால்தான் அவளுக்கு மோட்சம் என்று சத்தியவான் சாவித்தரி கதையை புனைந்திருக்கிறீர்கள்' என்றாள். காந்தி பாய்க்கு பெண்கள் இப்படி வாதம் செய்வதைப் பார்ப்பது புதிது. எனக்கும் புதிதுதான். ஆனால், பாய் அதை சரி என்று ஒத்துக் கொண்டார். சிந்திக்கத் தொடங்கினார்.

என்னை காந்தி பாய் 'ஹரியின் அம்மா' என்றே அழைப்பார். அல்லது 'என் பிள்ளைகளின் அம்மா' என்றே அறிமுகப்படுத்துவார். எங்களுக்கு அது ஒன்றும் அதிசயமல்ல. கணவன், மனைவியை முதலில் அப்பா அம்மா ஆக்கிய பிள்ளையின் பெயரில் தாய் தந்தையரை அழைப்பது எங்கள் வழக்கம். நானும் அவரை 'ஹரியின் அப்பா' என்றே அழைப்பேன். கூடவே பாய், காந்தி பெயரை இணைத்து கணவனை அழைப்பேன். ஒருநாள் மிலி, 'அவள் உன் பிள்ளைகளின் அம்மா அல்லாமல் வேறெதுவும் இல்லையா?' என்று பாய்யிடம் கேட்டாள். ஹென்றி ஒருவரை ஒருவர் பெயர் சொல்லி அழைப்பதைப் பார்த்து என்ன தோன்றியதோ, பிறகு பாய் என்னை கஸ்தூர் என்று அழைக்கத் தொடங்கினார். திருமண ஆரம்ப நாட்களில், மிகச் சூடான நாட்களில், நாங்கள் இருவரே தனியாக இருக்கும் போது கஸ்தூர் என்று சொல்வார். இப்போது அது எல்லோர் முன்னாலும் சொல்லும் பெயரானது.

மிலி, ஹென்றி அருகே அமர்ந்து, சிரித்து, தொட்டு பேசிக்கொண்டே உணவு அருந்துவார்கள். கடைசியில், இறுக அணைத்துக் கொண்டு முத்தம் கொடுத்துக் கொள்வதும் உண்டு. எங்களுக்கு முதலில் சங்கோசமாக இருக்கும். நானோ பார்க்க முடியாமல் முந்தானையை முழுதுமாக முகத்தின் மீது இழுத்துக் கொள்வேன். இந்தியாவிலிருந்து எங்கள் வீட்டிற்கு வருபவர்களுக்கு அது வியப்பளிப்பதாக இருந்தது. ஒருமுறை என் மச்சானின் மகன் சகன்லால். “இதென்ன? பெண்கள், ஆண்கள் எல்லாம் ஒரே மேசை மீது ஒன்றாக உணவருந்துகிறீர்கள்? பார்சிகள், கிறிஸ்த்துவரகள், இந்துக்கள், முஸ்லிம்கள் எல்லாம் ஒரே இடத்தில் அமர்ந்து சாப்பிடலாமா சின்னம்மா?” என்று திகைத்துப் போய் கேட்டிருந்தான். அது தவறல்ல என்று நான் விளக்கமாக சொல்லும் போது, பாய் முன்பு என்னிடம் சொன்னது புரிந்தது. உள்ளே இறங்கியது. பாய் சொன்னபோது ஒத்துக்கொள்ளாத மனம் மற்றவர்களுக்கு விளக்கிச் சொல்லும் போது புரிந்துகொண்டது.

நான் மாற்றமடைந்தது இப்படித்தான். கேட்டு, நிராகரித்து, கேட்டதை சொல்லும் போது உள்ளே இறக்கிக் கொள்வேன்.

ஜோகன்ஸ்பர்க் – இல் இருந்து நானும் குழந்தைகளும் ஃபீனிக்ஸ் வந்தோம். பிறகு மற்றொரு வீட்டிற்கு மிலியும், போலாக்கும் போனார்கள். அவர்களுடன் தங்க காந்தி பாய் கூடப் போனார். மிலிக்கு தன் வீட்டை திரை, ஓவியங்களால் அலங்கரிக்க ஆசை. ஆனால், காந்தி பாய்க்கு அதுபோன்ற ஆடம்பரங்கள் எல்லாம் வீண் செலவு என்ற எண்ணம். சுவரின் விகாரங்கள் தெரியாமல் இருக்கப் போடலாம் என்று அவள் சொன்னால், சுவரைப் பார்க்காதே, சன்னலுக்கு வெளியே பார், மனிதக் கரங்கள் செய்யும் எந்தக் கலையை விடவும் இயற்கை அழகாக இருக்கிறது என்பார் காந்தி பாய். ‘சக்கரை வேண்டாம், அது கூலிகளின் உழைப்பால் தயாராகிறது. ‘பால், வெங்காயம் வேண்டாம். அது காமத்தைக் கிளரும்’ என்றார். மிலி, சக்கரை, வெங்காயத்தை விட்டு விட்டாள். ஆனால் பாலைத் துறக்க சிரமமானது. ‘பிறகு, பாலை எதற்கு நல்ல உணவு என்று சொல்கிறார்கள்?” ‘பால், சிசுக்களுக்கு மட்டுமே

நல்லது. பெரியவர்களுக்கு அல்ல' என்றார் பாய். 'ஜோகன்ஸ்பர்க் முழுவதும், அநேகமாக யார் வீட்டில் என்ன சாப்பிடலாம், என்ன சாப்பிடக் கூடாது என்பதைப் பற்றி வாக்கு வாதம் நடந்திருக்காது' என்பாள் மிலி. 'வாயிலிருந்து என்ன வார்த்தைகள் வெளியே வருகிறது என்பது முக்கியம், அதற்குள் என்ன போடுகிறோம் என்பதல்ல' என்பார் பாய்.

இப்படி பாய் சொல்வதை எல்லாம் கேள்விக்கு குறியாக்குவாள். வாதம் செய்வாள். ஒவ்வொன்றையும் சர்ச்சை செய்தே ஒத்துக் கொள்வாள். சைவ உணவு, பிரம்மச்சரியம், அபரிக்கிரகம், (மற்றவர்களிடமிருந்து எதையும் பெறாதது) சர்வோதயம், ஆங்கிலக் கல்வி, எந்திர எதிர்ப்பு... அநேகமாக இப்படிப் பலவற்றை நான் பாய்யிடம் சொல்ல முடியாமல் தவித்ததை அவள் சொல்வது போல அவள் பேச்சுத் தோரணை எனக்குத் தோன்றும். நான் பெண்ணியவாதி என்பாள். நான் பெண்ணியம் என்ற சொல்லைக் கேட்டதே அவளிடமிருந்துதான். முடிவில் பெண்ணியவாதி என்றால் அவளைப் போல பெண்கள் புத்திசாலிகளாகவும், துணிச்சலாகவும், சுதந்திரமாகவும் இருப்பார்கள் என்று புரிந்து கொண்டிருந்தேன். எத்தனை வாக்கு வாதம் செய்தாலும் பாய் மீதான அவள் மதிப்புக் குறையவில்லை. அவருடைய உடல் உழைப்பு, இரக்கம், உறுதியான நிலைப்பாடுகள் அவளுக்குப் பிடித்திருந்தன. பாய் என்று வாய் நிறைய அழைப்பாள். அண்ணனைப் போல எண்ணினாள். பிறகு ஹென்றியும், மிலியும் அவர்களுடைய மகன் அகால மரணம் அடைந்தபோது மிகவும் துயரத்தில் ஆழ்ந்திருந்த தங்களை காந்தி பாய் எழுதிய கடிதம்தான் எல்லாவற்றையும் விடவும் அதிக ஆறுதல் கொடுத்து அமைதியாக்கியது என்று எழுதி இருந்தாள்.

ஹென்றியுடன் பாய் எப்படி வாக்குவாதம் செய்வார் என்றால்... அப்பப்பா... மணிக் கணக்கானலும் முடியாது. எனக்கு சில சமயம் பாய் மீது எதற்குக் கோபம் வருமோ ஹென்றிக்கும் அதுபோலவே ஏதோ நடந்திருக்க வேண்டும் என்று அவர் முக பாவங்களில் இருந்து தோன்றும். கடைசியில் மிலியிடம் கேட்டேன். அவளுக்கு நான் குஜராத்தியில் கேட்டாலும் புரியும். அவள் கூறியது போல, பிள்ளைகளுக்கு குஜராத்தி கற்றுக் கொடுக்க எதற்கு அதிக நேரத்தை வீணடிக்கிறாய், நல்ல ஆங்கிலம் கற்றுக் கொடு என்றானாம் அவன். தாய்மொழி குஜராத்தியை முதலில் கற்க வேண்டும் என்றாராம் பாய். மக்களிடம் வெறும் தார்மீக விஷயங்களை மட்டும் பேசினால் எப்படி,

பொருளாதார விஷயங்களையும் பேச வேண்டாமா என்று அவன். தார்மீகமாக வாழத் தெரியாமல் பொருளாதார ரீதியில் வெற்றிகண்டால் அபாயம் என்று பாய். எனக்கும் சில நேரம் சும்மா சத்தியம், தர்மம் என்று சொல்கிறாரே, ஒரு தடவையாவது இந்த மனிதன் பணத்தைப் பற்றி யோசித்திருக்கிறானா என்று தோன்றி இருந்தது. அதிலும், இந்தியாவில் இருந்து வருபவர்களிடம் எல்லாம் மச்சானிடம் பணம் அனுப்ப சொல்வதைப் பார்த்து அப்படி எண்ணினேன். ஆனால், பாய் யின் சிந்தனையே மாறுபட்டு இருந்தது. அதை எனக்கும் விளக்கமாகச் சொல்ல என் மனதை ஈர்க்க முயற்சிப்பார்.

பாய்க்கு ஒரு காரியதரிசி இருந்தாள். சோன்யா ஷ்லேஷிஷ் என்று. அவளும் மிலியைப் போலவே தான். அவர்கள் இருவரையும் எனக்கு மிகவும் பிடிக்கும். அவர்களை நினைத்துக் கொண்டால் ஏனோ கங்காயமுனா நதி என் கண்முன் வருகிறது குழந்தை. சோன்யா ஹரிலாலைவிடவும் கொஞ்சம் சின்னவள். மணியை விடப் பெரியவள். பாய்யை பாபு என்றே அழைப்பாள். காந்தி பாய் மீது மிகவும் மரியாதை. அவருக்காக அவள் தன் சொந்த வேலைகளை எல்லாம் விட்டுவிட்டு மிகவும் சிரமத்துடன் வேலைகள் செய்து கொடுத்திருக்கிறாள். ஆங்கிலேய, யூத, ஐரோப்பிய, ஜெர்மன் பெண்ணியவாதி என்று சொல்லிக் கொள்வாள். தன் எண்ணங்களையும், அபிப்பிராயங்களையும் வெளிப்படுத்த என்றும் தயங்கியதில்லை. காரியாதரிசியாக காந்தி பாய்இன் நூத்தியெட்டு கட்சிக்காரர்கள், அவருடைய பலவகையான வேலைகள், அதிசயமான உணவுப் பழக்கம், அதி ஒழுக்கம், நேரம் கடந்தும் வேலைகள் இப்படியான எல்லாவற்றையும் பொறுத்துக் கொண்டு நடப்பாள். தானும் சத்தியாகிரகி ஆனாள். போராட்டத் தருணங்களில் பெண்களை ஒருங்கிணைப்பாள். தலைவர்களும், மற்ற ஆண்களும் சிறையில் இருக்கும் போது சிறையிலிருந்து சிறைக்கு சைக்கிள் மிதித்துக் கொண்டு கடிதங்களை பரிமாறுவாள். நன்கொடை வசூல் செய்வாள். சாப்பாடு எடுத்துச் செல்வாள். ஹென்றி, மிலி, கலென்பாக் மூவரும் பல நாட்டவர்களுக்குக் கடிதம் எழுதி இந்தியர்களின் போராட்டத்திற்கு உடல், மனம், பணம் கொடுங்கள் என்று ஆதரவு தேடினால், இவள் எப்போதும் பாய்யுடன் சுற்றிக்கொண்டே அவர் வேலைகளை செய்துகொண்டே இருப்பாள். கடிதம் எழுதுவது, தினசரியை எழுதி வைப்பது இப்படி அவளுக்கு ஓய்வே இருக்காது.

பெண்களைப் பற்றி இந்தியர்களின் அபிப்பிராயம் உங்கள் எல்லோருக்கும் தெரிந்தே இருக்கும். பாய் மனமும் அதற்கு மாறுபட்டதாக இருக்கவில்லை. அது மாற்றமடைந்தது தென்னாப்பிரிக்காவில். இந்திய ஆண்கள் அப்பனாகவும், அண்ணன் தம்பிகளாகவும், கணவர்களாகவும், மகன்களாகவும் பெண் தேகத்தை அனுபவிப்பவர்களாக, பெண்களை அதுபோலவே பார்ப்பவர்களாக இருந்தார்களே தவிர தோழியைப் போல பார்ப்பதில்லை என்று இவர்கள் இருவரும் காந்தி பாய்கக்குப் புரிய வைத்தார்கள். மிலியும், சோன்யாவும் நொடிக்கு நொடி நீங்கள் இந்திய ஆண்கள் எதற்கு இப்படி உங்கள் மனைவியை, பெண்களை நடத்துகிறீர்கள் என்று கேட்பார்கள். அவர்கள்தான் பாபுவை, பாய்யை மிகவும் மாற்றினார்கள். அவர்கள் பாய்யுடன் சத்தியாகிரகத்தில் நேர்மையாக பங்கேற்று, வருவது எல்லாம் வரட்டும் என்று முன் நின்ற தமிழ் பெண்களை நினைத்துக் கொள்ள வேண்டும். பெண்களை போராட்டத்தில் ஈடுபட வைப்பது மிகவும் முக்கியம் என்பதை பாய்க்கு புரிய வைத்ததே அவர்கள்தான்.

என்னை முன்னும் பின்னும் காவல் காத்த மோகா; யாருடன் பேசினாய், எங்கே போனாய் என்பதை எல்லாம் அறிய நினைத்த மோகா; வீட்டை விட்டு வெளியே கோவிலுக்கு அத்தையுடன் போகவேண்டும் என்றாலும் தன் அனுமதியைப் பெற்றுத்தான் போகவேண்டும் என்ற மோகா; கடைசியாக என் இரண்டு பிரசவத்தையும் பார்த்தார். என் துணியைத் துவைத்தார். பிள்ளைகளின் துணியைத் துவைத்தார். சமையல் செய்தார். வீடு, வாசல் எல்லாம் பெருக்கி, செடிகளுக்கு தண்ணீர் ஊற்றி, குளியளறையை தேய்த்துக் கழுவி சுத்தம் செய்தார். தன்னை சுற்றி இருக்கும் ஆண்கள் பெண்களை வெறும் காமப் பார்வையில் பார்க்காமல் நட்பும், மரியாதையுடனும் நடத்த வேண்டும் என்று தெளிவாகச் சொன்னார். அதைத்தான் தன் வீட்டு ஆண் பிள்ளைகளுக்கும் கற்பித்தார். சத்தியாகிரக தருணங்களில் சிறை வாசத்திற்கு அஞ்சாமல் முன்னேறிய தமிழ் பெண்களை பார்த்த பாய், இலக்கை அடையும்வரை பிடிவாதமாகப் போராட பெண்கள்தான் தகுந்தவர்கள் என்று புரிந்து கொண்டார். அடிக்கடி அதை எடுத்துச் சொல்வார். மொத்தத்தில் பெண்களைப் பற்றி பாய் சிந்தனைகளில் ஏற்பட்ட மாற்றங்களுக்கு அவரை சுற்றி இருந்த இந்த எல்லாப் பெணகளின் தாக்கங்களும் அதிகமாக இருந்திருக்கிறது.

காந்தி பாய்க்கு மற்றொரு நெருங்கிய நண்பர் ஹர்மன் கலென்பக். எந்த வடிவமைப்பையும் உட்கார்ந்த இடத்திலேயே தாள் மீது வரைந்து

விடுவார். அப்படி ஒரு வடிவமைப்பாளர். அவருக்குத் தெரியாததே கிடையாது. தச்சு, காரைவேலை ஓவியம், தையல், சமையல், பழுது பார்ப்பது, வடிவமைப்பது எல்லாம் தெரியும். முன்பு மது, மாது, மாமிசம் எல்லாம் இருந்ததாம். காந்தி பாய்இன் தாக்கத்திற்கு ஆளாகி சைவ உணவுக்காரனாக மாறிவிட்டான். பிரம்மச்சாரியாக கடைசிவரை இருந்து விட்டான். மது அருந்துவதை முழுமையாக விட்டு விட்டான். ஜோகன்ஸ்பர்க்குக்கு வெளியே அவனுடைய 1110 ஏக்கர் நிலம் இருந்தது. அதை போராட்டம் முடியும்வரை வைத்துக் கொள்ளுங்கள் என்று இந்தியர்களுக்குக் கொடுத்து விட்டான். 'நம்மை சுற்றி இருப்பவர்களுக்கு சிரமம் கொடுக்காமல் 'சரி' என்பதை அடையாளம் காண்பது முக்கியம். டால்ஸ்டாய் செய்ததும் அதைத்தான். இப்போது நானும் அதைத்தான் செய்கிறேன்' என்று தன் அண்ணன் சைமனுக்குக் கடிதம் எழுதினான். டால்ஸ்டாய்இன் மிகப் பெரிய அபிமானி. பாய் இன் தம்பியா, நண்பனா எதுவும் சொல்ல முடியாது. அப்படி அவருடன் இணைந்திருந்தான். எங்கள் மிலி கர்ப்பமாகி, போலாக் வீட்டிற்கு ஒரு குழந்தை வந்த பின், பாய், கலென் இருவரும் தங்களுக்கு என்று சிறப்பான 'த கிரால்' என்ற வீட்டை ஜோகன்ஸ்பர்க்இல் கட்டிக் கொண்டார்கள். நாங்கள் அப்போது ஆசிரமத்தில் இருந்தோம். காலை ஐந்து மணிக்கே எழுந்து, வீட்டு வேலை, தோட்ட வேலை எல்லாம் முடித்து விட்டு, நடந்தோ அல்லது சைக்கிள் மிதித்துக் கொண்டோ பட்டிணத்திற்கு வேலைக்குப் போவார்கள். ஜோகன்ஸ்பர்க்இன் அந்த வெள்ளையர்கள் வசிக்கும் பகுதியில் வேலையாட்கள் இல்லாத ஒரே வீடு அவர்களுடைய வீடுதான். வேலையில் பெண்கள் வேலை, ஆண்கள் வேலை என்று எதுவும் கிடையாது என்பதை புரிய வைத்தது கலென் என்பார் பாய்.

மொத்தத்தில் காந்தி பாய், 'நான் பாதிப் பெண்' என்பதைப்போல மாற்றியவர்கள் இவர்கள். மோகன் என்ற இரும்பை காய்ச்சி வார்த்தது லண்டன். தென்னாப்பிரிக்கா அதை கட்டமைத்தது. நாட்டை விட்டு வெளியே போகாமல் இருந்திருந்திருந்தால் என்று சில சமயம் நினைப்பேன். அதிலும் மிலி, சோன்யா போன்ற பெண்கள், ஹென்றி, கலென் போன்றவர்கள் நாள் முழுக்க சர்ச்சை செய்வார்கள். பேச்சுக்குப் பேச்சு வாக்கு வாதம் நடக்கும். இல்லை என்றால் காந்தி பாய் ஒரு பக்கா இந்திய ஆண் மகனாகாவே இருந்திருப்பார் என்று பலமுறை எனக்குத் தோன்றி இருக்கிறது.

அது இருக்கட்டும். பாய்இன் பெண்மைக்கு அதிகமாகப் பெண்கள் அவரை நம்பினார்கள். பாய் ஒன்றும் பார்க்க அழகானவர் அல்ல. கட்டுமஸ்தானவரும் அல்லவே அல்ல. கண்ட கண்ட பெண்களை கொஞ்சுவது பின்னால் சுற்றுவது – புகழ்ச்சி செய்வது இப்படி எதுவும் கிடையவே கிடையாது. மிகப் பெரிய பிடிவாதக்காரன். நகை, ஆடை, வியாமோகம், வெட்கம் என்ற பெண்களின் மோகத்தின் தோல்கள் ஒவ்வொன்றையும் உரிப்பார். திட்டுவார். ஆனாலும் எல்லா இடங்களிலும் அவர் பேச்சுக்குப் பெண்கள் மயங்கி அவருக்காக என்ன வேண்டுமென்றாலும் செய்யத் தயாராவார்கள். அநேகமாக அவர் பெண்மை குணம் நிறைந்த பேச்சில் கருணையும், அக்கறையும் நிறைந்திருக்கலாம். அந்தத் தொனியின் அமைதிக்கு எல்லோரும் மனம் தோற்று விடுவார்கள் என்று தோன்றும்.

அதிலிருந்து நானும் விலக்கல்ல.

★★★

திண்டி - நடாலிலிருந்து டிரான்ஸ்வாலுக்கு

குழந்தை, துண்டு பூமிக்கும் தாகராறுகள் நடப்பதைக் கேட்டிருப்பாய். மற்றவர்களை விடு, கூடப் பிறந்த அண்ணன் தம்பிகளுக்கு நடுவே எத்தனை சண்டை, அடிதடி, கொலைகள் நடப்பதும் உண்டு. ஆனால் இந்த கலெனா என்பவனுக்கு மிகப் பெரிய மனசு. இல்ல என்றால் ஆயிரக்கணக்கான ஏக்கர் நிலத்தை வாழ்க்கை முழுதும் இப்படி விட்டுக் கொடுத்திருப்பானா.

எளிமை, சுய உதவி, கடுமையான வாழ்க்கை முறையை சத்தியாகிரகி தன் சொந்த வாழ்க்கையில் கடைபிடிக்க வேண்டும் என்பதற்காக ஃபீனிக்ஸ் ஆசிரமம் தொடங்கியது. அதன் தொடர்ச்சியாக டால்ஸ்டாய் பண்ணையை 1910ல் ஆரம்பித்தோம். டால்ஸ்டாய் இறந்த ஆண்டு அது தொடங்கி நாங்கள் திரும்பும்வரை, என்றால் நான்கு ஆண்டுகள் நடந்தது. இந்திய சத்தியாகிரகிகளின் குடும்பங்கள் திக்கற்றுக் கிடந்தன. அவர்களை எல்லாம் ஒரு பக்கம் நிலைப்படுத்த டால்ஸ்டாய் ஆசிரமம் தொடங்கப்பட்டது. அது ரஸ்கின் மற்றும் டால்ஸ்டாய் அவர்களின் இலட்சியத்தைப் போல வாழச் செய்த இரண்டாவது பரிசோதனை.

அங்கே முதலில் போனவர் காந்தி பாய், மணிலால், கலெனா. அந்த ஆயிரம் ஏக்கர் நிலத்தில் மேடு, பள்ளம், குன்று, வெளி, முற்புதர், மரஞ்செடிகள் நிறைந்திருந்தன. எந்திரங்களை உள்ளே கொண்டுவராமல், மனிதர்கள் தங்கள் கைகளாலும் உபகரணங்களாலும் நிலத்தை சமன் படுத்தவேண்டும். தங்கள் வீட்டை தாங்களே கட்டிக்கொள்ள வேண்டும். நடால் காங்கிரஸ் உட்பூசலுக்கு சலித்துப் போய் பாய் சில நாட்கள் எல்லாவற்றிலிருந்தும் விலகி இருந்தார். அதனால் எப்போதும் பண்ணையிலேயே இருப்பார். ஹென்றி, மிலி,

கலெனா எல்லாம் ஒரே இடத்தில் இருந்தோம். 'ஃபீனிக்ஸ்இல் இருந்ததுபோல டால்ஸ்டாய் பண்ணையில் தலையைக் குடையும் கவலைகள் இருக்கவில்லை. 'நானும், மகன்லாலும் உடல் சிரமத்தில் தொடங்கி இருக்கிறோம்' என்று யாருக்கோ கடிதத்தில் எழுதி இருந்தார். 1911ல் நானும், பிள்ளைகளும் அங்கே போனோம்.

எல்லோரும் விடிகாலையில் எழுந்து விடுவோம். ஆண்களும், பிள்ளைகளும் கோதுமை அரைக்க உட்காருவார்கள். காந்தி பாய் முதலில் உடல் பயிற்சி. பிறகு அரைப்பதும் மற்ற வேலைகளையும் செய்வார். அவருடைய உடல் பயிற்சி என்றால் ஸ்கிப்பிங். ருசியானதை விரும்பிச் சாப்பிடும் பழக்கமே கிடையாது. அவர் எதையோ கொஞ்சம் தின்று வேலையைத் தொடங்கி விடுவார். நாங்கள் பிள்ளைகளுக்கு பாடம் சொல்லிக் கொடுப்போம். மாலை எல்லோரும் சேர்ந்து உணவருந்துவோம். பிரார்த்தனை, பஜனை தினமும் நடக்கும். அன்று நடந்தவைகளைப் பற்றி கலந்துரையாடலும் இருக்கும். அதில் பெண்களும் பங்கு பெறவேண்டும்.

தமிழ், இந்து, முஸ்லிம், கிறுஸ்த்துவ, ஆப்ரிக்க மக்கள் எல்லோரும் ஆசிரமத்தில் இருந்தோம். 50 பெரியவர்கள் 30 குழந்தைகள் இருந்தார்கள். காலை ஆறு மணியிலிருந்து எட்டு மணிவரை உடல் உழைப்பு. பத்தரையிலிருந்து மாலை நான்கு மணிவரை வகுப்புக்கள். மாலை ஐந்தரைக்கு உணவு. பிள்ளைகளுக்கு தினமும் எட்டு மணி நேரம் பயிற்சி. இரண்டு மணி நேரம் கல்வி. மற்றவை கை வேலைகள். ஆறிலிருந்து பதினாறு வயதுவரையிலான மாணவர்கள் இருந்தார்கள். காலை பத்தரையிலிருந்து நான்கு வகுப்புக்களை காந்தியே மாணவர்களுக்கு சொல்லிக்கொடுப்பார். திங்கட்கிழமையிலிருந்து சனிக்கிழமைவரை ஆசிரியர் மாணவர்களுக்கு உப்பு, பருப்பு, காய்கறி கிடையாது. பழங்கள் மட்டுமே. முக்கியமாக வாழைப் பழம், ஆப்பிள் மட்டுமே. கூடவே பிரெட், ஆலிவ் எண்ணெய், சோறு மற்றும் கஞ்சி. மாலை ஐந்தரைக்கே சாப்பாடு. வாரம் ஒருமுறை காந்தி ஜோகன்ஸ்பர்க் போய் வருவார்.

உண்மை, பயமின்மை, எளிமை இந்த மூன்றையும் விழுமியங்களாக செயல்படுத்த வேண்டும் என்று காந்திஜி சொல்வார். பெருக்குவது, துடைப்பது, தண்ணீர் எடுத்து வருவது போன்ற வேலைகள் மிகவும் மதிப்பான வேலைகள். அவை மனிதனின் மானசீக, சாமுதாய மற்றும் தார்மீக வளர்ச்சிக்கும், ஆளுமையை வடிவமைத்துக் கொள்ளவும் தேவை என்று கூறுவார். தானும் செய்து மற்றவரிடமும் செய்ய வைப்பார்.

கார்டெஸ் என்ற ஒரு பாதிரியார் ஆசிரமத்திற்கு வந்திருந்தார். மற்ற பாதிரியார்களைப் போல அவர் இருக்கவில்லை. தியாசபிஸ்ட் என்ற ஒரு பிரிவாக கிறுஸ்த்துவ மதத்திலிருந்து விலகி இருந்தார். அவருக்கு மற்ற வெள்ளையர்களுடன் இருக்க முடியவில்லை. காந்திஜிக்கு மிகவும் நெருங்கியவராக இருந்தார். அவர் எங்கள் வீடுகளுக்கு அருகிலேயே தங்கள் வீட்டை கட்டிக் கொண்டார். காந்திஜியைப் போலவே எந்த வேலையையும் செய்வார். பிள்ளைகளுடன் அதிகமாகப் பேசுவார். எங்கள் பிள்ளைகளுக்கு ஆங்கிலம் சொல்லிக் கொடுப்பார். அவருக்கு என்னுடன் பேசவேண்டும் போல இருக்கும். நான் அவர் முன்னால் போவதே இல்லை. சாப்பாட்டு மேசை மீது அவர் முன்னால் உட்கார்ந்து சாப்பிட முடியவே இல்லை.

இப்படி சில காலம் காந்திஜி அரசியலிலிருந்து விலகி இருந்து எங்களுடன் இருந்துகொண்டே, வாசித்துக் கொண்டும், எழுதிக் கொண்டும் ஆசிரம வாழ்க்கையை மேன்படுத்துவதைப் பற்றி சிந்தித்துக் கொண்டும், வக்கீல் தொழில் செய்துகொண்டும் இருந்துவிட்டார். கடிதம் எழுதிக் கொண்டும், பத்திரிகைகளுக்கு எழுதிக்கொண்டும், வந்தவர்களை சந்தித்துக் கொண்டும், கலந்துரையாடல் செய்து கொண்டும், அற நூல்களை வாசித்துக் கொண்டும் இருந்தார். அவர் கவனத்தை ஈர்க்கவும், நெருங்கவும் ஆசிரமத்தில் போட்டி இருக்குமோ என்று தோன்றும். அவர் நியதிகளை அவரை விடவும் நன்றாகக் கடைபிடிக்க எல்லோரும் தயாராக இருந்தார்கள். அப்போது திடீரென்று போராட்டத்தில் இறங்க வேண்டிய ஒரு சூழ்நிலை ஏற்பட்டது. அது இதுவரை சேகரித்து வைத்திருந்த வலுவை எல்லாம் திரட்டி மீள போராடும்படி செய்தது.

1911 ஆண்டாக இருக்க வேண்டும். வெளிநாடுகளில் இருந்து குடும்பத்தை அழைத்து வரும்போது மனைவி ஒருத்தியைத் தான் அழைத்து வரவேண்டும் மற்றும் அவள் மனைவிதான் என்பதற்கு சான்றிதழ் தரவேண்டும் என்ற சட்டம் வந்தது. அதிசயமாக இருக்கிறதல்லவா? இந்தியாவில் மனைவி என்பதற்கு என்ன சான்றிதழ் இருக்கிறது. கழுத்தில் தாலி, உடன் இருக்கும் கணவன், கையில் இருக்கும் பிள்ளைகள் நம் சான்றிதழ். ஆனால் ஆங்கிலேயர்கள் எல்லாவற்றிற்கும் ஆவணங்கள் கேட்டனர். திருமண சான்றிதழ் இல்லை என்றால் 'வைப்பாட்டி' என்று சொன்னார்கள். அந்த சொல்லைக் கேட்டவுடன் எனக்கு எரிச்சலாக இருந்தது. 'அவர்கள் யார் நம்மை வைப்பாட்டி தரத்திற்கு இழிவுப் படுத்துபவர்கள். நடங்கள்,

நானும் சத்தியாகிரகம் செய்கிறேன், சிறைக்கு வருகிறேன்' என்று சொல்லிவிட்டேன்.

பார் குழந்தை, எதுவாகவே இருக்கட்டும், நம் அடி சுடும்வரை அதன் சூடு தெரியாது. இதற்கு நான் சாட்சி. தேவதாஸ் பிறந்த பிறகு இருக்கலாம், ஒருமுறை என் அலங்காரம், சிங்காரத்தைப் பற்றி பேச்சு வந்தது. காந்தி பாய் சூசகமாகச் சொன்னார் என் தங்க நகைகளை கழற்றிக் கொடுக்க. நான் சம்மதிக்கவில்லை. பன்னிரண்டு ஆண்டுகள் கடந்த பிறகு நான் எல்லாவற்றிற்கும், சிறைக்கும் போக தயாராக இருந்தேன். பணம் காசு ஏற்பாடு செய்ய எல்லா நகைகளையும் கழற்றிக் கொடுக்கத் தயாரானேன். இதுவரை நாங்கள் கணவன் மனைவியாக இணைந்து வாழந்தது சட்ட ரீதியான அங்கீகாரத்துடன் இல்லை என்றால் எங்களுடையது திருமணமே அல்ல, நாங்கள் கணவன் மனைவியே அல்ல என்றால் எப்படி சும்மா இருப்பது? காந்தி பாயிடம் நானும் சிறைக்கு வருகிறேன் என்றேன்.

என் உற்சாகம் காந்திஜிக்கு மிகவும் மகிழ்ச்சியை அளித்தது. இது ஒன்று மட்டுமல்ல, இந்தியர்களுக்கு எதிராக இருந்த இது போன்ற எல்லா அநீதியான சட்டங்களையும் திரும்பப் பெறவேண்டும் என்று சத்தியாகிரகம் தொடங்கியது. ஆயிரக் கணக்கான இந்தியர்கள் சட்டத்தை மீறி எல்லையைக் கடக்க கால்நடையாக புறப்பட்டோம்.

ஒரு நேரம்–காலம் பார்த்து பக்தர்கள் ஒரு ஊரிலிருந்து ஏதோ கடவுள் இருக்குமிடத்திற்கு சிரத்தை பக்தியுடன் ஊர்வலம் போவார்கள். அதை வீதிவலம் என்று சொல்வார்கள். எங்களுடையதும் அதுபோல வீதிவலம்தான். 1913 என்று நினைக்கிறேன், நடாலியாவின் நியூ கேஸல்லிருந்து டிரான்ஸ்வால் எல்லையின் டால்ஸ்டாய் பண்ணை வரை கால்நடையாக அணிவகுப்பு நடந்தது. நதியைக் கடக்க தண்டால்காரனின் அனுமதி எதற்கு என்று அனுமதி பெறாமலே மாநிலங்களுக்கு இடையே இந்தியக் கூலிகள் நடமாடினார்கள். தம்பி நாயுடு, ஹென்றி கலென், மிலி, சோன்யா வெஸ்டர் போன்ற வெள்ளையர்களும், இன்னும் பல காந்தி பாயின் நண்பர்கள் வட்டமும் அணிவகுப்பின் வெற்றிக்கு பகல் இரவு வேலை செய்தார்கள். அதுவரை தென்னாப்பிரிக்காவில் இருந்த பல மக்கள் நம்மாலும் இப்படி ஒரு முயற்சி சாத்தியம் என்று நினைக்கவே இல்லை. அந்த யோசனை காந்தி பாயிக்கு தோன்றியது மட்டுமல்ல, அதை பகல் இரவும் இடைவிடாமல் வேலை செய்து, மனதில் தோன்றியபடி செயல்படுத்த முயன்றார்.

இந்த சத்தியாகிரகம் தொடங்கியது முதல் பாய் ஒரு வாரம் 'ஆத்ம சுத்தி' உண்ணா விரதம் இருந்தார். பிறகு ஒட்டு மொத்தமாக பதினேழு முறை உண்ணாவிரதம் இருந்திருக்கலாம். இது அவருடைய முதல் முயற்சி. அப்படி ஒரு சாத்தியக்கூறு இருப்பதை தெரிவித்த உண்ணாவிரதம் அது. நாங்கள் அவ்வப்போது டால்ஸ்டாய் பண்ணையில் இருந்தாலும் ஃபீனிக்ஸ் பண்ணையில் இந்த உண்ணாவிரதம் நடந்தது. எனக்குத் தோன்றுவது என்ன என்றால், இந்த உண்ணாவிரதத் தருணங்களில் அவர் தென்னாப்பிரிக்காவில் எங்களுக்கு மீதமிருக்கும் மற்ற வேலைகள், அவற்றைத் தீவிரப்படுத்தவேண்டிய செயல்கள் மற்றும் இந்தியாவிற்குத் திரும்பிப் போவது எப்போது என்ற முடிவுகளை எடுத்தார் என்று.

கால்நடை சத்தியாகிரகம் ஆரம்பமான முதல் இரண்டு மாநிலங்களின் இந்தியர்கள், அவர்களின் அமைப்புக்கள், இந்தியத் தலைவர்கள், வெள்ளைக்கார நண்பர்கள், வக்கீல்கள், வியாபாரிகள், உள்ளூர் ஆட்சியில் இருந்த எல்லோருடனும் நாட்கணக்கில் கலந்துரையாடல்கள் நடந்தன. பெண்களுடன் நான், மிலி, சோன்யா பேசினோம். அக்டோபர் மாதக் கடைசி, 29ஆம் தேதி கால்நடைபோராட்டம் ஆரம்பமானது. முதலில் டால்ஸ்டாய் பண்ணையின் பெண்கள் டிரான்ஸ்வால் எல்லையைத் தாண்டி நடாலின் நியூ கேஸல் சுரங்கப் பகுதியை அடைந்தோம். சுரங்க தொழிலாளிகள் போராட்டத்தில் இருந்தார்கள். அவர்களும் எங்களுடன் இணைந்து கொண்டார்கள். முடிவில் எல்லோரும் சேர்ந்து நடாலின் சார்லஸ் டவுனிலிருந்து டிரான்ஸ்வால் எல்லையை நோக்கி நவம்பர் 6ம் தேதி இருக்கவேண்டும், புறப்பட்டோம். ஊரில் தீபாவளி பண்டிகைப் பட்டாசு வெடிக் கொண்டாட்டம், எங்களுக்கு போலீசாரின் தடியடி.

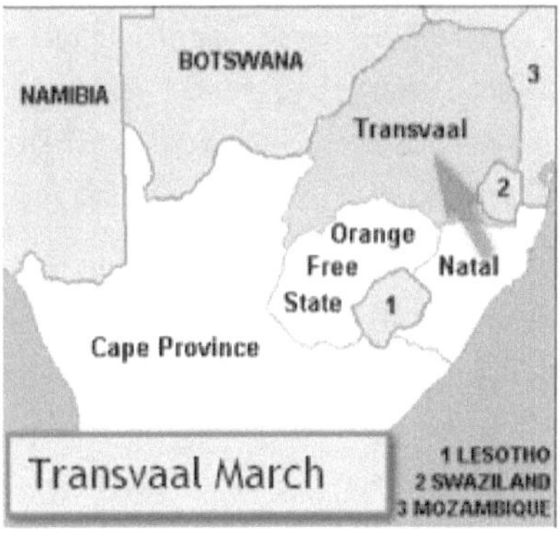

மொத்தம் 127 பெண்கள், 57 குழந்தைகள், 2000 ஆண்கள் நடந்தோம்! பல பேர் இதற்காக இடைவிடாமல் வேலை செய்து திட்டம் தயார் செய்தார்கள். நாளுக்கு 24 மைல் நடந்தோம். 2000 பேர் ஒன்றாக நடந்து கொண்டிருந்தோம். 2000 மக்கள் ஒன்றாக நடப்பது என்றால் சும்மாவா.

குழந்தை, ஒருமுறை கண்மூடிக்கொண்டு உன்னை இந்த கால்நடைப் போராட்டத்தில் இருப்பதாக ஊகித்துக்கொள். தினசரி வேலைகள், வீட்டுப் பாதுகாப்பு போன்ற சுகங்களை எல்லாம் விட்டு விட்டு அத்தனை மக்களும் எதற்காக நடந்திருக்கலாம் என்று புரியும். வழி நெடுக இருக்கும் மசூதி, நதிக் கரை, பள்ளிகளில் தங்குவோம். அந்தந்த ஊரின் இந்தியர்களோ அல்லது இரக்கமிக்க வியாபரிகளோ உணவு, பலகாரம், தண்ணீர், தங்கும் ஏற்பாடு செய்வார்கள். சில நேரம் அவை எதுவும் கிடைக்காமல் பிரெட், பழங்களைத் தின்று நடந்தோம். பாட்டு, பேச்சு, பிரார்தனை, கோஷம், இடையில் வெவ்வேறு சமுதாயத்தின் தொழிலதிபர்கள் – மாநிலங்களின் இந்திய தலைவர்கள் சொற்பொழிவாற்றினார்கள். சோர்ந்து போனாலும் எல்லோரும் உற்சாகத்துடன் நடந்தார்கள். காந்தி பாய் போராட்டத்தில் பின்னால் இருப்பார். எல்லோர் தலை மீதும், கக்கத்திலும் கூடைகள், பைகள் இருக்கும். பெண்கள் இடுப்பில் குழந்தைகள் இருந்தார்கள். யாரோ நாட்டுப் பற்று உள்ள ஒருவர் எல்லோருக்கும் காலணிகளை வழங்கினார். ஆனால் பூட் அணிந்து பழக்கமில்லாத இந்தியக் கூலிகள் பூட் லேசை சேர்த்துக் கட்டி தோள் மீது போட்டுக்கொண்டு வெறும் காலில் நடந்தார்கள். எல்லோர் மனதிலும் இருந்த கோபம் சங்கடம் காலுக்கு வலுவைத் தந்தது.

கால்நடைப் போராட்டத்திற்கு நாங்களே விதித்துக்கொண்ட சில நியமனங்கள் இருந்தன. சத்தியாகிரகிகள் யாரும் சாராயம் குடிக்கக் கூடாது; பீடி போன்ற பழக்கங்களுக்கு பணம் செலவு செய்யக் கூடாது; யாரிடமுமிருந்து எதையும் வேண்டக்கூடாது; திருட்டு, மோசடி, விபச்சாரம் செய்யக்கூடாது; காந்தி பாயை இடையில் கைது செய்தாலும் மற்ற தலைவர்கள் சொற்படி நடக்கவேண்டும்' போலீஸ்காரர்களுடன் தகராறு செய்யக்கூடாது; அவர்கள் அடித்தாலும், உதைத்தாலும் பொறுத்துக்கொள்ள வேண்டும்; அமைதியாக இருக்க வேண்டும்; இரவு தங்கும் இடங்களை அசுத்தம் செய்யக் கூடாது; நடக்கும் பாதையோரங்களின் தூய்மையில் கவனம் செலுத்தவேண்டும் என்று மீள மீள எல்லோருக்கும் சொல்வார். சபதத்தைப் போல எல்லோரையும் சொல்ல வைப்பார்.

ஆயிரமாயிரம் மக்கள் பத்துப் பதினைந்து நாட்கள் உரிமையைக் கேட்டு நடந்தது, அதுவரை எந்த நாடும் காணாத, கேளாத அந்த நிகழ்வு உலகையே அதிர்ச்சியுறச் செய்தது. இடையிலேயே அதைத் தடுத்து நிறுத்த வேண்டுமென்ற பல திட்டங்களையும்,

முயற்சிகளையும் செய்தார்கள். ஆனால், 'கூலி'களிடம் அதிகமாக ஆவேசம் நிறைந்திருந்தது. தங்களுக்கு எதிரான சட்டங்களை திரும்பப் பெறும்வரை நடப்பதாக தெரிவித்தார்கள். இடையில் போலீசார்கள் வந்தார்கள். இராணுவம் வந்தது. படையணிகள் வந்தன. எல்லையை நெருங்கி வந்தபோது காந்தி பாய், கலெனா, ஹென்றி, தம்பி, மிலி, சோன்யா முன்னால் நடந்தார்கள். ஒன்பதாம் நாள் காந்தி பாய் கைது செய்யப்பட்டார். உடனே ஹென்றி, கலெனா போய் ஜாமீன் வாங்கி வந்தார்கள். ஜாமீன் கிடைத்ததுதான் தாமதம், எல்லோரும் காரில் வந்து இறங்கி, ஓடிவந்து கால்நடைப் போராட்டத்தில் இணைந்து கொண்டார்கள். பாயை மீண்டும் கைது செய்தார்கள். மீண்டும் விடுதலையானார். மீளவும் கைது செய்தார்கள். போலீசாரின் தடுப்புச் சுவரையும் தகர்த்தி ஆயிரமாயிரம் மக்கள் டிரான்ஸ்வால் எல்லையைத் தாண்டினார்கள். எல்லை அருகே நானும், மற்ற பெண்களும் கைது செய்யப்பட்டு சிறைக்குப் போனோம். மற்றவர்கள் தலைமையில் போராட்டம் தொடர்ந்தது. பன்னிரண்டாம் நாள் எல்லையைத் தாண்டிய பிறகு போராட்டம் முடிவடைந்தது. ஆனால் எதிர்ப்பு நிற்கவில்லை. எல்லையைத் தாண்டிய பிறகு வெவ்வேறு வகையான சத்தியாகிரகங்கள் தொடர்ந்தன. கைது, விடுதலை, கடிதப் போக்குவரத்து, உண்ணாவிரதங்கள் தொடர்ந்தன.

நம் மக்கள் கிளர்ந்து எழுந்தார்கள். கைது, தடியடிகளை எதிர்த்து வெவ்வேறு ஊர்களில் ஹர்தால்கள் நடந்தன. பலருக்கு அடி உதைகள் விழுந்தன. சிலர் இறந்தார்கள். ஆயிரக் கணக்கோர் சிறை சென்றார்கள். ஜாமீன் இல்லாமல் காந்தி பாயும், மற்றவர்களும் கைது செய்யப்பட்டார்கள். அப்போதே அவர்கள் மூன்று நான்கு முறை சிறை சென்று திரும்பி இருந்தார்கள். இப்போது ஒருவேளை உணவை கைவிட்டு சத்தியாகிரகத்தைத் தொடர்ந்தார்கள். சத்தியாகிரகிகள் ஆனவர்கள் எல்லாம் ஒருவேளை உணவை விலக்கி கால்நடைப் போராட்டத்தில் ஈடுபடுபவர்களுக்கு ஆதரவு அளிக்க வேண்டுமென்று கேட்டுக் கொண்டார்கள்.

எங்கள் பத்திரிகை இண்டியன் ஒபீனியன் அவற்றை செய்தியாக விவரமாக வெளியிட்டது. தென்னாப்பிரிக்கா வெள்ளையர்களின் நாடக மட்டுமே ஆகிவிடக்கூடாது என்று காந்தி பாய் பத்திரிகையில் எழுதினார். சுமார் ஐம்பதாயிரம் சுரங்கத் தொழிலாளிகள் வேலை நிறுத்தப் போராட்டம் செய்தார்கள்.அவர்களுடன் இணைந்து சர்க்கரை தொழிற்சாலை, உணவகங்கள், சந்தை எல்லா இடங்களிலும்

வேலை நிறுத்தப் போராட்டம் செய்தார்கள். எல்லா இடங்களிலும் வேலையாட்கள் இல்லாமல் உற்பத்தி, விநியோகம் நின்றுபோனது. வீட்டில் வேலை செய்பவர்கள் இல்லாமல் போனார்கள். அந்த நாட்டில் அவரவர் வீட்டு வேலைகளை அவரவர்களே செய்துகொள்வது குறைவு. வீட்டு வேலைகளைச் செய்ய கறுப்பர்களோ, அடிமைகளோ, ஏழைகளோ கண்டிப்பாகத் தேவை. அங்கே இருக்கும் கறுப்பர்களிடமிருந்து நேர்த்தியாக, ஒழுங்காக வீட்டு வேலைகளை செய்ய வைப்பது சிரமம் என்று இந்தியர்களை வேலைக்கு வைத்துக் கொள்வார்கள். பணிவுடனும், அடிக்கடி ஊருக்குப் போகாமலும், தங்கள் பங்கிற்கு வந்த வேலைகளை செய்துகொண்டிருந்த நம்மவர்கள் மீது அங்கே இருக்கும் பெண்களுக்கு மிகவும் அன்பு. ஊதியம் அதிகம் என்று தோன்றினாலும் இந்தியர்களை வேலையில் வைத்துக் கொள்வார்கள். சத்தியாகிரகத்தால் அவர்களுக்கு தொந்தரவு ஏற்பட்டது.

இவை எல்லாம் நடந்துகொண்டிருந்த போது காந்தி பாயின் செயலாளர் சோன்யாவின் வழியாக எப்போதும் தங்கள் குருவான கோபால கிருஷ்ண கோகலே அவர்களுடன் தொடர்பு வைத்துக் கொண்டிருந்தார். அவருடைய பரிந்துரையின் படிதான் தன் செயல்களைப் பற்றிய முடிவெடுப்பார். ஒரு நாளைக்கு இரண்டு மூன்று தந்திகள் அவரிடமிருந்து வரும். பாய் கூட அனுப்பி வைப்பார். அந்தத் தருணத்தில் பாய் ஐரோப்பிய ஆடைகளை கைவிட்டார். பால் அருந்தவதை விட்டார். பசுமையான மற்றும் உலர்ந்த பழங்களை மட்டுமே சாப்பிடத் தொடங்கினார். அவரைப் போல அல்லாவிட்டாலும், நானும் வண்ண வண்ண, விலையுயர்ந்த சேலைகளை உடுத்துவதை விட்டேன். என்னிடம் இருந்ததும் குறைவு. நகைகள் எல்லாம் கணவன் பேரிஸ்டர் ஆவதற்கு கரைந்து போயிருந்தன. புதிதாக விலையுயர்ந்த சேலைகளை சேகரிக்கவில்லை. பருத்தி சேலைகளையே உடுத்தத் தொடங்கினேன்.

இந்தியாவில் தென்னாப்பிரிக்க செயல்களைப் பற்றி தீவிரமான எதிர்வினைகள் காணத் தொடங்கின. இங்கே என்ன நடக்கிறது என்பதைப் பற்றி அங்கே பத்திரிகைகளும், அமைப்புக்களும், மக்களும் எச்சரிக்கையுடன் கவனித்தார்கள். போராட்டம் செய்யும் குடும்பத்தார்களுக்கு உதவ நிதி சேகரிக்கத் தொடங்கினார்கள். கவிஞர் ரவீந்திரநாத தாகூர், கோபால கிருஷ்ண கோகலே, மதராசின் பிஷப், வைஸ்ராயாக இருந்த லார்ட் ஹார்டிஞ்ஜ் , போர்பந்தரின் ஆங்கிலேய ஏஜன்ட் போன்ற பலர் சேர்ந்து நிதிக்கு பணம் கொடுத்தார்கள். நாங்கள்

என்றும் ஆந்திராவுக்குப் போயிருக்கவில்லை. அப்போதே பத்து ஆண்டுகள் கடந்திருந்தன இந்தியாவுக்கு வந்துபோய். ஆனாலும் இந்த விஷயத்தைப் பற்றி ஒரு தெலுங்கு நாடகம் தயாரானதென்று செய்தி வந்தது. எல்லா இடங்களில் இருந்தும் பணம் சேகரித்து தென்னாப்பிரிக்க இந்தியர்களுக்கு அனுப்பி வைத்தார்கள்.

காந்தி பாய் நான்கு முறை சிறைக்குச் சென்று வந்திருந்தார். நான் இரண்டு முறை போய் வந்திருந்தேன். அந்தத் தருணத்தில் ஒரு பாதிரியார் நாங்கள் இருந்த இடத்திற்கு வந்திருந்தார். சார்லி ஆண்ட்ரூஸ் என்பவர். பார்க்கவும், செயல்பாடுகளிலும் சாதுவைப் போலவே இருந்தார். கோகலேயின் நண்பர். பிரிட்டிஷ் ராணியிடமும், ஆங்கிலேய அரசிடமும் எப்போதும் நமது சார்பாகவே வாதம் செய்வார். பத்திரிகையை வெளியிட உதவியாக இருந்தார். அவர் இந்தியர்களுக்கும் ஆங்கிலேயர்களுக்கும் இடையே பாலமாக இருந்தார். பாபுவின் அகிம்சை கிறிஸ்த்துவ கோட்பாட்டிற்கு நெருக்கமாக இருக்கிறது என்று பாராட்டினார். யாரும் காந்தி பாயை அவர் பெயர் சொல்லி அழைக்கமாட்டார்கள். அவர் ஒருவர்தான் மோகன்தாஸ் என்று அழைத்தார். அவரை பாய் சார்லி என்று அழைப்பார். அவ்வளவு நட்பாக இருந்தார்கள். தென்னாப்பிரிக்கப் போராட்டத்தை முடித்துக் கொண்டு இந்தியாவிற்கு வரவேண்டுமென்றும், தேசியப் போராட்டத்தில் பங்கேற்க வேண்டுமென்றும் பாய் மனதைக் கவர ஆண்ட்ரூஸ் அவர்களை கோகலே தென்னாப்பிரிக்காவிற்கு அனுப்பி வைத்திருந்தார். அவர் எங்கள் ஆசிரமத்திலேயே தங்கி இருந்தார்.

ஆண்ட்ரூஸ் தென்னாப்பிரிக்க வெள்ளையர்களையும், ஆங்கிலேய அரசையும் சந்தித்தார். அவர் மட்டுமல்ல, வெகுவான வெள்ளையர்களும், ஆங்கிலேயர்களும் எங்களுடன் தங்கள் உயிர் கொடுத்துப் போராடினார்கள். தென்னாப்பிரிக்காவின் ஒரு சில இந்தியக் கூலிகளை கட்டுப்படுத்த பல சட்டங்களைப் போட்டால் இந்தியாவின் முப்பது கோடி மக்களையும் சீண்டுவது போலாகும் என்ற உணர்வு தென்னாப்பிரிக்க ஆட்சிக்குப் புரிந்தது. முடிவில் 1914 ஜனவரியில் ஒரு ஒப்பந்தத்தில் காந்தி பாய் கையொப்பமிட்டார். என்ன அந்த ஒப்பந்தம்? இந்தியர்களுக்கு எதிராக இருந்த சட்டங்களை திரும்பப் பெற்று பரிகாரம் செய்வதாக உறுதி அளித்தார்கள். மூன்று பௌண்ட் சிறப்பு வரி விலக்கப்பட்டது. பதிவுச் சட்டத்தை திரும்பப் பெற்றுக் கொண்டார்கள்.

இனி எங்கள் வேலை முடிந்தது என்று தோன்றியது. நாங்கள் 1914 ஜூலையில் தென்னாப்பிரிக்காவை விட்டுச் செல்ல முடிவு செய்தோம். எங்களை வழியனுப்ப டர்பனில் ஒரு பெரிய நிகழ்ச்சி நடந்தது. பிரிவு உபசார விழாவின் முக்கிய விருந்தாளி யார் தெரியுமா? ஜெனரல் ஸ்கூட் மற்றும் ஜெனெரல் போதா. அவர்கள் காந்தி பாயை தங்கள் எதிரி என்று நினைத்தவர்கள். அவர்களுடன் நடாலியின் பிஷப்பும் இருந்தார். எல்லோரும் காந்தி பாயையும் அவர் போராட்டத்தையும் புகழ்ந்தார்கள். ஸ்கூட் மட்டும் பாய் போராட்டம் செய்யும் தருணம் நாங்கள் நுனிக் காலில் எச்சரிக்கையுடன் நிற்கவேண்டி இருந்தது என்று சொன்னார்.

ஆகஸ்டில் இங்கிலாந்திற்குப் புறப்பட்டோம். எனக்கு மற்ற நாடுகளைப் பார்க்கும் ஆசை ஒன்றும் அதிகமாக இருக்கவில்லை. எப்போதும் உடல் நலத்தைப் பற்றியே கவலை. காந்தி பாயின் அடுத்த செயல் என்னவென்று முடிவு செய்யும் முன் இந்தியர்கள் சார்பாக இருந்த சிலரை சந்திக்க வேண்டியிருந்தது. எங்கள் பெரிய மச்சான் என்றால் இலட்சுமிதாஸ் மச்சான் மிகவும் உடல்நிலை சரியில்லாமல் படுத்த படுக்கையாக இருந்தார். காந்தி பாயிற்கு ஒரு பக்கம் இந்தியாவிற்குத் திரும்பி கடைசி காலத்தில் முடிந்த அளவு அண்ணனின் சேவை

செய்ய வேண்டும் என்ற ஆசை. மற்றொரு பக்கம் இங்கிலாந்தின் வேலையை முடித்து விட்டுப் போகும் மனம். அப்போது முதல் உலகப் போர் ஆரம்பமாகி இருந்தது. பிரிட்டனில் போரில் காயமடைந்தவர்களை ஓரிடத்திலிருந்து மற்றொரு இடத்திற்கு எடுத்துச் செல்லும் இந்தியர்களின் குழு ஒன்றை தயார் செய்யும் வேலைகளில் காந்தி பாய் ஈடுபட்டார். ஆனால் அவருக்கு உடல்நிலை சரியில்லாமல் போனது. அதனால் நான்கு மாதங்கள் கடப்பதற்குள் 1915 ஜனவரியில் இந்தியாவிற்கு வந்து விட்டோம்.

இருபத்தி ஒரு ஆண்டுகளுக்குப் பிறகு காந்தி பாயும், பதினைந்து ஆண்டுகளுக்குப் பிறகு நானும் இந்தியாவிற்குத் திரும்பி

வந்தோம். ரொட்டி தேய்க்கும் உருளைக் கட்டையைத் தவிர மற்ற உருட்டுக்கட்டையைப் பார்த்திராத நான் மனிதர்களை அடிக்கும் அந்தத் தடியின் ருசியைப் பார்த்திருந்தேன். வீட்டு நான்கு சுவர்களுக்கு நடுவே கைதியாக இருந்த நான், கடல் கடந்து போய் வேறு நாட்டில் சிறையையும் பார்த்து வந்தேன். இயக்கம், போராட்டம் என்ற சொற்களே காதில் கேளாத குடும்பப் பெண், சத்தியாகிரகியாக மாறி இருந்தேன். பள்ளிக்குச் செல்லாதவள் எழுத்துக் கூட்டி செய்தித் தாள்களைப் படிக்கும் அளவிற்கும், எங்கள் பத்திரிகையின் குஜராத்தியில் இதழுக்கு சொல்லி எழுத வைக்கும் அளவிற்கும் எழுத்தறிவு கற்றிருந்தேன்.

இது பெருமையல்ல குழந்தை. எனக்குள் நடந்த மாற்றம். காந்தி பாயிடமும் நடந்த மாற்றம். அது ஒரேடியாக நடந்தது அல்ல. தயிர் மத்துக் கடைந்து வெண்ணெய் திரள்வது போல, வெண்ணெய் நெருப்பில் சிக்கி நெய் ஆவது போல மெல்ல நடந்த மாற்றங்கள். அதற்காகத்தான் இத்தனை விவரமாகச் சொன்னேன்.

★★★

மறுபடியும் இந்தியாவிற்கு

1915. லண்டனில் நான்கு மாதங்களைக் கழித்து விட்டு இந்தியாவிற்குத் திரும்பிக் கொண்டிருந்தோம். சுமந்துகொண்டு வரும் சாமான்கள் எதுவும் எங்களிடம் இருக்கவில்லை. எங்கள் நட்பு வட்டத்தில் இருப்பவர்கள் வீடு வீடாக அழைத்து விருந்து கொடுத்து பரிசுகளைக் கொடுத்திருந்தார்கள். ஆனால் அவற்றை எல்லாம் அங்கேயே விட்டு விட்டோம். அங்கு வாழ்ந்த நினைவும் ஊக்கமும் மட்டுமே போதும் என்பது பாயின் எண்ணம். அதனால் நாங்களும் எதையும், எப்போதும் எடுத்துச் சென்றதில்லை. பாய் வரும்போதும் கொண்டு வந்ததில்லை. நான் கடந்த முறை வந்தபோதும் எதையும் கொண்டு வர பாய் விடவில்லை. உறவுக்காரர்கள் என்ன நினைத்துக் கொண்டார்களோ தெரியாது. பிள்ளைகள் வீட்டுக்கு வந்தவர்களின் கையைப் பார்க்கும் போது ஏமாந்து போவார்கள் என்பதற்காகவாவது எதையாவது எடுத்துச் செல்ல வேண்டும் என்று தோன்றியது. ஆனால் என்னிடம் ஒரு தம்மடிக் காசும் இருக்கவில்லை. ஒருவேளை வைத்துக் கொண்டு அது பாய்க்கு ஏதாவது தெரிந்தால் அதற்கு மறுபடியும் அவர் மூன்று நாள் பிராயச்சித்த உண்ணாவிரதம் இருப்பார். அதெல்லாம் எதற்கு? வேண்டாம் என்று நான் வைராக்கியமாக இருந்துவிட்டேன். இப்போது நினைக்கிறேன், ஒரு வகையில் எனக்கு அது வாழ்க்கையை எளிதாக்கி விட்டது. எங்களுக்கு இருந்த உறவுகள் என்ன குறைவா? யாருக்கு எதை வாங்கிச் செல்வது? ஒரு ஊரிலிருந்து மற்றொரு ஊருக்கு பொருட்களை சுமந்து செல்வது, அதுவும் பிள்ளைகளுடன், மிகவும் சிரமம் தானே குழந்தாய்? என்னிடம் பொருட்கள் இல்லை, அதை கட்டி அவிழ்க்கும் பொறுப்பும் கிடையாது. கொடுக்கும் மகிழ்ச்சியும் இல்லை.

முதல் முறை பாய் லண்டனிலிருந்து வந்த போது என்னவெல்லாம் நடந்தது என்று கப்பலில் வரும் போது மீண்டும் நினைத்துப் பார்த்தோம். அந்தத் தருணத்தில் 'சாதி விலக்கு' செய்யப்பட்டிருந்த பாயைப் பார்ப்பவர்களுக்கும், துறைமுகத்திற்கு வந்து அவரை வழியனுப்பி வைப்பபவர்களுக்கும் சாதி சங்கத்திற்கு ஒண்ணே கால் ரூபாய் அபராதம் கட்ட வேண்டி இருந்தது. அதனால் உறவுக்காரர்கள், நெருங்கியவர்கள் யாரும் வரவில்லை. கூடவே சாதி விலக்கிய என் கணவரை வீட்டிற்கு அழைத்தால் அபராதத் தொகை கட்டி பிராயச்சித்தம் செய்து கொள்ள வேண்டும் என்று பயந்து என் தாய் வீட்டிலேயே அவரை உள்ளே விடவில்லை. கப்பலிலிருந்து இறங்கிய பிறகு பாய் நாசிக்கில் கோதாவரியில் மூழ்கி, வேட்டி சுற்றிக்கொண்டு, பாதி உடை அணிந்து சாப்பாடு பரிமாறி இருந்தார். அம்மாவின் கருமாதி செய்ய அப்படி ஒரு பிராயச்சித்தம் செய்து கொண்டிருந்தார்.

சாதி உணர்வுகளிலிருந்து நாங்கள் விடுபட இது நன்மையானாலும், அம்மா வீடு எனக்கு தூரமானது. எங்கள் பக்கம் 'கொடுத்த பெண் குலத்திற்கு வெளியே' என்ற ஒரு வழக்கு இருக்கிறது. நான் கபாடியாகளுக்கு விலக்காக இருந்தேன். கணவனை உள்ளே விடாத தாய் வீட்டிற்கு அவர் மகள் எப்படிப் போக முடியும்? அதனால் போர்பந்தருக்குப் போவது, அவர்களை நினைத்துக் கொள்வது ஏறக்குறைய நின்று போனது போலானது. கூடவே மற்ற காரணங்களும் இருந்தன. என்னை விட மூத்த இரண்டு அக்காமார்கள் முன்பே இறந்து விட்டார்கள். தங்கைக்கு திருமணமாகி குழந்தைகள் இருக்கவில்லை. தம்பி மாதவனின் திருமணம் நடந்திருந்தது. அவனுக்கும் பிள்ளைகள் கிடையாது. அவனும், அவன் மனைவியும் அதே கவலையில் கறையான் பிடித்த மரம் போல ஆகியிருந்தார்கள். அதனால் தென்னாப்பிரிக்காவுக்குப் போகும் போதும், திரும்பி வரும்போதும் என் சொந்தங்கள் எதுவும் வரவில்லை. என் உறவுக்காரர்களுக்கு பாயை ஆகட்டும் அவர் சிந்தனைகளை ஆகட்டும் என்றும் புரிந்துகொள்ள சாத்தியமில்லை. என் அத்தையின் தார்மீக குணத்தால் பாய் குடும்பத்தாருக்காவது கொஞ்ச நஞ்சம் சேவை, தானம் போன்றவை புரிந்திருக்கலாம். ஆனால் என் வீட்டில் தார்மீக சூழ்நிலை மிகக் குறைவு. அரசியல், வியாபாரம் இரண்டை மட்டுமே எல்லோரும் நம்பி இருந்தார்கள். அதனால் நாங்கள் நாடு விட்டுப் போன பிறகு தாய் வீடு ஏறக்குறைய தொடர்பு இல்லாமலேயே இருந்தது. எங்கள் குடும்பம் உலகக் குடும்பமாக விரிந்தது.

கபீரரின் 'நைஹரவா ஹமகா ந பாவே' என்ற பாட்டைக் கேட்டிருக்கிறீர்களா? தாய் வீட்டைப் பற்றி எனக்கு எந்த உணர்வும் இல்லை என்று காதலனை நினைத்து, கடவுளை நினைத்து பாடும் பாட்டு. எனக்கும் அப்படித்தான் தோன்றியது. இந்த பாய் என் 'சாயி' அவர் மீது இருந்த அன்பு என்ன குறைவா? அந்த மோகனனின் மோகத்தில் தாய் வீட்டுப் பற்றுதல் மேலும் குறைந்தது.

அந்த நேரத்தில் ஆங்கிலப் பத்திரிகை வழியாக இந்தியாவில் பாய் அறிமுகமாகி இருந்தார். தென்னாப்பிரிக்காவின் போராட்டம், ஆசிரம வாழ்க்கை, சத்தியாகிரகம், சிறைவாசம், முடிவில் கிடைத்த வெற்றியை எல்லோரும் அடையாளம் கண்டு அவர் இந்தியாவில் புகழ் வாய்ந்தவராகி விட்டார். தென்னாப்பிரிக்காவில் இந்திய அமைப்புப் போராட்டம் ஒரு வகையில் நடந்தன. ஆனால் இந்தியாவின் நீள, அகலம் என்னவென்று தெரியாது, தெரிந்து கொள்வதும் எளிதல்ல. மக்கள் தன்னிடமிருந்து அதிகம் எதிர்பார்க்கிறார்கள் என்ற ஆதங்கத்திலேயே பாய் இருந்தார். தாய் நாட்டில் முதலில் வக்கீலாக நிலைத்து நிற்கவேண்டும். அதற்காக மும்பை உயர் நீதி மன்றத்தில் மூன்றாவது முறையாக முயற்சி செய்ய வேண்டும் என்று முடிவு செய்தார்.

மும்பையில் நாங்கள் வந்து இறங்கியபோது வரவேற்க பல நிகழ்வுகள் நடந்தன. ஜே.பி. பெடிட் என்ற பணக்காரர், கற்றவர்கள் ஆயிரம் பேர் இருந்த ஒரு வரவேற்பு, பாராட்டு விழா நடத்தினார்கள். அவர்கள் எல்லாம் தென்னாப்பிரிக்க போராட்டத்திற்கு நிதி சேகரித்து அனுப்பியவர்கள். எல்லோரும் ஆங்கிலம் பேசிக்கொண்டு, ஆங்கில உடையில் வந்திருந்தார்கள். பாய் மட்டும் ஒரு சாதாரண சட்டை, வேட்டி உடுத்திக் கொண்டு, தலைக்கு ஒரு எட்டணா காஷ்மீர் தொப்பி அணிந்திருந்தார். பிறகு தொப்பியை விட்டு விட்டு முண்டாசு சுற்றிக்கொள்ளத் தொடங்கினார். கடைசியில் முண்டாசும் போய்விட்டது. தலை மீது சாதாரண துணி மட்டுமே எஞ்சியது.

அந்தக் கூட்டத்தில் பேசும் போது தனக்கும், தன் மனைவிக்கும் தாய்நாடான இந்தியாவில் அறிமுகமில்லாதவர்கள் நடுவே இருப்பது போல இருக்கிறது. இங்கே அப்படியொரு ஆங்கிலச் சூழல் இருக்கிறது. முதலில் நாம் இந்தியர்கள் போல வாழக் கற்றுக் கொள்ள வேண்டும் என்றார். 'என் வெற்றியைப் பற்றி மட்டுமே பேசினீர்கள். ஆனால் என் தோல்வியின் செய்தி உங்களுக்குத் தெரியாது. இந்தியாவில் என் உண்மை சொரூபம் தெரிய வரும்' என்று பாராட்டுக்கு

பெருமைப்படாமல் நேர்மையாக பேசியபோது சுற்றி இருந்தவர்கள் எல்லாம் மனம் நொந்து போனார்கள்.

அது மட்டுமல்லாமல் மும்பை குஜராத்திகள் ஒரு பாராட்டு விழா நடத்தினார்கள். அங்கே ஜின்னா சாகேப் கூட இருந்தார். அவர் முதல் அனைவரும் ஆங்கிலத்தில் பேசினார்கள்! பாய் மட்டும் குஜராத்தியில் பேசினார். ஆங்கிலத்திற்கு அடிமையாகமல் தாய்மொழியில் பேசாவிட்டால் சுதந்திரம் சாத்தியப்படாது என்று கூறிவிட்டார்.

மற்றொரு பெரிய பொதுக் கூட்டம் நடந்தது. அதை பாயின் ஆசான் ஆனா கோகலே அவர்களே ஏற்பாடு செய்திருந்தார். கூட்டமோ கூட்டம். தென்னாப்பிரிக்காவில் ஏதேதோ சோதனை முயற்சிகள் செய்து விட்டுத் திரும்பிய குஜராத்தி பேரிஸ்டரைப் பார்க்க தலைவர்களும், சாதாரண மக்களும், பெண்களும் வந்திருந்தார்கள். இனி இந்திய சுதந்திரப் போராட்டத்திற்கு வலுச் சேரும் என்றே எல்லோரும் உணர்ந்தார்கள். நிகழ்ச்சி முடிந்த பிறகு எங்களை வழியனுப்பிய கோகலே, 'இனி ஒரு ஆண்டு நீங்கள் நாட்டை சுற்ற வேண்டும். ஆனால் எங்கேயும் பொதுக் கூட்டங்களில் சொற்பொழிவாற்றக் கூடாது. உங்கள் கருத்தை பொதுவில் வெளிப்படுத்தக் கூடாது. பொதுமக்கள் கேள்விகளுக்கு பதிலளிக்கக் கூடாது' என்று சொன்னார்.

பாய் இதை மேலும் ஆழமாக மனத்தில் பதியவைத்துக் கொண்டு தேச சஞ்சாரம் செய்வது என்று முடிவு செய்தார். குடும்பத்தார் எல்லோரையும் ஒருமுறை சந்தித்து வரப் புறப்பட்டோம். பாயின் அண்ணன் இருவரும் மரணமடைந்திருந்தார்கள். ஆண்கள் எல்லாம் தினசரி வாழ்க்கையிலும், அரசியலிலும் மூழ்கி இருந்தால், பெண்கள் நாள் முழுதும் புதுப் புது சமையல், பலகாரம், விரதம், பிரசாதம், உபவாசம், மடி என்று தொலைந்து போயிருந்தார்கள். பாய் எங்களை அங்கே விட்டு விட்டு கல்கத்தாவில் நடந்து கொண்டிருந்த இந்திய தேசிய மாநாட்டில் கலந்து கொள்ளப் போனார். ஆனால் இந்திய அரசியல்வாதிகளைப் பார்த்து அவருக்கு கவலையாக இருந்தது. காங்கிரஸ்காரர்கள் வெறும் பேச்சால் கோட்டையைக் கட்டுபவர்கள் போலத் தெரிந்தார்கள். மாநாடு நடக்கும் இடத்தில் கழிவுக் குழிகள் நிறைந்து நாற்றம் அடித்தாலும் யாரும் கவனிக்கவில்லை. அதை தானே முன் நின்று சுத்தம் செய்தார். தூய்மையின் விஷயத்தில் பாய் மிகவும் கறாராக இருப்பார். இப்படித்தான் இருக்க வேண்டும், இல்லை என்றால் தானே துடப்பத்தை எடுத்துக் கொண்டு புறப்பட்டு விடுவார். கைங்கரியம், தூய்மை, ஒழுக்கம், நேரத்தை கடைபிடிப்பது,

திட்டமிடல், பிரார்த்தனை எதுவும் இல்லாத அந்த மாநாடு திருவிழா கூட்டச் சந்தடி போல அவருக்குத் தெரிந்ததாம்.

'பிள்ளைகளை ராஜ்கோட் – இல் விட்டு விட்டு இருவரும் போகலாம் வா' என்று அழைத்தார். கல்கத்தா பக்கம் எங்கள் பயணம் தொடங்கியது. மார்ச் தருணம் சாந்தி நிகேதன் போனோம். அங்கே ஒரு வாரம் தங்க ஏற்பாடு செய்திருந்தார்கள். பாய் நண்பர் ஆண்ட்ரூஸ் பாதிரியார் அவர்தான் சந்திப்பிற்கு ஏற்பாடு செய்திருந்தார். குருதேவர் நாங்கள் போயிருந்தபோது இருக்கவில்லை. நான்கைந்து நாட்களில் திரும்பி வந்தார். அவரைப் பார்த்தால் எங்கள் வீட்டிற்கு வந்து கொண்டிருந்த துறவி நினைவுக்கு வந்தார். உயரமான ஆள். வெள்ளை அலை அலையான முடி. மகரிஷியைப் போல தாடி. ஒளிரும் கண்கள். சாதுக்கள் போலவே நீளமான அங்கியை உடுத்தி இருந்தார். பாய் சிறிய ஜீவன். ஒரு வேட்டி, தலை மீது ஒரு காஷ்மீர் தொப்பி போட்டுக்கொண்டு ஒல்லியாகத் தெரிந்தார். எங்களை பார்த்ததும் இரவீந்திரர் வரவேற்று தன் அருகே சோஃபா மீது அமரச் சொல்லி அழைத்தார். ஒருவர் மீது ஒருவர் மிக அன்பும் மரியாதையும் வைத்திருந்தார்கள். தரை மீது உட்கார முடிய சாத்தியப் படும்போதெல்லாம் பாய் தரை மீது உட்காருவார். அப்படியாக குருதேவரின் காலருகே அமர்ந்தார். பிறகு குருதேவரும் தரை மீது உட்கார்ந்தார். அவர்கள் வெகு நேரம் பேசிக் கொண்டிருந்தார்கள்.

அங்கே இருந்து தொடங்கிய எங்கள் இந்தியப் பயணம் தொடர்ந்தது. எனக்கு இரண்டு வகையான மகிழ்ச்சி. ஒன்று பாயுடன் இருக்க முடியுமே என்பது. இரண்டாவது புண்ணியத் தலங்களைப் பார்க்க முடியுமே என்பது. ஹரித்துவார், ரிஷிகேஷ் மற்றும் பல இடங்களுக்குப் போனோம். அந்த ஆண்டு ஹரித்துவாரில் பூர்ண கும்பமேளம் நடந்து கொண்டிருந்தது. கல்கத்தாவிலிருந்து அங்கே புறப்பட்டோம். இலட்சக் கணக்கான மக்கள் நாட்டின் எல்லாப் பகுதிகளில் இருந்தும் அங்கே போய்க் கொண்டிருந்தார்கள். இரயிலில் கால் வைக்க முடியாத அளவிற்கு நெரிசல். பெட்டிகள் எல்லாம் நிறைந்த பிறகு, கால்நடைகளை ஏற்றிப் போகும் கூரை இல்லாத பெட்டிகளில் மக்களை நிரப்பிக் கொண்டு

போனார்கள். அப்படிப் போய்க் கொண்டிருந்தவர்களில் பல வகையான மக்கள் இருந்தார்கள். பிள்ளைகள், முதியவர்கள், சாது சந்நியாசிகள், குடும்பஸ்தர்கள், வியாபாரிகள், பிச்சைக்காரரர்கள், திருடர்கள், பயணிகள், பத்திரிகையாளர்கள், தார்மீக ஆட்கள், பக்தர்கள். இப்படி இலட்சக் கணக்கான மக்களைப் பார்த்திருக்கவில்லை. உண்மையாக அத்தனை மக்களைப் பார்த்து பயமானதா, ஆச்சரியமானதா. இந்தியா முழுதும் மக்கள் கடல் போல நிறைந்திருப்பதைப் பார்த்து அசந்து போய் நான் யார் என்பதே மறந்து போனது.

பாய்க்கு புனித தலங்களின் கோயில்கள், சடங்குகளை விடவும் அந்த தலத்தின் பக்தி உணர்வும், அன்பும் பெரியது. அப்படியாக புனிதத் தலம் என்றால் அங்கே இருக்கும் மக்கள். அவர்கள் பழக்க வழக்கம், தூய்மை எல்லாம் பக்தி உண்டு பண்ணுவது போல இருக்க வேண்டும். அங்கே எல்லாம் இருந்தது. ஆனால் சிரத்தை, பக்தி இருக்கவில்லை. அதன் பிரதிபலனாக தூய்மையும் இருக்கவில்லை. பாய்க்கு மிக வருத்தமும், துயரமும் ஆனது. பிறகு பல நாட்கள்வரை இந்திய மக்களிடம் தூய்மையைப் பற்றி அறிவை வளர்க்க என்ன செய்ய வேண்டும் என்பதைப் பற்றியே பேசிக் கொண்டிருந்தார். அதற்கு சரியாக அந்த ஆண்டு கும்பமேளத்திற்கு வந்திருந்த ஆயிரக் கணக்கான மக்களுக்கு காலரா நோய் தொற்றிக் கொண்டது. அந்த ஆண்டு 90,000 மக்கள் காலராவால் இறந்தார்கள் என்று பிறகு செய்தி வெளியானது. குடிக்கும் தண்ணீர், உணவில் மலம் கலந்து போவதால் வரும் நோயாம் அது. அதைப் பற்றி எனக்கு எடுத்துச் சொன்னார். தனிமனிதத் தூய்மை அதிலும் கழிவுத் தூய்மை எதற்கு முக்கியம் என்று அடிக்கடி எல்லோருக்கும் சொல்வார். கண்ட கண்ட இடத்தில் தின்று, குளித்து, மலம் கழிக்கும் மக்களை பார்த்த பாய் மிகவும் வருத்தப்பட்டார். கங்கை நதி அருகே குவிந்து கிடந்திருந்த குப்பை, அசிங்கத்தை பார்த்து மனம் நொந்து போய் நதியிடம் மன்னிப்புக் கேட்டார். பிராயச்சித்தம் செய்தார்.

எங்கே போனாலும் காந்தி பாயை அடையாளம் கண்டு மக்கள் சூழ்ந்து கொள்வார்கள். அடையாளம் தெரியாமல் நடமாட வேட்டி, முண்டாசு, செருப்பு அணிந்து பேரிஸ்டர் வேடத்தை மாற்றி இருந்தார். இந்த இடம் என்றில்லை. எல்லா இடங்களையும் சுற்றித் திரிந்தோம். நடு நடுவில் நான் ராஜ்கோட் போய் வருவேன். இரயில் இருந்ததால் தனியாகப் போய் வரும் துணிச்சல் பெற்றிருந்திருந்தேன். ஆனாலும் என்னுடன் மகனன் அல்லது தேவதாஸ் யாராவது கூட

இருப்பார்கள். ஒரு முறை இப்படித்தான் மதராஸ் அருகே இருக்கும் மாயவரம் என்ற ஊருக்குப் போயிருந்தோம். அங்கே எவ்வளவு குப்பை இருந்தது என்றால், மக்கள் அழுக்குத் தண்ணீரையே குடித்துக் கொண்டிருந்தார்கள். மோரித் தண்ணீரே ஏழைகளுக்கு கதி. அதைப் பார்த்த பாய் தனக்கு பாராட்டு விழா ஏற்பாடு செய்திருந்த நகரசபை உறுப்பினர்களை சாடினார். நகர சபை உறுப்பினர் பதவி ஒரு சலுகை அல்ல. தான் ஒரு தோட்டி என்று நினைத்து வேலை செய்ய வேண்டும் என்று கடுமையாக விமர்சித்தார்.

மதராசுக்கு போனோம். நடேசன் என்ற ஒருவர் வீட்டில் தங்கினோம். அவர் பாயைப் பற்றி, அவர் தென்னாப்பிரிக்காவின் சத்தியாகிரக சோதனைகளைப் பற்றி நூல் பதிப்பித்திருந்தார். பாய் எழுதியதை புத்தகமாக வெளியிட்டார். அவருக்கும் பாய்க்கும் இடையே எப்போதும் கடிதப் போக்குவரத்து நடந்து கொண்டிருக்கும். அவர் வீட்டிலேயே தங்கி இருந்தோம்.

ஒரு நாள் என்னவானது என்றால் பாயுடன் ஏதோ சூடான பேச்சுவார்த்தை நடந்தது. எனக்கு கொஞ்சம் கோபம் வந்திருந்தது. நடேசன் வெகு நுட்பமானவர். நான் ஏதோ வருத்தத்தில் இருக்கிறேன் என்பது அவருக்குத் தெரிந்து விட்டது. பாயிடம் கேட்டு விட்டார். அதற்கு பாய் ஒரு கணமும் பொறுக்காமல், ‘பிள்ளைகளுக்கும், பேரப் பிள்ளைகளுக்கும் துணிமணி வாங்க வேண்டுமென்று பணம் கேட்டாள்.

கொடுக்கவில்லை என்று கோபம்' என்று சொல்லி விட்டார். அவர்களை எல்லாம் ராஜ்கோட்டில் விட்டு விட்டு வந்திருக்கிறோம், இவ்வளவு நாட்கள் விலகி இருக்கிறோம். பிள்ளைகளுக்கு எதையாவது வாங்கிப் போக வேண்டுமென்ற ஆசை எனக்கு. மதராசில் குறைந்த விலையில் நல்ல துணி கிடைக்கும். ஆனால் அவை எல்லாம் வேண்டாம் என்கிறார் பாய். அதற்கு நடேசன், 'நீங்கள் மிகவும் கடுமையான கணவன்' என்று சிரித்துக் கொண்டே சொன்னார். பாய் என்ன சொல்ல வேண்டும்? 'அப்படி என் மீது கசப்பாக வேண்டாமப்பா. நான் என்ன, என் சிந்தனைகள் என்ன என்று எல்லாம் அவளுக்குத் தெரியும். அவள் சொல்வதை எல்லாம் கேட்டுக் கொண்டே இருந்தால் என் சித்தாந்தங்கள் எல்லாம் என்னவாக வேண்டும்? அதற்குத்தான் இந்த தலைவலி எதுவும் வேண்டாம். நீ தனியாக பிள்ளை குட்டிகளுடன் சந்தோஷமாக இரு என்கிறேன். ஆனாலும் கேட்காமல் சுத்த இந்து மனைவியைப் போல என்னுடன் வருகிறேன் என்கிறாள். பிறகு கோபித்துக் கொள்கிறாள்.' என்று சொல்லி இருந்தார்.

அட, அவருடன் இருக்காமல் எங்கே போகட்டும் நான்?

★★★

பாபுவான பாய்

இந்தியாவுக்கு வந்த பிறகு நான்கைந்து மாதங்கள் கழிந்தது. இந்தியாவில் இன்னும் ஆசிரமம் தொடங்க முடியவில்லை. சாந்தி நிகேதான் பார்த்திருந்தோம். ஹரித்துவாரில் ஒரு ஆசிரமம் பார்த்திருந்தோம். தென்னாப்பிரிக்க ஆசிரம வாழ்க்கையின் அனுபவம் எங்களுக்கு இருந்தது. ஆசிரமம் ஆரம்பிக்க ஹரித்துவார், ராஜ்கோட், கல்கத்தாவிலிருந்து அழைப்புக்கள் இருந்தன. ஆனால் பாய்க்கு அகமதாவாதில் ஆசிரமத்தைத் தொடங்கும் விருப்பம். உயரமான சுவருக்கு உள்ளே இருந்த அந்த ஊர் முழுவதும் வியாபாரிகளும், பணக்காரரர்களும் நிரம்பியிருந்தார்கள். எல்லாம் மிகையாக இருந்த ஊர் அது. அங்கே எல்லாம் மிகை, பகட்டு. அப்படிப் பட்ட இடத்தில் எளிமை, கடின உழைப்பு, போன்ற விழுமியங்கள் பிரதிபலிக்கும் ஆசிரமத்தை அமைக்க வேண்டும் என்பது பாயின் விருப்பம். கடைசியாக ரிஷிகேசிலிருந்து திரும்பி வந்த போது கடும் வெயில் நாட்கள். ஜீவன்லால் மெகதா என்ற பேரிஸ்டர், பாயின் நண்பர், அவருக்கு அகமதாபாத் நகரத்து வெளிப்புறத்தில் சபர்மதி நதிக் கரை அருகிலேயே ஒரு பங்களா இருந்தது. ‘கொச்ராப் பங்களா’ என்று அழைப்பார்கள். அதை ஆசிரமமாக அமைத்துக் கொள்ளக் கொடுத்தார்.

முதல் முறையாக நான் அங்கே போய் இடத்தைப் பார்த்தபோது அசந்து போனேன். நல்ல மாளிகை போல இருக்கும் பெரிய பங்களா. அந்த பேரிஸ்டர் அப்படிப்பட்ட ஒரு பெரிய பங்களாவை ஊருக்கு வெளியே அதுவும் வெட்ட வெளியில் எதற்காகக் கட்டினாரோ என்று வியப்பாக இருந்தது. என் அப்பாவின் வீடு, காபா மாமா வீடு எல்லாம் மூன்று மாடி வீடுகள் தான். ஆனால் அங்கே அறைகள் பத்து இருபது

இருந்தாலும் இதுபோல இவ்வளவு விசாலமாக இருக்கவில்லை. இங்கே கீழே பரந்த கூடம், சமையலறை, சாப்பாட்டுக் கூடம், திண்ணை எல்லாம் இருந்தன. மேல் மாடியில் ஓரிரு அறைகள், அங்கேயும் பெரிய கூடம். வெளியே பாய்களை விரித்துப் மக்கள் படுக்குமளவிற்கு அகலமான பால்கனி. சுற்றி விவசாய பூமி. அந்த பணக்காரர் வீடு புழங்குபவர்கள் இல்லாமல் தூசி படிந்து கிடந்தது. அதை கவனித்துக் கொள்பவன் அங்கேயே அருகில் ஒரு குடிசையில் இருந்தான். பங்களா ஆசிரமமாக சரியாக இருக்குமா என்று எங்கள் இருவருக்கும் சந்தேகமானது. மகனனும் அதைத்தான் சொன்னான். ஆனால் வேறு தெரிவு இருக்கவில்லை. அங்கேயே எல்லோரும் போனோம்.

ஆம், ஒரு விஷயத்தை சொல்ல வேண்டும். தென்னாப் பிரிக்காவிலிருந்து வந்து இந்தியாவில் ஆசிரமம் ஆரம்பிக்கும் வரை மோகா காந்தி, ‘காந்தி பாய்’ ஆகி இருந்தார். இந்தியாவில் ஆசிரமம் தொடங்கியதுதான் தாமதம் பாபு ஆனார். இது ஒரு பெரிய மாற்றம். இதற்கும் முன்பே அவரை பாபு என்று அழைத்தவர்கள் உண்டு. ஆனால் இப்போது எல்லோர் வாயிலும் பாபுவானார். நானும் அப்படியே அழைக்கத் தொடங்கினேன்.

அங்கே இருப்பத்தைந்து பேருடன் எங்கள் குடும்பம் தொடங்கியது. அதில் பதிமூன்று பேர் தமிழர்கள் இருந்தார்கள். மற்றபடி நாட்டின் பல பகுதிகளில் இருந்து வந்தவர்கள் அங்கே இருந்தார்கள். நாட்டு சேவைக்காக தங்களை அர்ப்பணித்துக் கொண்ட சத்தியாகிரகிகளுக்கு, சத்தியம், அகிம்சை, பிரம்மச்சரியங்களைப் பற்றி நம்பிக்கை இருப்பது

மிக முக்கியமாக இருந்தது. ஆசிரமவாசி சத்தியாகிரகிகள் எல்லா வகையான பயங்களிலிருந்தும் விடுதலை அடைந்திருக்க வேண்டும். அரசன், திருடர்கள், மக்கள், சாதி, குடும்பம், கொடூர விலங்கு, சாவு போன்றவைகளிலிருந்து என்று பாபு சொல்வார். உத்தியோகஸ்தன், மாணவன், மேலாளர் என்று நாங்களே ஆசிரமவாசிகளை மூன்று பகுதியாக பிரித்துக் கொண்டு ஒவ்வொருவரும் வெவ்வேறு பொறுப்புக்களை ஏற்றுக் கொண்டோம்.

மாணவர்களுக்கு அவரவர் தாய்மொழியில் அறம், விவசாயம், கணிதம், வரலாறு, இலக்கியம், பொருளாதாரம், பூகோளம் போன்றவற்றை சொல்லிக் கொடுப்போம். படிப்புடன் உடல் உழைப்பும் இருக்கும். ஒரு நாளில் குறைந்தது எட்டு மணி நேரமாவது மனிதர்கள் உழைக்க வேண்டுமென்பது பாபுவின் கருத்து. இங்கே ஒரு சமையலறை. ஒரே அடுப்பு. எல்லாம் ஒன்றாகச் சேர்ந்து ஆசிரம வேலைகளை செய்வோம். மகன்லால் எல்லா விவகாரங்களையும் பார்த்துக் கொள்வான்.

ஆசிரமத்திற்கு மேலும் நாற்பது பேர் வந்து சேர தயாராக இருந்தார்கள். அதற்குத் தகுந்த ஏற்பாடுகள் செய்ய பணம் தேவைப் பட்டது. எங்கள் வருமானத்தை எல்லாம் தென்னாப்பிரிக்காவிலேயே விட்டு விட்டு வந்திருந்தோம். முடிவில் பாய் அமதாவாதின் மங்களதாஸ் கிரிதரதாஸ் சேட் என்பவருக்கு ஒரு கடிதம் எழுதினார். மொத்தம் ஐம்பதுக்கும் அதிகம் பேர் இருக்கும் ஆசிரமத்திற்கு ஐம்பதாயிரம் சதுரடி இடமும், மூன்று சமையலறைகளும், விவசாயத்திற்காக ஐந்து ஏக்கர் நிலமும் இருந்தன. வெளியே போய் வர மாட்டு வண்டி அல்லது குதிரை வண்டி தேவை என்று தெரிவித்தும், ஒரு மாதத்திற்கு ஒருவருக்கு பத்து ரூபாய் போல ஆண்டுக்கு ஆறாயிரம் ரூபாய் பண உதவி தேவை என்றும் கேட்டிருந்தார். ஒரு ஆண்டுவரை அமதாவாது இந்தச் செலவை ஏற்றுக்கொள்ள முடியாவிட்டால் நாங்கள் வாடகையையாவது கொடுக்கத் தயார் என்று தெரிவித்திருந்தார்.

அப்போது ஒரு காங்கிரஸ் மாநாட்டிற்குப் போயிருந்தோம். அங்கே பாய்க்கு பேசும் வாய்ப்புக் கிடைத்தது. அகில இந்திய மாநாட்டில் மூத்த அரசியல்வாதிகள் நேர ஒழுக்கமே இல்லாமல் வந்து போவதைப் பார்த்து பாபுவுக்கு மிகவும் கோபமாக இருந்தது. அவர் சரியான நேரத்திற்குப் போவதும் வருவதுமாக இருந்தார். அதில் சிறிது மாற்றம் ஏற்பட்டாலும் சகித்துக் கொள்ளமட்டார். ஆனால் இங்கே திலகர், ஜின்னா போன்ற மூத்த தலைவர்களே மாநாட்டிற்குத் தாமதமாக

வந்தார்கள். திலகர் முக்கால் மணி நேரம் தாமதமாக வந்தார். 'நேரத்தை கடைபிடிக்க முடியாமல் சபைக்கு தாமதமாக வந்தால் சுதந்திரம் கிடைக்கத் தாமதமாகும்' என்று திலகரிடம் பாபு சொல்லிவிட்டார். ஜின்னா ஆங்கிலத்தில் பேசினார். 'சாதாரண மக்களுக்குப் புரியும்படி மக்கள் தலைவன் பேச வேண்டும். ஜின்னா அவர்கள் குஜராத்தி, இந்துஸ்தானி கற்க வேண்டும்' என்றார் பாபு. 'சுயாட்சிப் போராட்டம் பலவீனமாக இரண்டு முக்கிய காரணம். ஒன்று அதில் பெண்களே இல்லாமல் இருப்பது, மற்றொன்று விவசாயிகளுடன் கற்றவர்கள் சேராமல் இருப்பது' என்று தன் சொற்பொழிவில் பேசி விட்டார். என்னை போகும் இடங்களுக்கெல்லாம் அவர் அழைத்துப் போய் எல்லாவற்றையும் விவரமாக சொல்வதால் எனக்கு இவை எல்லாம் தெரியும். ஆனால் அதிகம் பேர் தங்கள் மனைவிகளிடம் இப்படி எதையும் சொல்ல மாட்டார்கள். அழைத்து வருவதோ சுத்தமாகக் கிடையாது.

ஒருமுறை பாபுவிடம் அவர் நண்பர் அமிர்தலால் தக்கர் ஒரு கடிதம் எழுதி தனக்குத் தெரிந்த ஹரிஜன குடும்பம் ஒன்று ஆசிரமத்திற்கு வந்து சேர விரும்புகிறது, அது சாத்தியப்படுமா என்று கேட்டார். ஆசிரம நியமங்களை அனுசரித்துக் கொண்டு இருக்க முடியுமென்றால் வரத் தடையில்லை என்று பாபு தெரிவித்தார். மும்பையில் ஆசிரியராக இருந்த துதாபாய், அவர் மனைவி தானி பெகன், குழந்தை லட்சுமி மூவரும் வந்தார்கள்.

ஆனால் துதாபாய் – தானி பெகன் வந்தது சிலருக்கு சிரமமாக இருந்தது. ஏனென்றால் அவர்கள் தீண்டத்தகாத சாதிக்கு சேர்ந்தவர்களாக இருந்தார்கள். இப்போது சொல்ல வெட்கமாக இருக்கிறது. அவர் வருகிறார்கள் என்பது எனக்கும் சிரமமாக இருந்தது. மகனலாலுக்கும் சங்கடமாக இருந்தது.

எனக்கு தீண்டத்தகாத சமூகத்து உறவுகளைப் பற்றி அன்பு, இரக்கம் எல்லாம் இருந்தது. அவர்களை கெட்டதாக நடத்திக் கொள்ளக் கூடாது, அது அறமல்ல என்றும் தெரிந்திருந்தது. அதன் பிறகு தென்னாப்பிரிக்காவில் வின்சென்ட் எங்கள் வீட்டிற்கு வந்த போது நடந்ததும் நினைவிருந்தது. ஆனால் தீண்டத்தக்காதவர்களுடன் எப்படி வாழ்வது என்று மனத்தில் இன்னும் தோன்றவில்லை. துதா – தானி இருவரும் பிள்ளை லட்சுமியுடன் ஆசிரமத்திற்கு வந்த போது பாபு துதாபாய் – தானி பெகன் இருவரையும் எல்லோருக்கும் அறிமுகப்படுத்தி வைத்தார். மற்றவர்களுக்கு எப்படி வேலையைப் பகிர்ந்து கொடுத்தாரோ

அதுபோலவே அவர்களுக்கும் பகிர்ந்து கொடுத்தார். ஆனால் அவர்கள் சாதி தெரிந்த போது எனக்கும் மகன்லாலுக்கும் மிகவும் சங்கடமானது. தீண்டத்தகாதவர்கள் என்றவுடன் என் அப்பா வீட்டுத் திண்ணைக்கு வெளியே கழிவறையிலிருந்து மலம் எடுத்துக் கொண்டு போகும் பங்கியின் நினைவு வந்தது. எனக்கோ அவன் பெயர் கூடத் தெரிந்திருக்கவில்லை. வீட்டு எதிரில் முதலில் கழிவறை இருந்தது. வெளியே இருந்து அப்படியே எடுத்துச் செல்ல வேண்டுமே. அதற்காக, எங்கள் குழியில் வாரி எடுத்து மலத்தை சட்டியில் நிரப்பிக் கொண்டு ஊருக்கு வெளியே எடுத்துச் சென்று ஓரிடத்தில் கொட்டுவான். அவன் உடம்பு முழுதும் நாற்றம், அழுக்கு. ஒருநாள் அவன் வரவில்லை என்றாலும் அல்லது வருவது ஒருநாள் தாமதமானாலும் எங்கள் கதி அவ்வளவுதான். வீடெல்லாம் துர்நாற்றம் நாறும். எங்களுக்கெல்லாம் எங்கள் மலத்தின் மீதும், கசடு நிறைந்த எங்கள் உடல் மீதும் வெறுப்பு வரும். எனக்கு அப்படிப் பட்ட உடல் அசிங்கம் அதிகம். நம் மீதான அசிங்கத்தை மல உருவில், அதை சுமக்கும் பங்கியின் மீது ஏற்றி வைத்தோம் என்பது இப்போது தெரிகிறது. ஒரு மனிதன் மீது, அதுவும் அவன் தலை மீது நமக்கு அசிங்கமான நம் மலத்தை சுமக்க வைக்கிறோமே, நாம் எப்படிப்பட்ட துஷ்டப் பிராணிகள் என்று பட்சாதாபமாகிறது. ஆனால் அன்று துதா – தானி வந்த போது மலத்தின் மீதான அசிங்கம் பாம்பைப்போல படையெடுத்து மனிதர்கள் மீது திரும்பியது எப்படி என்று அதிர்ச்சியாகிறது. ஆனால் பாபுவுக்கு அப்படி அல்ல. அவருக்கு மலத்தின் மீதும் அசிங்கமில்லை, உடல் மீதும் கிடையாது, பங்கிகள் மீதும் இல்லை. அவருக்கு எல்லாம் இயல்பு. எல்லாம் சத்தியம்.

துதா – தானி இருப்பதால் உண்டான வெறுப்பு பாபுவுக்குத் தெரிய வந்திருக்கும். ஒருநாள் மாலை பிரார்த்தனைக்குப் பிறகு, யாருக்கு ஆசிரமத்தில் தங்க சிரமமாக இருக்கிறதோ அவர்கள் ஆசிரமத்தை விட்டுப் போகலாம் என்று பாபு உறுதியாக சொல்லிவிட்டார். மகன்லால் போய் விட்டான். ஆறு மாதங்கள் கழித்து திரும்பி வந்தான். அது வேறு விஷயம். நான் எங்கே போவேன்? கணவன் வழியில் நடப்பதுதான் மனைவியின் அறம். அவரைப்போல நடந்தால் பாவமில்லை என்று நான் ஏற்றுக்

கொண்டேன். ஆனால் எல்லோரும் கூட இருக்கும் போது தெரிந்தது, நான் எப்படி அறமற்றவள், ஞானமற்றவள் என்பது. எப்படிப் பட்ட பாவத்தை தலையில் சுமந்து கொண்டிருந்தேன் என்று வெட்கமானது. எனக்கு பல முறை ஒரு பெண் குழந்தை இருக்க வேண்டும் என்று தோன்றும். இப்போது ஒரு பெண் குழந்தை இலட்சுமி வந்திருந்தாள். அவள் படு சூட்டி. வெகு சுறுசுறுப்பாக இருந்தாள். படபடவென்று பேசுவாள். ஒன்றன் பின் ஒன்றாக கேள்விகளை கேட்பாள். அவள் ஆசிரமத்திற்கு வந்து விளையாடத் தொடங்கியதும் எல்லோருடைய மகிழ்ச்சிக்கும் தனிச் சிறப்பு வந்தது.

ஆசிரமத்திற்கு கட்டிட உரிமையாளரின் வீட்டுக் கிணற்றிலிருந்தே தண்ணீர் கிடைத்தது. ஹரிஜனங்கள் வந்து தங்குவதைப் பார்த்து தண்ணீர் சேந்திக் கொடுக்கும் வேலைக்காரன் கோபித்துக் கொண்டான். எல்லா ஆசிரமவாசிகளையும் தீண்டத்தகாதவர்கள் போலப் பார்க்கத் தொடங்கினான். ஆசிரமவாசிகளின் குட விளிம்பிலிருந்து ஓரிரு துளி தன் மீது தெறித்தாலும் போதும், குதித்துக் கத்துவான். துதா பாய் – தானிகளுடன் ஓரிரு முறை தகராறும் செய்தான். எல்லோரையும் தனக்குத் தெரிந்த கெட்ட வார்த்தைகளால் திட்டித் தீர்த்தான். ஆனால் நாங்கள் யாரும் ஒரு வார்த்தை கூட எதிர்த்துப் பேசவில்லை. எங்கள் பொருமையைப் பார்த்துப் பார்த்து தண்ணீர் இறைத்து ஊற்றுபவன் அசந்து போய் அமைதியானன். அது ஒரு வகையான சத்தியக்கிரகமாக இருந்தது.

இந்த செய்தி ஊர் முழுதும் பரவியது. ஆசிரமத்திற்கு வரும் நிதி உதவி நின்று போனது. ஆசிரமவாசிகளை சமுதாயத்திலிருந்து ஒதுக்கி வைக்கும் பேச்சுக்கள் எழுந்தன. என்ன செய்வதென்று நாங்கள் எல்லாம் கவலைப் பட்டுக்கொண்டிருந்த போது எங்கேயோ பயணம் போயிருந்த பாபு திரும்பி வந்திருந்தார். 'தீண்டத்தகாதவர்கள் இருக்கிறார்கள் என்ற காரணத்திற்கு ஆசிரமத்தையே ஒதுக்கி வைக்கும் சமூகத்தை நாம் புறக்கணிப்போம், தீண்டத்தகாதவர்கள் சேரிக்கு ஆசிரமத்தை மாற்றி அவர்களுடன் கூலி வேலை செய்து வாழலாம்' என்று சொல்லிவிட்டார். இவை எல்லாம் நடந்து ஒரு வாரம் ஆவதற்குள் அமதாவாதின் தொழிலதிபர் அம்பாலால் சாராபாய் வந்தார். ஆசிரம நிர்வாகத்திற்கு என்று பதிமூன்று ஆயிரம் ரூபாய்களை கொடுத்து விட்டுப் போனார்.

இப்படி பல சவால்கள், பிரச்சினைகள் வந்தன. சில தீர்வும் கண்டன. ஆனால் அந்த நிகழ்வு ஆசிரமவாசிகள் தீண்டாமையைப்

பற்றி ஆழ்ந்து யோசிக்கவும், தீண்டாமையை ஒழிக்க வேலை செய்யவும் தூண்டியது என்பது உண்மை.

ஆசிரமவாசம் அத்தனை எளிதாக இருக்கவில்லை. பாபு ஒவ்வொரு நாளும் ஒவ்வொரு நியமங்களை புதிதாக சேர்ப்பார். 'இனி யாரும் உணவில் சர்க்கரை சேர்க்கக் கூடாது. வெல்லத்தை பயன்படுத்த வேண்டும்'; 'இனி யாரும் எந்தக் காரணத்திற்கும் தீண்டாமையை அனுசரிக்கக் கூடாது'; இனி யாரும் கையில் பணம் காசு வைத்துக் கொள்ளக் கூடாது'; ஒருவேளை ஆசிரமவாசிகளுக்கு பணம் கிடைத்தாலும் அதை ஆசிரம கணக்கில் சேர்த்து ஏட்டில் எழுதி வைக்க வேண்டும்'; இனி யாரும் எந்தக் காரணத்திற்கும் ஆசிரம அலுவலகத்திற்குத் தெரியாமல் எந்த விவகாரத்தையும் செய்யக்கூடாது'. சில சமயம் மறந்து போய் பல தவறுகளை செய்து விடுவோம். அப்போது முடிந்தது கதை, அதை பிரார்த்தனைக்குப் பிறகு எல்லோர் முன்னிலையிலும், செய்தவர் முன்னாலும் சொல்லி, நாங்கள் செய்த குற்றத்திற்கு தான் உண்ணாவிரதம் இருப்பார் பாபு. இப்படி சின்னச் சின்ன உண்ணாவிரதங்களை கணக்கெடுத்தால் பாபு வாழ்க்கை முழுதும் எத்தனை முறை உணவு அருந்தினாரோ அத்தனை நாட்கள் உண்ணாவிரதமும் இருந்திருக்கிறார்.

எனக்கு எப்படி சொல்வதென்று தெரியவில்லை. ஒருமுறை, என் அம்மா விரஜா தேவியும் அப்பாவுக்குத் தெரியாமல் நான்கு காசு வைத்திருப்பார். குழந்தை, நீயும் கூட வைத்திருக்க மாட்டாயா இல்லையா சொல்? ஆண்களும், பெரியவர்களும் இல்லாத நேரத்தில் ஏதோ அவசரம், ஆபத்து என்று வந்தால் நம்மிடம் இருக்கட்டும் என்று என் அம்மாவும், என் அத்தையும் ஏன் நான் பார்த்த எல்லாப் பெண்களும் வைத்திருப்பார்கள். பணம் சம்பாதிக்கக் கூடியவர்கள் அல்லவே பெண்கள், அதற்காக தங்களுக்கென்று நான்கு காசு வைத்துக் கொள்ளும் ஆசையும் இருக்கலாம். எங்கள் ஆசிரமத்திற்கு வரும் சிலர், இருக்கட்டும் வைத்துக் கொள்ளுங்கள் எப்பவாவது மகாத்மா இல்லாத போது உதவும்' என்று இரண்டு,மூன்று ரூபாய்களை கொடுத்து விட்டுப் போவார்கள். அவற்றை எல்லாம் சேர்த்து ஆசிரம கணக்கில் சேர்த்து விடுவேன். ஒருமுறை என்னிடம் இப்படி நான்கு ரூபாய் சேர்ந்திருந்தது. கொடுக்கட்டுமா வேண்டாமா என்ற குழப்பம் ஏற்பட்டது உண்மை. அந்த நேரத்தில் ஆசிரமத்திற்கு ஒரு திருடன் வந்து எல்லாப் பொருட்களையும் வெளியே இழுத்துப் போட்டு என் துணிமணிகளை எல்லாம் கலைத்துப் போட்டுப் போயிருந்தான்.

அப்போது நான்கு ரூபாய் வெளியே விழுந்தது. அதே கதைதான், மறுநாள் பிரார்த்தனை முடிந்த பிறகு ஆரம்பித்து விட்டார் பாபு. முடிவில் இது என் மனைவியின் திருட்டு, அதற்கு நான் பிராயச்சித்தம் செய்து கொள்கிறேன் என்று சொல்லி விட்டார்.

ஆம் குழந்தை, நான்கு ரூபாய், நான்கே நான்கு ரூபாயிக்கு என் கணவனின் கண்ணில் நான் திருடியாகி இருந்தேன். எனக்கோ நெஞ்சு வெடித்து இறந்துவிட வேண்டும் போலானது. அந்த சீதம்மாவை பூமி வாய் பிளந்து முழுங்கியது போல எனக்கும் நடக்கக் கூடாதா என்று நினைத்தேன். சீதா மாதாவும் அப்படித்தானே தன் கணவனால் அனுமானம், அவமானம் இரண்டையும் எதிர்த்தவள். தப்பானது என்று மன்னிப்புக் கேட்டு விட்டு உள்ளே போனேன். எங்கள் பிள்ளைகள், அவர் பிள்ளைகள், அவர் மனைவிகள் சில சமயம் அது வேண்டும், இது வேண்டும் என்று பிடிவாதம் பிடிப்பார்கள். அவை எல்லாம் பெரியவை அல்ல, மிகவும் சின்னச் சின்னவை. உங்களிடம் சொன்னால் இத்தனை அற்ப விஷயத்திற்கா என்று சிரிப்பு வரலாம். அப்படி அவசரத்திற்கு நோய் வாய்ப்பட்டால் இருக்கட்டுமென்று வைத்திருந்தது அது. எத்தனை ரூபாய்? நான்கு. வெறும் நான்கு ரூபாய். அதற்கு சொல்ல முடியாத அளவிற்கு மானத்தை வாங்கினார். செய்த தவறை பொதுவில் வைத்தால் அது மறுபடியும் நடக்காது என்பது அவர் கருத்து.

தென்னாப்பிரிக்காவில் ஃபீனிக்ஸ் ஆசிரமத்தில் இருக்கும் போதும் கூட இது போல ஒரு முறை நடந்தது. தேவதாஸ் டைபாயிட் காய்ச்சல் வந்து வாய் ருசியில்லாமல் சோர்ந்து படுத்திருந்தான். அப்போது ஏழெட்டு வயதிருக்கும் அவனுக்கு. 'எனக்கு சர்க்கரை போட்ட கசாயம் தான் வேண்டும் கொடு, வெல்லம் போட்டது வேண்டவே வேண்டாம்' என்று பிடிவாதம் பிடித்தான். இந்தப் பக்கம் இவன் பிடிவாதம், அந்தப் பக்கம் அவன் அப்பாவின் நியமங்கள். நான் அம்மாவாகட்டுமா, மனைவியாக என் பொறுப்பை கடைபிடிக்கவா குழப்பமாக இருந்தது. முடிவில் பாபுவுக்குத் தெரியாமல் ஒருவரிடமிருந்து சர்க்கரை தருவித்து கசாயம் செய்திருந்தேன். அது பாபுவுக்கு எப்படியோ தெரிந்து விட்டது. என்னை ஒரு வார்த்தை உண்மையா என்று கேட்கவில்லை. எதற்கு என்று திட்டவில்லை. மறுநாள் பிரார்த்தனை முடிந்த பிறகு என் மனைவியே நான் செய்த நியதிகளை கடைபிடிக்காமல் மீறியிருக்கிறாள். அவளுடைய மனத் தூய்மைக்காக நான் மூன்று நாட்கள் உண்ணாவிரம் இருக்கிறேன் என்றார்! அப்போது என் நிலைமை எப்படி இருக்கும்? இங்கேயும் அப்படித்தான் நடந்தது. பல நாட்கள் யாருக்கும் முகத்தைக்

காட்ட முடியவில்லை. இந்த ஆசிரமம், இந்த மகாத்மா எல்லோரையும் விட்டு விட்டுப் போக வேண்டும், சபர்மதி நதியில் சமாதியாக வேண்டும் என்றெல்லாம் தோன்றும். ஆனால் எங்கே போக? எப்படிப் போக? எதற்கும் துணிச்சல் இருக்கவில்லை. பாபுவைத் தவிர எனக்கு வேறு உலகமே இருக்கவில்லை.

எனக்கு வருத்தமாக இருக்கிறது என்று பாபுவுக்குத் தெரிந்தது. ஒரு மாலை, நான் தனியாக ஜன்னலுக்கு வெளியே பார்த்துக் கொண்டு அமைதியாக உட்கார்ந்திருந்தேன். ஏனோ எனக்கு என்னைச் சேர்ந்தவர்கள் என்று யாரும் இல்லை என்று தோன்றியது. பா சார்பாக பாபுவிடம் பேசுபவர்கள் யாரும் இருக்கவில்லை. மகாதேவ், மகனன், மீரா, தேவதாஸ் எல்லோரும் மௌனமாக இருந்தார்கள். கைபிடித்த கணவனே தொடுவதில்லை, பாராட்டுவதில்லை இனி யார் என் சார்பாக நிற்பார்கள்? எல்லோருக்கும் அவருக்கு இருக்குமளவே அசட்டை என் மீது இருக்கலாம் என்று வருந்தி நொந்து போனேன்.

அந்தத் தருணம் பாபு அறைக்குள் வந்தார். மிகவும் எதிர்பாராதது. அவரைப் பார்த்ததும் கோபமா, வெறுப்பா, தனிமையா தெரியவில்லை முந்தானையில் முகத்தை மூடிக்கொண்டு பொலபொலவென்று அழுது விட்டேன். அடக்கி வைத்திருந்தவை எல்லாம் வெளியே வந்து விசும்பி விசும்பி அழுதேன். பாபு என் கைவிரல்களை வருடிக்கொண்டும், உள்ளங்கையை அழுத்திக் கொண்டும் அமைதியாக உட்காரந்திருந்தார். ‘கஸ்தூர் இது அக்னிப்பரீட்சை. நாட்டிற்கு ஒளி வேண்டுமென்றால் நம்மை நாம் எரித்துக் கொள்ள வேண்டும். இரண்டு பச்சை

சட்டிகளை அருகருகே வைத்தால் என்ன நடக்கும்? உடைந்து விடுமல்லவா? அப்படி நடக்கக் கூடாது என்றால், உறுதியாக இருக்க வேண்டுமென்றால் அவை சுட்டுக்கொள்ள வேண்டும். இது அப்படியொரு சுட்டுக்கொள்ளும் செயல். நான் நிரந்தரமாக சுட்டுக் கொண்டே இருக்கிறேன் நம் வாழ்க்கை எல்லோரைப் போன்றதல்ல. சத்தியாகிரகிகளாக வாழ வேண்டியவர்கள். நொந்து கொள்வதை விட சிறந்த பிராயச்சித்தம் இல்லை. இது போதும். வருத்தப் பட்டுக்கொண்டு இருக்காதே. நாம் செய்ய வேண்டிய வேலைகள், சாதிக்க வேண்டியவை அதிகம் இருக்கின்றன. கடக்க வேண்டிய பாதை தீர்க்கமானது, துயரத்தில் காலத்தைப் போக்குவது வேண்டாம். எழுந்திரு.' என்று இரண்டு கைகளையும் கண்ணில் ஒற்றிக்கொண்டு, தலையை வருடி வெளியே போய்விட்டார்.

நொடியில் என் துயரம், வருத்தம், அவமானங்கள் எல்லாம் சர்ரென்று இறங்கி விட்டன. ராட்டை முன் உட்கார்ந்தேன். பாபு சொன்னது உண்மை. சுட்டுக் கொண்டால் தான் பச்சை சட்டி இறுகி உறுதியாகும். முன்பு இது போல நடந்திருந்தது. பாபு எடுத்துச் சொல்லி இருந்தார். ஆனாலும் வழுக்கிய இடத்திலேயே மீண்டும் மீண்டும் நான் வழுக்குவது எதற்கு? தீண்டாமையைக் குறித்தும் அதுபோலவே நடந்தது. பண விஷயத்திலும் அப்படித்தான். நான் செய்த தவறையே மீள மீள செய்கிறேனே, அப்படி நடக்கக் கூடாது என்று ஆழ்ந்து யோசிக்க வேண்டும். எனக்குள் நான் இறங்கி யோசிக்க வேண்டும் என்று நினைத்தேன். என் கையில் இருந்த ராட்டை சுற்றத் தொடங்கியவுடன் நான் ஆழத்தில் இறங்கிக் கொண்டே போனேன்.

ஆம், அந்தத் தருணம் ஆசிரமத்தில் ஒரு புதிய கற்றல் ஆரம்பமானது. அது ராட்டை. ஏழைகள், வீடில்லாதவர்கள், நிலமில்லாதவர்கள், எல்லா சாதியைச் சேர்ந்தவர்கள், கிராம மக்கள் சுதந்திரமாக வாழ வேண்டுமென்றால் அதற்கு சுய தொழில் ஒன்றுதான் வழி என்று பாபு எண்ணியிருந்தார். நம் நாட்டில் விவசாயிகள் அதிகம் இருக்கிறார்கள். அவர்களுக்கு ஆண்டு முழுவதும், நாள் முழுக்கவும் வேலை இருப்பதில்லை. அப்படிப் பட்டவர்களுக்கு கை நிறைய வேலை கிடைக்க வேண்டும். கொஞ்சம் பணமும் வரவேண்டும். உபயோகமாகவும் இருக்க வேண்டும். அப்படி எந்த வேலையை செய்ய முடியும் என்று ஆலோசித்து, முடிவில் ராட்டையில் நூல் நூற்கும் வேலையைத் தெரிவு செய்தார். உண்ணச் சோறு, உடுக்கத் துணி, கை நிறைய வேலைக்காக ராட்டை. எல்லோரும் கற்போம் என்றார்.

ஆரம்பத்தில் எல்லோர் வீட்டிலும் ராட்டைகள் இருக்கும். ஓய்வு இருக்கும் போதெல்லாம் நூற்பார்கள். தங்கள் நூல்களை நெசவாளர்களிடம் கொடுத்து துணி செய்து கொள்வார்கள். ஆனால் இப்போது ராட்டைகளைப் போல நூற்பவர்களும் பின்னிலைக்கு சரிந்து விட்டார்கள். வதோதரா அருகே ஒரு ஊர். விஜாபுரம் என்று, அங்கே போயிருந்தோம். அங்கே இருப்பவர்கள் எல்லாம் சிறந்த நெசவாளர்கள் என்று புகழ் பெற்றவர்கள். இப்போது நெசவாளர்களின் வருமானம் குறைவு மற்றும் தேவை இல்லை என்று ராட்டையை பரண் மீது ஏற்றிவிட்டார்கள். அவற்றை கீழே இறக்குமாறு கேட்டுக் கொண்டோம். அவரவர் துணிக்காக அவரவர்களே தங்கள் ராட்டையில் நூல் நூற்பது, பிறகு ஆசிரமத்தில் இருக்கும் கைத்தறியில் துணி நெய்வது என்று தொடங்கியது.

நூற்பதுவும், நெய்வதுவும் எல்லோரும் செய்யும் வேலை என்றானது. ஆரம்பத்தில் அவை எல்லாம் நமக்கு வருமா என்று சந்தேகப் பட்டோம். தலைமுறை தலைமுறையாக அதையே செய்துகொண்டு வந்தவர்களுக்கு அந்த நுட்பக் கலை வலிய வருமே தவிர தராசுக்குப் பின்னால் உட்கார்ந்து கொண்டு பொருட்களை விற்ற எங்களுக்கோ அல்லது எங்களைப் போன்ற மற்றவர்களுக்கோ சிரமம் தான். ஆனால் பாபு கருத்துப் படி சாதிக்கொரு வேலை என்று கிடையாது. கற்றால் எதுவும் சிரமமில்லை. அது நமக்கல்ல என்று நினைத்தால் வராது. நெசவு செய்வதை விடவும் நூற்பதை எல்லோரும் கற்கலாம். அதற்காக முதலில் நூற்பதை கற்போம் என்றார். முதலில் தான் கற்றார். பிறகு மற்றவர்களுக்குக் கற்பித்தார். ஆசிரமத்திற்கு வந்தவர்கள் எல்லோருக்கும் ராட்டை சுற்றுவதை பழக்கினார். எல்லோரும் கொஞ்ச நேரம் உட்கார்ந்து நூல் நூற்றுப் போவார்கள். பாபு நூல் நூற்கும் போட்டோ எடுக்க வேண்டுமென்றால், அதைப் பற்றிப் பேச வேண்டுமென்றால் ராட்டையில் நூற்கக் கற்க வேண்டி இருந்தது. அது அவருக்கு எப்படி ஒட்டிக் கொண்டது என்றால் தான் இறக்கும் தருணம் தன் கை ராட்டை மீது இருக்க வேண்டும் என்ற ஆசை என்பார்! தென்னாப்பிரிக்காவில் இருக்கும் போதே எளிமை இல்லாமல் எந்த அகிம்சையும் சாத்தியமில்லை என்றும் எல்லா வகையிலும் ராட்டைக்குத் திரும்புவதுதான் இந்தியாவை காப்பாற்ற வழி என்றும் கூறுவார்.

எனக்கு ஆரம்பத்தில் இது சாத்தியமா இல்லையா என்று தோன்றியது. ஆனால் போகப் போகத் தெரிந்தது, இது எனக்கு சொல்லி வைத்தது

போல இருக்கிறது என்று. நூற்பது என் விருப்பமான வேலையானது. உண்மையில் ராட்டை சுற்றுவது ஒரு அற்புதமான வேலை. அதுவும் உட்கார்ந்த இடத்திலேயே உட்கார்ந்து கொண்டு,அமைதியாக இருக்க ஆசைப்படும் என்னைப் போன்றவர்களுக்கு மிகவும் விருப்பமாகும் செயல் அது. நான் நூற்கக் கற்றேன். பாபு நூற்பதை கற்றார். ஆசிரமத்திற்கு வருபவர்கள் எல்லோருக்கும் நூற்பதை கற்றுக் கொடுத்தோம். ஆசிரமத்தில் எல்லோரும் நூற்பார்கள். பாபு ஆசிரமத்தில் இருப்பதே குறைவானதால் நூற்கும் போதுதான் நான் துணையாக அவருடன் இருப்பேன். போகப் போக என்னை விட வேகமாக நூற்கப் பழகி விட்டாயே என்று சிரிப்பார்.

நூற்பது என்றால் தியானம். இடைவிடாமல், ஒரே வகையில் முடிச்சில்லாத இழைகளை நூற்க வேண்டும். ஒரு கையில் ராட்டையை சுற்றிக் கொண்டே, மற்றொரு கையிலிருந்து மெல்ல பருத்தியை விட்டு, இளம் நூலை இழுத்து முடிச்சு விழாமல் நூலை கண்டாக சுற்ற வேண்டும். இழுக்கும் வேகமும், வலுவும் அதிகமாகக் கூடாது, குறையவும் கூடாது. ராட்டை சுற்றும் வேகம் ஒரே அளவில் இருக்க வேண்டும். திடீரென்று நிறுத்தவும் முடியாது. ஒரேடியாக தொடங்கவும் முடியாது. மெல்ல மெல்ல இயங்கி பருத்தி நூலாவதும், நூல் கண்டாவதும் நடக்க வேண்டும்.

நம் வாழ்க்கையும் முடிச்சுக்கள் இல்லாத பருத்தியில் இருந்து நூலை எடுக்கும் ராட்டையை சுற்றுவதற்கு மாறுபட்டதல்ல, அல்லவா? ராட்டை சுற்றுவதற்கும், நாம் பஞ்சாகி, நூலாகி, கண்டாகி, துணியாவதும், வாழ்க்கை நடப்பதற்கும் எத்தனை பொருத்தம் இருக்கிறது, அல்லவா?

ராட்டையல் நாட்டிற்கு நடக்கும் பயன் ஒன்று இருந்தால், ஒவ்வொருவருக்கு ஏற்படும் அனுபவம் அதை விடப் பெரியது. அதன் முன் உட்கார்ந்து கொண்டு நூல் எடுக்க எடுக்க நேரம் போவதே தெரியாது. அதிலும் நம் தலைக்குள் ராட்டையைப் போல சுழலும் ஒரு விஷயம் இருந்தால்

போதும். சுற்றிச் சுழலும் ராட்டையை விட்டு எழும் முன் இழைகளாக கண்டு சுற்றிக்கொண்டு அமைதி அடைந்து விடும். மணியை சூழற்றிக்கொண்டு செய்யும் தியானத்தை விட நூற்பது நல்ல வழிபாடு. சுழலும் ராட்டை ஒலியின் லயத்திற்கு ஒரு அமைதி சூழ்ந்து கொள்ளும்.

ஆம் குழந்தாய், ராட்டையில் நூற்பது என்பது நம்மை நாமே கண்டு கொள்வது. கேள்வியும் நாமாக, பதிலும் நாமாகி நம்மைத் தேடிக் கொள்வது. நூற்க நூற்க என் பல சங்கடங்களுக்கு ராட்டை பதிலளித்திருக்கிறது. ஜடமானதெல்லாம், ஜடமானவர்களை எல்லாம் இயங்கச் செய்யும் வலு அந்த சின்ன சக்கரத்திற்கு, பஞ்சுக்கு, இழைக்கு இருக்கிறது.

★★★

சபர்மதிக் கரையில்

கையில் ராட்டை. வசிக்க ஒரு ஆசிரமம் இருக்க நான் நிலைத்து விட்டேனா என்றால், அதுதான் இல்லை. அதுபோல மனிதர்கள் எப்படி நிலைத்துவிட முடியும், குழந்தாய்?

கொச்ராப் பங்களாவுக்கு நாங்கள் வந்து இரண்டு ஆண்டுகள் ஆனது. எல்லா இடத்திலிருந்தும் மக்கள் வருவார்கள். எப்போதும் மக்கள், மக்கள், மக்கள். அப்படி இருக்க அமதாவாதுக்கு பிளேக் நோய் வந்தது. எங்கள் பங்களாவுக்கும் வந்தது. பிளேக் வந்த போது அங்கே இருந்த ஆசிரமவாசிகளுக்கு, அதிலும் குழந்தைகளுக்கு அபாயம் என்று தோன்றியது. வேறு இடத்திற்கு எங்கள் வாசத்தை மாற்ற வேண்டியதானது. இடத்தை மாற்ற அந்த ஒரு காரணம் மட்டுமல்ல, கொச்ராபில் பின்கட்டு இருக்கவில்லை. விவசாய நிலம் அதிகம் இருக்கவில்லை. மாடு, கன்றுகளுக்கு கொட்டகை போட முடியவில்லை. அதனால் அமதாவாதிலிருந்து மூன்று மைல் தொலைவில் சபர்மதி நதிக் கரை மீது இருந்த ஒரு வெட்ட வெளியான இடத்திற்கு ஆசிரமத்தை எடுத்துச் சென்றோம்.

நதிக் கரை என்றால் பச்சை பசேல் என்று இருக்குமென்று நீங்கள் நினைக்கலாம். இல்லை, முப்பத்தியாறு ஏக்கர் அளவு இருந்த பாழடைந்த அந்த இடம் சிறைச்சாலை மற்றும் மயானத்திற்கு நடுவில் இருந்தது. 'சத்தியாகிரகிகளுக்கு சிறை, சுடுகாடு இரண்டும் வீடு போல. நமக்கு இதுதான் சரி' என்று சிரிப்பு அலையை எழுப்பி இருந்தார் பாபு. அதற்கு என்ன பெயர் வைப்பது என்று பத்திரிகையில் கேட்டிருந்தார். தேச சேவை ஆசிரமம், சேவாலயம், சத்தியாகிரக

ஆசிரமம் என்ற பெயர்கள் எல்லாம் குறிக்கப்பட்டு முடிவில் அது இருந்த நதிக் கரையின் பெயரிலேயே 'சபர்மதி ஆசிரமம்' என்று பெயர் சூட்டப்பட்டது. பெரும் சிவ பக்தராக இருந்த ததீசி முனிவர் தன் எலும்புகளையே வஜ்ராயுதமாகச் செய்ய தானமாகக் கொடுத்த இடமாம் அது. அங்கே பாம்புகளே நிறைந்திருந்ததன. அதுவும் நாகப்பாம்புகள். எந்த உயிரையும் கொல்லக் கூடாது. அதனால் ஆசிரமவாசிகளின் துணிச்சலை சோதிக்க நல்ல வாய்ப்புக் கிடைத்தது.

பாபு பீகார் விவசாயிகளுடன் சம்பாரன் சத்தியாகிரகத்தில் மூழ்கி இருந்தார். நாங்கள் எல்லோரும் கொச்ரார் பங்களாவிலிருந்து சபர்மதி ஆசிரமத்திற்கு சாமான்களை எடுத்துச் சென்றோம். அதே ஊராக இருந்தாலும் புதிய ஆசிரமம் நான்கைந்து மைல் தொலைவில் இருந்தது. வண்டியில், தோணியில் சாமான்களை கடத்தினோம். எங்களிடமிருந்த விலைமதிப்பான பொருட்களாவது என்ன? நூல், ராட்டை, புத்தகங்கள்! அதைத் தவிர எங்களுக்கு சொந்தமானது என்று என்ன இருந்தது?

அந்த இடம் முதலில் வெட்ட வெளியாக இருந்தது. ஒவ்வொரு கட்டிடமாகக் கட்டத் தொடங்கினோம். சுற்றி இருக்கும் இடங் களிலிருந்து கிடைக்கும் பொருட்களிலிருந்தே எளிமையாக வசிக்க வீடு கட்ட வேண்டுமென்று கொண்டோம். மண்சுவர், நாட்டு ஓடுகளின் கூரை, சாதாரணக் கதவு, ஜன்னல்கள் இருக்கும் சமையலறை, கழிவறைகள் எழுந்தன. அஞ்சல் செலவு, வெகுமானம் என்று மாதம் நானூற்றி ஐம்பது ரூபாய் ஆசிரமம் நடத்தத் தேவைப்பட்டது. நெசவாலயம் சமையலறை மற்றும் இதர கட்டிடங்களுக்கு ஐம்பத்தியைந்து ஏக்கர் நிலம் வாங்க ஒரு இலட்ச ரூபாய் பணம் தேவைப்பட்டது. எங்களிடம் பணம் இருக்கவில்லை. தனக்கு அறிமுகமானவர்கள், தானிகளிடமிருந்து பாபு பணம் பெற்றார். 'நல்ல வேலை செய்கிறோம் என்றால் பணம் ஏற்பாடு செய்வது ஒன்றும் சிரமமல்ல. ஆனால் அப்படி வருவதை சொந்தப் பணத்தைவிட அதிகப் பொறுப்புடன் செலவு செய்ய வேண்டும்; அந்தப் பணத்திலிருந்து ஒரு பைசாவையும் நம் சொந்த செலவுக்கு எடுத்துக் கொள்ளக் கூடாது' என்று பாபு அடிக்கடி கூறுவார்.

நான் பாபு தங்கும் குடிலுக்கு 'ஹிருதய குஞ்ஜ்' என்று பெயர் சூட்டினேன். நீ பார்த்திருக்கலாம் குழந்தை, ஹிருதய குஞ்ஜ்ல் அறைகளை விட வெற்று இடமே அதிகமாக இருக்கும். பெரிய கூடம். பாதிக்குப் பாதி பேச்சு வார்த்தைகள் கூடத்திலேயே முடிந்துவிடும்.

பாபு அங்கேதான் எப்போதும் ராட்டை சுற்றிக் கொண்டோ, எழுதிக் கொண்டோ, எழுத வைத்துக் கொண்டோ உட்கார்ந்திருப்பார். வந்தவர்களுடன் பேச ஒரு அறை இருந்தது. அது மட்டுமல்லாமல் எனக்கும் ஒரு அறை. வந்தவர்கள் தங்க இரண்டு அறைகள். ஒரு சமையலறை இருந்தது. சதுர வடிவ வீட்டின் நடுவில் காலி இடத்தில் நிறைய பூச்செடிகளை நட்டு வைத்திருந்தோம். சாதிமல்லிப் பூ மணம் அந்த இடம் முழுவதும் சூழ்ந்திருந்தது. பிரார்த்தனை கூடமும் அங்கேயே நதிக் கரையிலே தயாரானது. கிழக்கே முகம் பார்த்து வெளிச்சத்தின் சிகப்பு மூளும் முன்னமே எங்கள் பிரார்த்தனை தொடங்கிவிடும்.

அங்கேயே வெளியில், நதிக்கும் இன்னும் அருகில் 'ஹிருதய குஞ்ஜ்' எதிரில் வினோபா இருக்கும் குடில் இருந்தது. பாபுவை மேலும் மேலும் தேய்த்து ஒளிரச் செய்தால் எப்படி இருப்பாரோ அப்படி இருந்தார் வினோபா. ஆனால் அவர் ஆசிரமத்தில் தங்கவில்லை. மகாராஷ்டிராவில் அதுபோலவே ஆசிரமங்களை அமைக்கவும், மற்ற வேலைகளை செய்யவும் புறப்பட்டுப் போனார். பிறகு அவர் குடிலில் மீரா இருந்தாள். குடிலில் இருந்ததாவது என்ன? உட்கார, படுக்க, வெய்யில் மழையிலிருந்து பாதுகாத்துக் கொள்ள உள்ளங்கை அளவு கூரை இருக்கும் இடம். மற்ற எந்த வசதிகளும் இல்லாத அறைகள்.

அங்கே ஒரு நெசவு ஆலயம் கட்டத் தொடங்கினோம். அடிப்பாயம் போட்டு, மணல் கொண்டு வந்து நிரப்பி இருந்தாலும் பணப் பற்றாக்குறையால் நிறுத்தி வைத்தோம். கட்டிடச் செலவு இருபத்தி ஐந்தாயிரம் ஆகலாம் என்ற உத்தேசம். அப்போது அமதாவாதின்

தொழிற்சாலை தொழிலாளிகளின் போராட்டம் தொடங்கியது. பாபு அவர்களுக்கு ஆதரவு அளித்திருந்தார். தொழிற்சாலை தொழிலாளிகளுக்கு ஓய்வு கிடைத்ததால் நெசவு ஆலயக் கட்டிடம் கட்ட உதவி செய்தார்கள். கட்டிடச் செலவு கொஞ்சம் குறைந்தது. பாபு இதுபோல உதவி செய்யும், பெறும் வாய்ப்புக்களை நன்றாகவே பயன்படுத்திக் கொள்வார். அதுபோன்ற தருணங்களில் எல்லாம் 'பக்கா பனியா' என்று நான் கேலி செய்வேன்.

ஆசிரமக் கணக்கை பைசாவாரியாக வைத்திருப்போம். நாங்கள் விளைத்த அதிகப்படியை விற்று பணம் பெறுவோம். போய் ஓரிரு ஆண்டுகளில் பருத்தி, கோதுமை, பருப்பு, கம்பு பயிரிடத் தொடங்கினோம். எங்கள் பின்கட்டில் ஆரஞ்சு, மாதுளை மரங்கள் இருந்தன. மழை குறைவாக இருப்பதால் தண்ணீர் குறைவாகத் தேவையாகும் செடிகளையே நடுவோம். ஆசிரம காம்பவுண்ட்டுக்கு உள்ளேயே இருந்த ஒரு கிணற்று தண்ணீர்தான் ஆதாரமாக இருந்தது. பத்து ஆண்டுகளில் இருபத்தைந்து பசுக்கள் ஆயின. நூறு ஏக்கர் நிலத்தில், பயிர், புல், காய்கறி விளைவிப்போம். பசுக்கள் இருந்தாலும் பால், நெய் பயன் படுத்தமாட்டோம். பிறகு எதற்கு அத்தனை பசுக்கள் என்று நீங்கள் கேட்கலாம். விவசாயத்திற்கு அது அவசியம் தேவை. அதற்கு பசுக்கள் இருக்க வேண்டும். கோ சேவை செய்வது நம் தர்மம் என்பார் பாபு. அவர் கூற்றுப்படி கோ ரட்சை என்ற சொல்லே சரியில்லை. நம்மையே கடவுள் பாதுகாக்கும் போது நாம் சேவை செய்பவர்களாக இருக்கலாமே தவிர யாரையும் பாதுகாக்க முடியாது என்று கூறுவார். ஒருமுறை அங்கே இருப்பவர்களை சோதிக்க வரும் மருத்துவரை ஆசிரமவாசிகள் குறிப்பாக குழந்தைகள் பலவீனமாகத் தெரிகிறார்கள் என்று சொல்லியிருந்தார். பிறகு பால், நெய் பயன்படுத்தத் தொடங்கினோம். அதற்கு முன்பும் பலமுறை சொல்லி இருந்தேன். பல ஆயிரம் ஆண்டுகளாக மனிதர்கள் பால், நெய் உண்டு வளர்ந்தவர்கள். பிள்ளைகளுக்காவது கொடுப்போம் என்று. என் பேச்சைக் கேட்கவில்லை. இப்போது சங்கிலிருந்து விழுந்தபோது தண்ணீர் தீர்த்தமானது.

பாபு நேரத்தைக் கடைபிடிப்பதில் மிகவும் உறுதியாக இருப்பார். அவர் மட்டுமல்ல ஆசிரமத்தில் இருப்பவர்களும் கூட சோம்பேறிகளாக இருக்க முடியாது. இரண்டு நேரம் பிரார்த்தனை, உழைப்பு, வேலை, வாசிப்பு, கடிதம் எழுதுவது எல்லாம் கட்டாயம். ஒருமுறை பாபு ஒரு நிகழ்வுக்கு குஜராத் வித்யாபீடாவுக்குப் போயிருந்தார். அது அவர் ஆரம்பித்த பள்ளி. நிகழ்வு முடிந்த பிறகு ஒரு சேட் அவரை தன் காரில் கொண்டு வந்து விடுவதாக சொல்லி இருந்தார். ஆனால் அவர் கார் வரத் தாமதமானது. பிறகு ஒரு கூட்டம் இருந்தது. அதற்கு தாமதமாகும் என்று பாபு வித்யாபீடத்து மாணவன் ஒருவனின் சைக்கிளை ஓட்டிக்கொண்டு வந்துவிட்டார்! ஆசிரமத்தில் மூன்று குரங்கு பொம்மைகளை வைத்திருந்தோம். தீயதை பார்க்கக் கூடாது, தீயதை கேட்கக் கூடாது, தீயதை பேசக்கூடாது என்று. அவை ஜப்பான் பொம்மைகள். அதை எல்லோரும் கடைபிடிக்க முடியுமோ

இல்லையோ என்பது ஒரு பக்கம் இருக்கட்டும், ஆனால் எல்லா நியமங்களும் கடைபிடிக்கப் படுகின்றதா என்பதை கவனிப்பது என் வேலையாக இருந்தது. ஜலியன்வாலாபாக், சௌராசௌரி நிகழ்வுகளுக்குப் பிறகு ஒருநாள் போலீஸ்காரர்கள் திடீரென்று ஆசிரமத்திற்கு வந்தார்கள். எல்லாவற்றையும் ஜப்தி செய்து பாபுவை சிறைக்கு அழைத்துச் சென்றார்கள். அரசு துரோக குற்றம் ஒன்றல்ல, இரண்டல்ல, ஆறு ஆண்டுகள் தண்டனை. அது எங்களை மிகவும் பாதித்த கணம். பாபு தென்னாப்பிரிக்காவில் சிறைக்குப் போயிருந்தார். ஆனால் இங்கே அப்படியல்ல, ஏனென்றால் இது நம் நாடு என்றே நான் எண்ணியிருந்தேன். நம் நாட்டிலேயே நாம் சிறைக்குப் போக வேண்டிவரும்போது பாபு ஆங்கிலேயர்களுக்கு எதிராக எதற்குப் போராடுகிறார் என்பது புரிந்தது.

ஆசிரமத்தில் நிரந்தரமாக ஐம்பதற்கும் அதிக மக்கள் இருப்போம். காந்தி குடும்பத்திற்கு மூத்தவர், இளையவரும் அல்லாமல் மகதேவ் தேசாய், அவர் மனைவி துர்கா பேன், மகன் நாராயணன், காக்க சாகேப், மாவளங்கர், வினோபா, இமாம் பாவஜீர், நாராயண கரே..., எஸ்தர் போன்றவர்கள் இருந்தோம். ஆனால் மகதேவ், மகனன் என்ற இருவர் இல்லாவிட்டால் அந்த ஆசிரமம் ஆசிரமமாக அமைந்திருக்காது. அவர்களை எல்லாம் உனக்கு கட்டாயமாக அறிமுகப்படுத்த வேண்டும் குழந்தாய்.

நம் மகதேவ் உங்களுக்குத் தெரிந்திருக்கலாம். மகதேவ தேசாய். மகாராஷ்டிராவை சேர்ந்தவன். மிகவும் எச்சரிக்கையான, சுறுசுறுப்பான ஆள். எப்போதும் பாபுவின் நிழல் போலவே இருப்பான். எங்கள் மணி வயதிருக்கும். அவன் இருப்பதால் பாபுவின் உடல்நிலை, பயணம், உடை, மருந்து, மருத்துவர்கள், கடிதப் போக்குவரத்து, போராட்டங்கள், சந்திப்புக்கள், போன்ற பல விஷயங்களைப் பற்றி பாபு கவலைப்பட்டதில்லை. எனக்கும் பாபுவைப் பற்றி கவலை இருக்கவில்லை. அவர் என்ன செய்ய வேண்டும், யாரைப் பார்க்க வேண்டும், போன்றவைகளை அவனே முடிவு செய்வான். அவர் பயண ஏற்பாடுகள், போகும் இடங்களில் பிரார்த்தனை, ராட்டை, தங்கும் வசதி, உணவு இவற்றை அவனே பார்த்துக் கொள்வான். ஆசிரமத்திற்கு வருவோர், போவோர்கள், அவர்களுக்கு செய்ய வேண்டிய ஏற்பாடுகள், உணவு, செலவு, கணக்கு, சம்பளம் எல்லாம் அவன் பொறுப்பு. மகதேவ் பத்திரிகையாளனும் கூட. நவஜீவன் பத்திரிகையை நடத்திக் கொண்டும், எழுதிக் கொண்டும், மொழிபெயர்த்துக் கொண்டும், வெளியிடுவதும் போன்ற பொறுப்புகளை பார்த்துக் கொண்டதும்

அவன்தான். ஒருவகையில் பாபுவின் மனத்தில் இருப்பதை அவர் கையாக, காலாக, வாயாக வேலை செய்தவன் மகாதேவன். பாபுவுக்கு முன்பே எழுந்து வேலைகளைத் தொடங்கி அவர் உறங்கிய வெகு நேரத்திற்குப் பிறகு படுப்பான். அதற்கு இடையிலேயே வாசிப்பான், எழுதுவான், மொழிபெயர்ப்பான், பேசுவான். நாள் தவறாமல் டைரி எழுதுவான். பாபு சத்தியாகிரகி ஒருவன் எப்படி இருக்க வேண்டும்என்று சொல்வாரோ அது போலவே இருந்தவன் மகதேவ். பாபுவை கிரகித்துக் கொண்டிருந்தான், புரிந்து கொண்டிருந்தான். வெறுமனே புகழாமல், சும்மா எதிர்வினை செய்யாமல் அவர் வளர்ச்சிக்கு உதவி தானும் வளர்ந்தான். அப்படி கோடிக்கு ஒருவர் கிடைக்க மாட்டார்கள். பெரிய இதயம், விசாலமான மனது. ஒரே ஒருநாள் கூட விடுமுறை எடுத்துக் கொண்டதில்லை. ஒருமுறை மிகவும் உடல்நிலை சரியில்லை. ஆனாலும் வேலை செய்துகொண்டே இருந்தான். நான்தான் ஓய்வெடுத்துக்கொள் மகதேவ் என்றேன். ஆனால் பாபு ஆசிரமத்தில் இல்லாத போதும் அவன் ஓய்வெடுததுக் கொள்ள முடியவே இல்லை.

அவனைப் பற்றி எவ்வளவு சொன்னாலும் குறைவு. பாபு சிறைக்கோ, வெளியூருக்கோ, கூட்டத்திற்கோ எங்கே போனாலும் அவருடனேயே இருப்பான். வட்டமேசை கூட்டம் நடந்தபோதும், ஜார்ஜ் அரசரைப் பார்க்கப் போனபோதும், பாபுவுடன் இருந்தது மகதேவ் ஒருவன் மட்டுமே. நாங்கள் இந்தியாவுக்கு வந்த இரண்டு மூன்று ஆண்டுகளிலேயே எங்களுடன் வந்தவன் கடைசி நொடிவரை எங்கள் கூடவே இருந்தான்.

சபர்மதி ஆசிரமத்தில் எல்லா மதத்தவர்களும் இருந்தார்கள். எங்கள் மீரா தெரியுமல்லவா குழந்தை, மெடலின் ஸ்லேட், அவளும் கூட. எங்கேயோ பிறந்து, எங்கேயோ வளர்ந்து எங்கள் பிள்ளையாகி விட்டாள். வைணவத் துறவி போல வெள்ளை ஆடை அணிந்து கொண்டு மீரா பேன் ஆனாள். உருது கற்றாள். கதர் நூற்பாள். நெசவு செய்வாள். சைவ உணவுக்காரி ஆனாள். அவள் அல்லாமல் எஸ்தர் என்ற ஒரு கிறுஸ்த்துவத் துறவி இருந்தாள். அவள் ஏறக்குறைய நாங்கள் வந்தபோதுதான் இந்தியாவிற்கு வந்தவள். எங்கள் ஆசிரமத்திற்கு அவ்வப்போது வந்து போவாள். அது அவள் நாட்டுக்காரர்களுக்கும், மிஷனரிகளுக்கும் பிடிக்கவில்லை. அதற்கு மிஷனையே விட்டு விட்டு ஆசிரமத்திலேயே தங்கிவிட்டாள். ‘மை டியர் சைல்ட்’ என்றுதான் பாபு அவளை அழைப்பார்.

ஆசிரமத்தில் நாராயண கரே... என்ற சத்தியாகிரகி ஒருவர் இருந்தார். விஷ்ணு திகம்பர புலஸ்கர் என்ற பெரிய சங்கீதக்காரரின் மாணவர். நன்றாகப் பாடுவார். ஆசிரம பஜனைகள் என்று சில பிரார்த்தனை கீதங்களை இயக்கினார். அதை எல்லோருக்கும் கற்றுக் கொடுத்தார். அவர் பாடிய வைஷ்ணவ ஜனதோ பாட்டு மிகவும் பிரபலமடைந்தது. எனக்கும் அது மிகவும் பிடித்த பாட்டு. எனக்கு வருத்தமாக இருக்கும் போதெல்லாம் அதன் ஒவ்வொரு வரியிலும் அமைதி கிடைத்தது உண்டு. போகப் போக பாபு என்றால் வைஷ்ணவ ஜனதோ என்பது போலானது.

வைஷ்ணவ ஜனதோ தேனே கஹியே ஜே
பீடு பராயே ஜானெரெ
பரதுக்கே உபகார் கரே தொயெ
மன் அபிமான் ந ஆனெ ரெ

சகல லொக மான் சஹுனெ வந்தெ
நிந்தா ந கரெ கேனி ரெ
வாச் கச்ச மன் நிஸ்சல ராகெ
தன் தன ஜனனி தெனெ ரெ

சம்திருஷ்டி நே த்ரிஷ்ண த்யாகி
பரஸ்த்ரி ஜெனெ மாத ரெ
ஜிஹ்வா தகி அஸத்ய ந போலெ
பர தன் நவ் ஜாலெ ஹாத் ரெ

மோஹ மாய வ்யாபி நஹி ஜெனெ
த்ரிட வைராக்ய ஜேனா மன் மன் நெ
ராம் நாம் சூன் தாலி லாகி
சகல தீரத் தேனா தன் மன் ரெ

வான் லோபி நெ கபடரஹித செ
காம க்ரோத நிவராய ரெ
பானெ நரசய்யொ தெனுன் தர்ஷன் கர்தா
குல் ஏகொதர் தார்யா ரெ

(நரசிங்க மேகதா) தமிழில்

வைஷ்ணவன் என்போன் யாரென கேட்பின்
வகுப்பேன் அதனை கேளுங்கள்...

பிறருடையத் துன்பம் தனதென எண்ணும்
பெருங்குணத் தவனே வைஷ்ணவனாம்;
உறுதுயர் தீர்த்ததில் கர்வம் கொள்ளான்
உண்மை வைஷ்ணவன் அவனாகும்;
உறவென மனிதர்கள் உலகுள யாரையும்
வணங்குபவன் உடல்மனம் சொல் இவற்றில்
அறமெனத் தூய்மை காப்பவன் வைஷ்ணவன்;
அவனை பெற்றவள் அருந்தவத்தாள்.

விருப்பும் வெறுப்பும் விலக்கிய நடுநிலை
விளங்கி ஆசைகள் விட்டவனாய்
ஒருப்புடன் அன்னிய மாதரைத் தாயென
உணர்வான் வைஷ்ணவன்; தன் நாவால்
உரைப்பதிற் பொய்யிலன்; ஒருபோதும்அவன்
ஊரார் உடைமையைத் தொடமாட்டான்;
வரைப்புள குணமிவை வகிப்பவன் எவனோ
அவனே உண்மை வைஷ்ணவனாம்.

மாயையும் மோகமும் அணுகா தவனாய்
மனத்தினில் திடமுள வைராக்கியன்;
நாயக னாகிய ஸ்ரீரா மன்திரு
நாமம் கேட்டதும் மெய்ம்மறந்து
போய், அதில் பரவசம் அடைகின்ற அவனுடைப்
பொன்னுடல், புண்ணிய தீர்த்தங்கள்
ஆயன யாவையும் அடங்கிய க்ஷேத்திரம்
ஆகும்; அவனே வைஷ்ணவனாம்.

கபடமும் லோபமும் இல்லா தவனாய்க்
காம க்ரோதம் களைந்தவனாய்,
தபசுடை அவனே வைஷ்ணவன்; அவனைத்
தரிசிப்பவரின் சந்ததிகள்
சுபமடைவார்கள்; எழுபத் தோராம்
தலைமுறை வரையில் சுகமுறுவர்;
அபமறப் புனிதம் அடைகுவர்; பிறப்பெனும்
அலைகடல் நீந்திக் கரைசேர்வார்.

(நாமக்கல் கவிஞர்)

வைணவர் யார், மனிதர்கள் யார், எப்படி இருக்க வேண்டும் என மிக அழகாக சொல்லி இருக்கிறாரல்லவா நமது நாரசிங்கன்? கழிவறையை சுத்தம் செய்வது, சாக்கடைக் கழிவை சுத்தம் செய்வது போன்ற வேலைகளை செய்யும்போது வைணவளாக இப்படிப் பட்ட வேலைகளை செய்வதா என்று சில முறை எப்போதாவது எனக்குத் தோன்றியது உண்டு. ஆனால் அப்படிப்பட்ட என் செருக்கை இந்தப் பாட்டுக் கரைத்து விட்டது. எல்லோரையும் சமமென்று பார்க்கும், அன்னியப் பெண்களை தாயென உணரும், என்றும் பொய் பேசாத, அடுத்தவர் உடைமைக்கு ஆசைப்படாதா மனிதர்களே வைணவர்கள் என்கிறார். அப்படிப்பட்டவர்களால் உலகத்திற்கு புண்ணியம் கிடைக்கும், கவிஞர் நரசிங்கன் அப்படிப்பட்டவர்களை தரிசிக்க விரும்புகிறான் என்று எழுதிவிடுகிறார். பாபு எவ்வளவு அறிவுறுத்தி சொல்லி இருந்தாலும் புரியாமல் போனது நாராயணன் உணர்ச்சிகரமாக பாடிய பாணியில் நெஞ்சில் நிலைத்து நின்றுவிட்டது. நரசிங்கனை மட்டுமல்லாமல் கபீர், மீரா, துளசிதாஸ் எல்லோரையும் பாடிக்கொண்டும், முணு முணுத்துக் கொண்டும் இருப்பார் நாராயண கரே... அவர்கள். அவரால் எங்களுக்கு பல பாட்டுக்களும், அருட் தொண்டர்களின் நீதி மொழிகளும் கிடைத்தது என்று சொல்லலாம்.

எங்கள் மகன் மகன்லால், அவனுக்கு பஜனைகள் என்றால் மிகவும் விருப்பம். பாட்டு, பஜனைகளை தயார் செய்து எதை எப்பொழுது பாடவேண்டுமென்று நினைவு வைத்திருப்பவனும், கவனம் செலுத்துபவனும் அவன்தான். ஆசிரமத்தின் இதயம் 'ஹிரிதய குஞ்ஜ்' ஆனால், அதன் ஆத்மா மகன்லால் என்று எல்லோரும் சொல்வார்கள். சபர்மதி ஆசிரம் முழுமையாக மகனன், மகதேவ் இருவரின் உழைப்பால் எழுந்து நின்றது. அப்படிப் பார்க்கப் போனால் சத்தியாகிரகத்தில் அவருடைய விருப்பமான கொள்கை அகிம்சையாக இருக்க வேண்டுமென்று சொன்னது மகனன். அவன் பாபுவின் முதல் சீடன். எங்கள் மாமாவான குஷலதாஸ் காந்தி அவர்களின் மகன். நாங்கள் தென்னாப்பிரிக்காவில் இருக்கும்போது பாபு அவர் அண்ணனுக்குக் கடிதம் எழுதி, 'எனக்கு எதுவும் வேண்டாம், உன் இரு பிள்ளைகளையும் கொடு' என்று கூறியிருந்தார். அப்படி மகனனும், சகனனும் ஃபீனிக்ஸ் வந்தார்கள். ஆரம்பத்தில் மகனன் கொஞ்சம் பணம் சம்பாதித்துக் கொண்டு திரும்பிவிட வேண்டுமென்று நினைத்திருந்தான். இறுதியில் தன் சித்தப்பாவின் கொள்கைகளின் மறு வடிவமானான். டர்பனில் ஃபீனிக்ஸ் ஆசிரமம் அமைவதில் அவனுடைய உழைப்பு அதிகமாக இருந்தது. அங்கே இருந்த நாட்கள்

எல்லாம் 'இண்டியன் ஒபினியன்' பத்திரிகையை நடத்தி இருக்கிறான். மொழி தெரியாத தென்னாப்பிரிக்காவில் அவன் எனக்கு நெருக்கமாக இருந்தான். சகனனின் வழி வேறு ஆனது. மகனன் மட்டும் பாபுவின் முதல் சீடனாக தொடர்ந்தான். எங்கள் ஹரியை விடவும் கொஞ்சம் சிறியவனான மகனன் பாபுவுக்கு மிக அருகிலிருந்து அவர் தேவைகளை எல்லாம் கவனித்துக் கொண்டான்.

மகனன் பாபுவை பாய் என்றே அழைப்பான். வீட்டில் எல்லோரும் ஏறக்குறைய அப்படித்தான் அழைப்பார்கள். பாபு எதை நினைப்பாரோ அதை செய்து விடுவான். எங்கும் பாபு உருவாக்கிய நியமங்களுக்கு குந்தகம் ஏற்படாமல் பார்த்துக் கொண்டிருந்தான். பத்திரிகை பேட்டிகளை ஏற்பாடு செய்வது, பத்திரிகைகளுக்கு செய்தி வெளியிடுவது, குஜராத் மொழியில் எழுதுவது, விவசாயம், அடுக்களை மேற்பார்வை போன்றவற்றை அவன்தான் பார்த்துக் கொண்டிருந்தான். இந்தியாவிற்கு வந்த பிறகு சில ஆண்டுகள் அவன்தான் பாபுவின் செயலாளராக இருந்தான். அவருடைய அத்தனை வேலைகளையும், பத்திரிகை, பயணம், திட்டம் தயாரிப்பது போன்றவற்றை கவனித்துக் கொண்டிருந்தான். பிறகு மகதேவ் வந்து அவன் சுமை குறைந்தது.

இந்த பாபு என்ன சாதாரண மனிதனா? நூறு மனிதர்கள் வாழும் வாழ்க்கையை, ஒருவரே, மொத்தமாக வாழ்ந்து கொண்டிருந்தார்.

பல உன்னதமானவற்றை சொல்லி விடுவார். அதைப் போலவே நடந்து கொள்ள வேண்டுமென்றால் முடியுமா? அதனால் அவரை சுற்றி இருப்பவர்களுக்கு நிரந்தரமாக வேலை இருந்தே இருக்கும். சிலர் வருவார்கள், இருப்பார்கள், இருக்க முடியாமல் விட்டுப் போய் விடுவார்கள். கூட இருந்தவர்கள் மட்டும் சுத்த சத்தியாகிரகிகளாக தயாரானார்கள்.

பாபு சொல்லும் வேலைகளை செய்வது ஒரு வகை. ஆனால் பாபு கொள்கைகளைப் போல தங்களைத் தாங்கள் மாற்றிக் கொள்வது மிகவும் கடினம். அந்த விஷயத்தில் மகனன் மிகவும் நேர்மையானவன். என்ன ஆனாலும் பாபுவை ஏமாற்றக் கூடாது, ஏமாற விடக்கூடாது என்று நினைத்தான். அவனுக்கு பாபு என்றால் கடவுளை விட ஒரு படி குறைவு. ஆசிரமத்தை துறவிகள் ஆசிரமம் போல செய்தான். தென்னாப்பிரிக்காவில் ஆங்கிலேயர்கள் போல வளர்ந்தவன் முடிவில் சந்நியாசி போல மாறிவிட்டான். தினமும் காலை நான்கு மணிக்கு பிரார்த்தனை இருக்கும். குளிரோ, மழையோ காலை பிரார்த்தனையை தவிர்த்ததில்லை. ஆசிரமவாசிகளுக்கு எட்டு மணி நேரம் வேலை கட்டாயம். பெருக்கி, மெழுகி, கழுவி எல்லாம் செய்வான். நூற்கும் வேலை, உழும் வேலை, தச்சு வேலைகள் செய்வான். எட்டு மணி நேரம் வேலை செய்த பிறகு வாசிப்பது, எழுதுவது போன்ற வேலைகள் இருக்கும். மதியம் இரண்டிற்குப் பிறகு எழுத உட்காருவான். தன் உழைப்பு முடிந்த பிறகு பெண்களுக்கும் உதவுவான். அவனைப் போல பாத்திரம் அலம்பி, துணி துவைக்கும் ஆண்களைப் பார்த்தது அரிது. பாபுவும் அதை எல்லாம் செய்வார். ஆனால் அவர் துவைப்பது மிக மென்மையாக இருக்கும். எங்கே துணிக்கு வலிக்குமோ என்பதைப் போல அலசுவார். இவனுடையது அப்படி அல்ல. மிகவும் ஒழுக்கம், மிகவும் சுத்தம்.

ஒருநாள் மதியம் சபர்மதியில் கடும் வெய்யில். வியர்க்கவும் செய்யாத விபரீத வெப்பம். சங்கடம் உள்ளே இருந்து எழுந்து வருவது போல வெக்கை. நதி அப்போதே முழுமையாக வறண்டு போயிருந்தது. பறவைகள் வெயிலுக்கு பயப்படாமல் கூச்சலிட்டுக் கொண்டிருந்தன. சுவரில் சாய்ந்து உட்கார்ந்திருந்தேன். மனத்தில் பல எண்ணோட்டங்கள். அது ஒரு சிகப்பு அலகுப் பறவை. லாலி என்று அதன் பெயர். மிகவும் சேட்டை செய்யும். நதிக் கரை எல்லாம் கூடு கட்டிக் கொண்டிருக்கும். பறவை ஒலியைக் கேட்டுக்கொண்டு பலதை நினைவுப்படுத்திக் கொண்டு ராட்டை முன் உட்கார்ந்திருந்தேன். பார்த்தால் மகனன்

செடிக்கு அடியில் எதையோ செய்து கொண்டிருந்தான். 'என்னடா இது, இந்த நேரத்தில், இந்தக் கொதிக்கும் வெயிலில் வேலை செய்துகொண்டிருக்கிறாய்' என்றேன். 'தூக்கமாக இருந்தது பா, அதனால் வெளியே ஆகாயத்திற்குக் கீழே வந்தால் உறக்கம் கலையும் என்று வந்தேன்' என்றான். அவன் எதையாவது கையில் எடுத்துக் கொண்டான் என்றால் பின் வாங்கமாட்டான். மற்றவர்களும் பாபுவுக்கு அதுபோலவே நேர்மையுடனும், நிஷ்டையுடனும் இருக்க வேண்டுமென்று விரும்பினான்.

உங்களிடம் என்ன சொல்ல, சிலருக்கு அது பிடிக்கவில்லை. சிரமமாக இருக்கும். அவனால்தான் சில பெண்கள் ஆசிரமத்தை விட்டுப் போகத் தயாரானார்கள். அந்த செய்தி பாபுவரை போனது. ஒருநாள் பிரார்த்தனை முடிந்த பிறகு பாபு பேச்சை ஆரம்பித்தார். 'தென்னாப்பிரிக்காவில் போராட்டம் தொடங்கிய போது அதை நான் சத்தியாகிரகம் என்று அழைத்திருந்தேன். அதற்கு சத்தியாகிரகம் என்ற பெயரை சொன்னவனே மகன்லால். ஃபீனிக்ஸ் ஆசிரமம் இருந்ததால் சத்தியாகிரகம் சாத்தியமானது. இந்தியாவிலும் இந்த ஆசிரமம் இருப்பதால் சத்தியாகிரகம் நடக்கிறது. இதை நடத்துவதில் மகனனின் உழைப்பு அதிகம் இருக்கிறது. என் கொள்கையைப் போல வாழ அவன் அதிக தியாகம் செய்திருக்கிறான். அதை அளக்க முடியாது. நான் எதை எல்லாம் வலியுறுத்துகிறேனோ அவை எல்லாம் ஆசிரமத்தில் இருக்கின்றன. புத்தகத்தில் எழுதிவைப்பதல்ல, வாழ்க்கையில் பிரதிபலிக்க வேண்டும் என்பதை மகனன் முழுமையாகவும் சரியாகவும் புரிந்து கொண்டிருக்கிறான். அவன் இங்கே இருப்பது யாருக்காவது சிரமம் என்று தோன்றினால் ஆசிரமத்தில் நான் இருப்பதும் சிரமம் என்றே எண்ணவேண்டும். நான் யாரையும் வற்புறுத்தி இருக்க சொல்ல விரும்பவில்லை. சிரமம் என்று நினைப்பவர்கள் புறப்படலாம்' என்று நீண்ட சொற்பொழிவை ஆற்றி தானும், மகனனும் ஒன்றுதான், அவனை ஆசிரமத்திலிருந்து வெளியேற்ற முடியாது என்று குறிப்பாக உணர்த்தினார்.

மகனனின் மகன் கேசவன், கேசுபாய், எங்களிடம் பிறந்து வளர்ந்தவன். அவனை ஒரு சத்தியாகிரகியாக ஆக்கவேண்டும் என்பது பாபு, மகனன் இருவரின் விருப்பமாக இருந்தது. அவன் மிக நன்றாக நூற்பதைக் கற்றிருந்தான். அதுவும் பார்டோலி ராட்டையை நன்றாகச் சுற்றுவான் அந்தப் பையன். ஒரு நாளில் ஐந்தாறு கண்டை சுற்றி எடுப்பான். எங்களால் முடியாது. பாபு நினைப்பதை எல்லாம்

மகனன் உள்வாங்கிக் கொள்வான். அதை எல்லாம் மகன் கேசுபாய் மீது செயல் படுத்துவான்.

அப்படிப்பட்ட மகனன், தன் மகள் ராதாவைப் பார்க்க சம்பாரனுக்கு போயிருந்தான். 1928 ஆக இருக்கலாம். ராதா சம்பாரனில் பணியாற்றிக் கொண்டிருந்தாள். அங்கே பெண்கள் பேசும்போது முகத்தை மறைத்துக் கொள்வார்கள். என்றால் முகத்தைக் காட்ட வெட்கப்படுகிறார்கள் என்பது. தங்களைத் தாங்களே கீழாக எண்ணுகிறார்கள் என்பதைப் போல. அவர்களின் தாழ்வு மானப்பான்மையை அழிக்க அங்கே வேலை செய் என்று பாபு ராதாவுக்கு சொல்லி இருந்ததால் அவள் சம்பாரனில் இருந்தாள். அவளைப் பார்க்கப் போயிருந்த மகனனுக்கு டைபாய்ட் காய்ச்சல் வந்தது. செய்தி வந்ததும் கடிதம் போட்டோம். பாபு போகவேண்டும் என்பதற்குள் மருத்துவம் செய்தும் பயனில்லாமல் எங்களை விட்டுப் பிரிந்து விட்டன் என்று தெரிய வந்தது.

ஆம் குழந்தாய், கோடையிலும் வரட்டு மின்னல் எங்களைத் தாக்கியது. எங்களை விடவும் சிறியவர்கள் எல்லாம் இப்படிப் போய்விடுகிறார்களே என்று நொந்து போனோம். எனக்கு அது மிகப் பெரிய பாதிப்பு. இப்படிப்பட்ட அடிகளை வாங்கிக்கொண்டே இருந்தேன். ஆனால் இவன் இருபது ஆண்டுகளுக்கும் அதிகமாக எங்களுடன் இருந்தவன். போய்விட்டான் என்ற போது மிகவும் வருத்தமாக இருந்தது. அவனை தனக்குப் பின் வாரிசு என்று நினைத்துக் கொண்டிருந்த பாபுவுக்கோ கைகால்கள் ஒடிந்து கண் குருடானது போலானது.

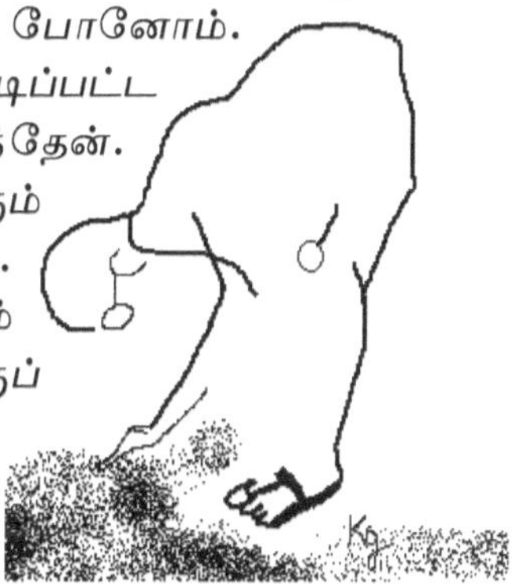

ராட்டையை வெவ்வேறு மாதிரிகளில் செய்வது, மேன்படுத்துவது எப்படி என்று அவன் மிகவும் ஆலோசித்தான். அதற்காக அவன் அறையை ராட்டை கண்காட்சியகமாக மாற்றினோம்.

★★★

பாபு ஆசிரமத்தில் இருக்கும்போது மின்னலைப் போல நடமாடுவார். ஆனால் அவர் ஆசிரமத்தில் கழித்த நாட்களைப் போலவே பல ஊர்களுக்குப் பயணமும் செய்து, சொற்பொழிவாற்றியும் கழித்திருக்கிறார். ‘மக்களுக்கு நெருக்கமாக இருக்க வேண்டும்

என்றால் அவர்கள் நடுவில் இருக்க வேண்டும். நடமாட வேண்டும். அப்போது மட்டுமே நாம் சொல்வதை அவர்களால் புரிந்துகொள்ள முடியும்'என்பார். பாபு சட்டம் பயின்றவர் அல்லவா, ஆசிரமத்தில் பாபு இருக்கிறார் என்றால் நாள் முழுதும் பேச்சு, சர்ச்சை, கூட்டம் நடக்கும். போகப் போக பேச்சைக் குறைத்துக் கொண்டார். கடிதம், வேலை, உண்ணாவிரதம் அதிகமானது. புதிதாக வந்தவர்களுடன் பேசித்தான் ஆகவேண்டும். மற்றபடி மனைவி, மக்கள், ஆசிரமவாசிகள், அவருடைய உதவியாளர்கள் பாபு கண்ணால் காட்டுவதை செய்துவிடுமளவிற்கு, புரிந்து கொள்ளுமளவிற்கு தேர்ச்சி பெற்றவர்களாக இருந்த பிறகு பிறகென்ன? புதிய நீதி, நியமம், மறுப்பு, உண்ணாவிரதம் போன்ற ஏதாவது புதிய விஷயங்கள் இருந்தால் மட்டுமே பேசுவார்.

மகனன் போன பிறகு ஓரிரு ஆண்டுகள் கடந்திருக்கும். 1930 ஆம் ஆண்டு. குளிர் முடிந்து கோடை இனி என்ன ஆரம்பமாகப் போகிறது என்பது போல இருந்தது. சபர்மதி மீது பனி முழுமையாக விலகி இருக்கவில்லை. மார்ச் 12 என்று நினைக்கிறேன். காலை பிரார்த்தனை முடிந்திருந்தது. மைனா, குருவி, அக்காதங்கைப் பறவை, புறாக்கள் எல்லாம் தங்கள் தானியங்களை கொத்திக் கொண்டு ரகளை செய்துகொண்டிருந்தன. எறும்பு புத்திற்கு வெல்லப் பொடி தூவியிருந்தேன். இனி என்ன கைங்கரியம் ஆரம்பிக்க வேண்டும். அப்போது சபர்மதியிலிருந்து 240 மைல் தொலைவிலிருந்த தண்டி என்ற கடற்கரை ஊருக்கு சத்தியாகிரகிகள் பாதயாத்திரை புறப்பட்டார்கள். காற்று, தண்ணீர் போல உப்பும் கூட மனிதனுக்கு உயிர் வாழ மிக அவசியமான பொருள். அதை கடல் உருவில் இயற்கை இலவசமாக கொடுக்கிறது. அப்படி இருக்க அதற்கு வரி கொடுக்க வேண்டும் என்பது அநீதி என்ற ஆங்கிலேயர்களின் சட்டத்தை மீறி தாங்களே உப்பை தயார் செய்ய சத்தியாகிரகிகளின் கூட்டம் புறப்பட்டது. அது உப்பு சத்தியாகிரகம் என்று புகழ் பெற்றது. அது ஒரு மாதம் நடந்தது.

புறப்படும் போது பாபு சுதந்திரம் கிடைத்த பிறகுதான் தான் ஆசிரமத்திற்கு வருவேன், அதுவரை சபர்மதி ஆசிரமத்திற்கு வர முடியாது என்று கூறிவிட்டார். தண்டியிலிருந்து பாபு சிறைக்குச் சென்றார். ஆயிரக்கணக்கான மக்களை அரசாங்கம் சிறை வைத்தது. உடனே சுதந்திரம் கிடைக்கும் வாய்ப்புக் குறைவாக இருந்தது. அதனால் பாபு ஆசிரமத்திற்கு வரமாட்டார் என்று மக்களுக்கு உறுதியானது. ஆசிரமத்திற்கு வந்து போவவர்கள் குறைந்தார்கள். ஆசிரமத்தில் தங்கி இருந்தவர்களின் எண்ணிக்கையும் குறைந்தது.

அந்தத் தருணம் அரசாங்கம் ஆசிரமத்தை பறிமுதல் செய்துகொள்ள முயன்றது. அதை தானே வகித்துக்கொண்டு நடத்த அரசாங்கத்திற்கு கடிதம் எழுதிய பாபு, வைஸ்ராயை சந்திக்க விரும்பினார். ஆனால் அந்த மனிதன் மட்டும் அசைந்து கொடுக்கவில்லை. 'சபர்மதியை துறக்கிறேன். அதை அரசாங்கத்திற்கு எழுதி வைக்கிறேன்' என்றார் பாபு. அப்போதும் பேச்சே இல்லை. 1933 ஆண்டு இருக்கலாம், அரசாங்கம் ஏற்றுக்கொள்ளாவிட்டால் அதைக் கலைத்து விடலாம் என்றார். ஆரம்பித்து பதினாறு ஆண்டுகள் ஆகியிருந்த ஆசிரமம். அங்கே இருந்து எல்லோரும் புறப்பட்டு விடுவது என்று முடிவானது. ஆசிரமத்தை தீண்டத்தகாதவர்களின் சமுதாய சேவை அமைப்பிற்கு அற்பணிக்கப்பட்டது. ஆரம்பத்தில் அதில் இருந்தவர்கள் அனுசூயா சாராபாய் அவர்கள் வீட்டில் தங்கி பிறகு காந்தி கொள்கைகளின் அடிப்படையில் நடக்கும் வெவ்வேறு ஆசிரமங்கள், கிராமங்களுக்குப் போனார்.

சபர்மதி எனக்கு ஒருவகையில் வீடு போல இருந்தது. அத்தனை ஆண்டுகள் அங்கே தங்கி இருந்தோம். எல்லாவற்றையும் எங்கள் கையால் கட்டினோம். இப்போது அப்படிப்பட்ட இடத்தை விட்டு விட்டுப் போவது வருத்தமாக இருந்தது. துயரம் எங்களுக்கு மட்டுமல்ல, ஆசிரமத்திற்கும் ஏற்படுகிறது என்று தோன்றியது. மகதேவனுக்கும் மிகவும் வருத்தம். அந்த ஆசிரமத்தின் ஒவ்வொரு செடிக்கும், மரத்திற்கும், தூணுக்கும், கல்லுக்கும், பூவுக்கும், பசுக்களுக்கும் ஒவ்வொரு கதை இருந்தது. பல போராட்டங்கள், இயக்கங்கள் தோன்றியது அங்கேதான். சபர்மதியில் இருந்த யார் யாரோ, அங்கே பிறந்த கனவுகள் எத்தனையோ, எடுத்த முடிவுகள் எத்தனையோ! நான் கடிதம் எழுதும் போது சபர்மதி ஆலயம் என்றே எழுதுவேன். பாபுவும் அப்படித்தான்.

குழந்தை, இன்றும் நினைத்துக் கொண்டால் வருத்தமாக இருக்கிறது. தாய் வீட்டை விட்டு வந்த போதும் அவ்வளவு வருத்தம் ஏற்படவில்லை. ஒருவகையில் நதி மூலத்தை அடைத்து விடுவது போல, தண்ணீர் இருக்கும் கிணறை மூடுவது போல துயரம். ஆனால் பாபு மிகவும் பற்றுதல் இல்லாமல் இருந்தார். உறுதியாக இருந்தார். இந்த கிணறை மூடித்தான் ஆக வேண்டும். மற்றொரு பக்கம் பார்க்கலாம் வாருங்கள். தண்ணீர் கிடைத்தே கிடைக்கும் என்று சொல்லி விட்டார். அவர் வார்த்தைக்கும், கடிதத்திற்கும் யாரும் உடனே பதில் சொல்லவில்லை.

ஆசிரமத்திலிருந்து வெளியேறி வந்து ஒரு மாதமான பிறகு தேவதாசின் திருமணத்தை பூனாவில் நடத்தினோம். அது ஜூன் மாதம். தேவதாஸ் மற்றும் இராஜாஜி அவர்களின் மகள் இலட்சுமிக்கும் இடையே ஆரம்பத்திலிருந்தே காதல் இருந்தது. ஆனால் இலட்சுமி திருமண வயதிற்கு வரும்வரை, ஐந்து ஆண்டு காலம் கடிதத் தொடர்பு இல்லாமல் காதலர்கள் காத்திருக்க வேண்டும்; காதல் உண்மையாக இருந்தால் ஐந்து ஆண்டுகள் ஆனாலும் உறவு நிலைத்திருக்கும்; பிறகு திருமணம் செய்து வைக்கிறோம் என்று இரு தரப்புப் பெற்றோர்களும் சேர்ந்து முடிவெடுத்து, அவர்களுக்கு ஒரு சோதனையை முன்வைத்தார்கள். பாவம், இளம் பையனும், பெண்ணும் ஒத்துக் கொண்டார்கள். அவள் மதராசில். இவன் ஆசிரமத்தில். அவனுடைய முகத்தைப் பார்க்கும் போது இலட்சுமியின் நினைவு வருகிறதோ என்று எண்ணி நான் இரக்கப் பட்டதும் உண்டு. ஒரு முறை மதராசுக்குப் போயிருந்த போது இலட்சுமியை சந்தித்து வந்தேன். அவள் செய்தியை சொன்னபோது எங்கள் தேவதாஸ் முகத்தின் மீது எப்படிப்பட்ட களை மூண்டது! இப்போது அவர்களுடைய ஐந்து ஆண்டு சோதனை முடிந்திருந்தது. புனேயில் திருமணம் செய்து வைத்தோம். திருமணம் என்றால் குஜராத்தி திருமணமல்ல. அப்படி பார்க்கப்போனால், எங்கள் பிள்ளைகளில் குஜராத்தி சம்பிரதாயத்து திருமணம் நடந்தது ஹரிக்கு மட்டும் தான். அது நடக்கும் போது நாங்கள் இருவரும் இருக்கவில்லை. மணி, ராமு இருவருக்கும் மிக எளிய முறையில் திருமணம். இதையும் அதுபோலவே எளிமையாக நடத்தினோம். மணமகன் மணமகள் முகத்தின் மீதான களையே போதும், எல்லா வைபவத்தையும் ஈடு செய்து விடும். ஐந்து ஆண்டுகள் காத்திருந்ததின் பலன்! பொறுமையின் பலன் எப்போதும் இனிமையாகவே இருக்கும், அல்லவா?

பாபு முன்நின்று திருமணம் செய்து வைத்தார். 'ஸ்ரீராஜகோபாலாச்சாரி அவர்களின் இரத்தினத்தை நீ பெற்றுக் கொள்கிறாய். அதற்கு நீ தகுந்தவனாக இரு' என்று மகனை வாழ்த்தினார். இராஜாஜி குடும்பத்திலிருந்து சிலர், எங்களுக்கு நெருங்கியவர்கள் சிலர் திருமணத்தில் கலந்து கொண்டார்கள். பிராமண மணப்பெண்ணுக்கும், வைணவ மணமகனுக்கும் இடையே நடந்த திருமணம் சிறிது கலவரத்தை ஏற்படுத்தியது. 'தார்மீக மனிதன், துறவி என்று நீங்கள் அழைக்கும் காந்தியின் உண்மை நிறத்தை இப்போது பாருங்கள்' என்று புனேயின் கோவிலில் கூட்டம் கூடிய சனாதன பண்டிதர்கள் தங்கள் கருத்தை வெளிப்படுத்தினார்கள். இந்த பிரதிகூலமான

திருமணத்தை எதிர்த்து அந்த பண்டிதர்கள், 'காந்தியின் உண்மை நிறம் வெளிப்பட்டது', 'காந்தி கிறுஸ்த்துவர்களின் ஏஜெண்ட். அவர் கலப்புத் திருமணம் செய்து வேண்டுமென்றே சனாதன தர்மத்தை பாழடிக்கிறார்', சுயாட்சி என்று இதுவரை சொல்லிச் சொல்லி தார்மீக மக்களை ஏமாற்றுவதை இப்போது பாருங்கள்,' 'காந்தி மகாத்மா அல்ல துராத்மா' – இப்படி பல எதிர்வினைகளை செய்தார்கள். பத்திரிகை செய்திகளைப் படித்து பாபு சிரித்து அமைதியானார்.

★★★

சபர்மதியை விட்டு வந்திருந்தோம். மற்றொரு ஆசிரமம் இன்னும் உருவாகி இருக்கவில்லை. அவை பாபுவின் பயணங்கள், வேலைகள், சிறைவாசத்தின் ஆண்டுகள். பாபு பிறந்து, வளர்ந்தது எல்லாம் நகரத்தில் தானே? கிராமம் என்றால் அவருக்கு அதிக விருப்பம். இனி நான் கிராமத்தில் இருப்பேன் என்று தண்டிக்கு அருகே இருக்கு ஒரு கிராமம் ராஸ்க்கு பாதயாத்திரை செய்தார். பாதயாத்திரைக்கு நடுவிலேயே பாபுவை கைது செய்து புனேயின் எரவாடா சிறைச்சாலையில் அடைத்தார்கள். இந்த முறை மகதேவனை பாபுவுடன் சேர்த்து அடைக்கவில்லை. ஒன்றாக சிறையில் இருவரும் இருந்தால் ஏதாவது திட்டம் தீட்டுவார்கள் என்று மகதேவனை பெளகாம் சிறைக்கு அனுப்பி வைத்தார்கள். பாபுவை எரவாடா சிறையில் வைத்தார்கள். அங்கே அதிகக் கட்டுப்பாடு இருந்தது. 'ஹரிஜன சேவா சங்க'த்தின் விவகாரங்களுக்கும், கடிதம் எழுதவும், வருபவர்களை சந்திக்கவும் வாய்ப்பே இருக்கவில்லை. அதை எதிர்த்து பாபு உண்ணாவிரதம் இருந்தார். ஐந்தாம் நாள் பாபுவுக்கு அதிகமாக வாந்தி ஆரம்பமானது என்றால் மரணத்தை நெருங்கித் திரும்பினார். அவருக்கு சாவு வந்தது என்று எண்ணி தன்னிடம் இருந்த சில பொருட்களை அருகில் இருந்தவர்களுக்கு பங்கிக் கொடுத்து விட்டார். எந்த உண்ணாவிரதத்திலும் இதுபோல நடந்ததில்லை. அவர் சிறைவாச காலம் முடிந்திருக்காவிட்டாலும் உடல் தேர்ச்சி அடையட்டுமென்று விடுதலை செய்து புனேக்கு அருகில் இருக்கும் 'பர்ணகுடில்' க்கு அனுப்பி வைத்தார்கள்.

இப்படி பாபு, இப்போது உள்ளே, இப்போது வெளியே. இப்போது உண்ணாவிரதம் ஆரம்பம், இப்போது உண்ணாவிரதம் முடிவு. இப்போது சிறை, இப்போது வெளியே. எத்தனை முறை சிறையோ, உண்ணாவிரதாமோ யாரிடமும் எந்தக் கணக்கும் கிடையாது. ஆங்கிலேயர்களுக்கும், சில பத்திரிகையாளர்களுக்கும்,

அதிகாரிகளுக்கும், தீவிர தார்மீகர்களுக்கும் பாபு நடிக்கிறார் என்று தோன்றியது. சிலருக்கு அவர் உண்ணாவிரதமும், சத்தியாகிரகமும் செய்தியில் இருபபதற்காக கிழவன் செய்யும் சதி போலத் தெரிந்தது. ஆனால் சாதாரண மக்களுக்கு நாட்டிற்காக பாபு தன் தேகத்தையே பணயம் வைத்திருப்பது போல தெரிந்தது.

யார் என்ன சொன்னாலும், காலில் விழுந்தாலும், அடித்தாலும், பாபு மட்டும் பாறை போல உறுதியாக, கல்லைப்போல பற்றற்று தன் இலக்கை நோக்கி நடந்து கொண்டிருந்தார்.

★★★

வார்தா ஆலயம்

சபர்மதி ஆசிரமத்தை விட்டு வந்து நான்கு ஆண்டுகள் ஆனது. சபர்மதி நதியில் எத்தனையோ தண்ணீர் பாய்ந்தோடியிருந்தது. 1934ஆம் ஆண்டு என்று நினைக்கிறேன். எல்லோரும் வார்தாவுக்கு வந்தோம். நாக்பூருக்கு அருகில் வரோதா என்ற கிராமத்திற்கு மீரா எங்களை விடவும் முன்பே போய் கிராம சுயாட்சி வேலைகளில் ஈடுபட்டிருந்தாள். அவளிடம் பாபு தன் புதிய ஆசிரமத்தை நிறுவ மத்திய இந்தியாவில் ஒரு கிராமத்தைத் தேடு என்று சொல்லியிருந்தார். அவள் நாக்பூர் அருகில் வதோதராவிலிருந்து ஒன்றரை மைல் தொலைவிலிருந்த சேகாவ் என்ற இடத்தை தெரிவு செய்திருந்தாள். அங்கே ஜம்னாலால் பஜாஜ் கொடுத்த நிலத்தில் ஆசிரமம் ஆரம்பமானது. முதலில் நானும் பாபுவும் சேகாவ் போய் ஊர் மக்களை சந்தித்தோம். எங்களை அறிமுகம் செய்துகொண்டோம். அது தீண்டத்தகாத சமுதாயம் அதிகமாக வசிக்கும் கிராமம். நாங்கள் யார், எதற்காக அங்கே இருக்க விரும்புகிறோம், எங்கள் கொள்கைகள் என்ன என்று எல்லாவற்றையும் தெளிவாக சொன்னோம். மகதேவ் மராத்தியில் அவற்றை அவர்களுக்கு விவரித்தார். நாங்கள் மதம், வர்ணம், சாதி, தொழில், ஏழை பணக்காரன் போன்ற எந்த வேற்றுமைகளும் இல்லாதவர்கள் என்றும், ஆசிரமத்தில் எல்லாப் பகுதியிலிருந்தும், எல்லா சமுதாய மக்களும் இருப்பார்கள் என்றும் தெரிவித்தோம்.

பாபுவுக்கு வார்தா போல ஒரு இறுதியான இடத்தை அடைய வேண்டி இருந்தது. இரயில், பேருந்து, தொழிற்சாலை இல்லாத இடமாக இருக்க வேண்டும் என்று சொல்லியிருந்தார். உழைப்பால்

வாழவேண்டும் என்றும் சொல்லியிருந்தார். ஒரு கிராமத்தில் வாழும் ஆசையும் அவருக்கு இருந்தது. அதுவரை நாங்கள் நகரங்களில் இருந்தோம். போர்பந்தார், ராஜ்கோட், லண்டன், மும்பை, டர்பன், ஜோகான்ஸ்பர்க், அமதாவாத் இப்படி. நகரத்து வெளியில் எங்கள் ஆசிரமம் என்ற கிராமத்தை நிறுவி இருந்தோம். ஏழ்மையை சுமந்துகொண்டு கிராம மக்களாக வாழ முயன்றோம். ஒரே கிராமத்தில் தங்கி அதை மாதிரி கிராமமாக அமைக்கும் விருப்பம் இருந்தது.

அன்று மாலை வார்தாவிலிருந்து பாபுவும், நானும், மகதேவ், மீராவும் சேகாவ் நோக்கி நடந்தோம். நாங்கள் புறப்பட்டபோது மற்றவர்கள் முகம் வாடி நின்றிருந்தார்கள். பாபு போய் அங்கே தங்குவதற்கு அந்த குக்கிராமத்தில் என்ன இருக்கிறது? அவரைப் பார்க்க வருபவர்களுக்கு வர எளிதாக இருக்குமா? அங்கே தண்ணீர் இல்லை, மின்சாரம் இல்லை, தேவை என்றால் செய்தித் தாளும் கிடைக்காது. அச்சகம் இல்லை. சந்தை இல்லை. பேருந்து இல்லை, இரயில் இல்லை. சாலையே இல்லை. கோவில் இல்லை. அரங்கு இல்லை. படகுத் துறை, நதிக் கரை, ஃபோன் இல்லை. டெலிகிராம் கொடுக்க முடியாது. பக்கத்துப் பட்டிணம் என்றால் நாக்பூர். சுமார் ஐம்பது மைல் தொலைவு. போய் வருவது அவ்வளவு எளிதல்ல. வானிலை அவ்வளவு நன்றாக இருக்காது. அதிக வெப்பம், அதிகக் குளிர், குறைவான மழை. அந்த வறண்ட நிலத்தில் பாபு என்ன விவசாய சோதனை நடத்தப் போகிறார்? அங்கே போய் நிலை கொள்வதை விட நாட்டின் ஒவ்வொரு கிராமத்திலும் சில நாட்கள் தங்கி வசித்தால் போதாதா? இப்படி பல கேள்விகள் எழுந்தன.

ஆனால் நீங்கள் நம்புவீர்களோ இல்லையோ, நாங்கள் போனதும் சேகாவ் சூழ்நிலையே மாறிவிட்டது. எதெது இதுவரை இல்லை என்று இருந்ததோ அவை எல்லாம் வந்து சேர்ந்து, இருக்கின்றன என்றானது.

நாங்கள் போனபோது சேகாவ் எப்படி இருந்தது தெரியுமா? அங்கங்கே கடும் வெயிலுக்கு உடம்பு திறந்து நின்ற, விளைச்சல் அறுவடையான வயல். கல் நிலம். அதன் விளிம்புகளில் முற்செடிகள். எங்கேயோ ஓரிரு மரங்கள். சபர்மதியில் மகனன் – மகதேவ் இருந்ததுபோல இங்கே மீராவும், மகதேவும் மிகவும் சிரமம் வகித்தார்கள். ஆசிரமத்தில் தங்க வருபவர்கள் ஒவ்வொரு கல்லாகத் தேடித் தேடி சேர்த்து கட்டிடம் கட்ட ஆரம்பித்தார்கள். முதலில் பாபுவின் குடிலுக்கு அடித்தளம் போட்டார்கள். மீரா தன் கையால் கட்டிய குடில் அது. அந்த இடத்திலிருந்து ஐந்து மைல் சுற்றளவில்

கிடைக்கும் பொருட்களால் மட்டுமே நிறுவ வேண்டும் என்ற நியமம் இருந்தது. மூங்கில் கூரை, உத்தரம் போட்டோம். வேம்பு, புளிய மரங்கள் கிடைத்தன. அருகிலேயே குயவர்கள் ஊர் இருந்தது. அங்கே இருந்து நாட்டு ஓடு எடுத்து வந்து பொருத்தினோம். அதுவரை மீராவின் வீட்டில் தங்கி இருந்த நாங்கள் பாபு குடில் அமைந்த பிறகு அங்கே வந்தோம்.

எங்கள் மகள் மீரா, மீரா பேன் தெரியுமல்லவா உங்களுக்கு? அவள் பிரித்தானியாவை சேர்ந்தவள். இராணுவ அதிகாரியின் மகள். மிக அருமையாக கித்தார் வாசிப்பாள். பாடுவாள். அவள் எப்படி இந்தியளானாள் என்றால் தலையை மழித்துக் கொண்டு, வெள்ளைக் கதர் சேலை அணிந்து கொண்டு துறவியைப் போல தனக்கென்று எதையும் வைத்துக் கொள்ளாமல் பாபுவை விடவும் ஓரடி முன்னால் சென்று வாழ்ந்தாள். ரோலண்ட் என்பவர் எழுதிய புத்தகத்தைப் படித்து விட்டு அவரை சந்திக்க ரோம் நகரத்திற்குப் போனாளாம். அவர், 'என்னை எதற்கு சந்திக்க வந்தாய்? உண்மையாக நீ போய் பார்க்க வேண்டிய ஒரு மனிதன் இந்தியாவில் இருக்கிறார். அவரைப் பற்றி ஒரு புத்தகம் எழுதி இருக்கிறேன். அவன் மற்றொரு ஏசு. பாபு என்று அழைக்கிறார்கள். அவரைப் போய் சந்திக்கவும்' என்று கூறினாராம். மற்றொரு ஏசு என்ற சொல் அவளை மிகவும் கவர்ந்து விட்டது. அவளுக்கு அந்த பேச்சு எப்படி மனதில் பதிந்து விட்டது என்றால் தான் பாபுவின் சீடளாவதுதான் சரி என்று முடிவு செய்து கப்பல் ஏற டிக்கெட் வாங்கி விட்டாள். பாவம், அவள் அப்பா, அம்மா அவள் பேச்சை மறுக்காமல் 'சரி, உன் விருப்பம்' என்று சொல்லி விட்டார்களாம். முடிவாக பாபுவுக்கு கடிதம் எழுதிக் கேட்டாள். பாபு மானசீகமாக ஆசிரம வாசியாக தயாராக வேண்டும். அதற்காக சம்மணம் போட்டு உட்கார்வது, தரை மீது படுப்பது, இந்தி மொழியை கற்பது, சைவ உணவு, மிதமான உணவு, மதுவை விலக்கி வைப்பது போன்றவற்றை பழகிக் கொள்ள வேண்டும் என்று பரிந்துரை செய்தார். பாய் மீது படுத்தாள். கதர் அணிந்தாள். அந்தத் தருணம் பாபு இருபத்தியொரு நாள் உண்ணாவிரதம் இருந்து கொண்டிருந்தார். அவர் உடல்நிலை தவறும் போது அவளுக்கு மிகவும் ஆதங்கம் ஏற்படுமாம். ஒவ்வொரு நாளும் நாளிதழில் பாபுவைப் பற்றிய செய்தியைப் பார்ப்பாளாம். ஃபிரெஞ்சு மொழியில் ரிக்வேதம், பகவத் கீதையை வாசித்து, பிரார்த்தனை செய்வாளாம். இருபத்தியொரு நாள் உண்ணாவிரதம் முடிந்த பிறகு கடவுளுக்கு நன்றி சொல்லி இருந்தாளாம். பாபுவின் நிதி சேகரிப்பிற்கு தன்னிடம் கொடுக்க எதுவும் இல்லை என்று தன்

தாத்தா தனது இருபத்தியோராவது பிறந்த நாளுக்கு அன்பளிப்பாகக் கொடுத்திருந்த கை காப்பை விற்று இருபது பௌண்ட் அனுப்பி வைத்திருந்தாளாம். இப்படி பாபு என்றால் தேவமகனின் மறுபிறப்பு என்றே கருதி இருந்தாள்.

வினோபாவைப் போல அவளும் கூட பாபுவை பெற்ற தாயோ என்பதைப் போல அணுக்கமாக இருந்தாள். மீராபேன் என்று பாபு அவளுக்கு பெயர் சூட்டினார். அவர் கண் விளிம்பிலிருந்து காட்டுவதை தலை மீது சுமந்து கொண்டு செய்வாள். அவள் பாபுவின் மகாளாகவும் சீடளாகவும் இருந்தாள். பாறை போல உறுதி, பாபு போல வலிமை. தான் உறுதியாக இருந்து உலகத்தையே நடுங்க வைக்கும் வலிமை. வார்தாவில் இருந்த காலம் வரை தினமும் மீராவுக்கு நெருக்கமாகவே இருந்தேன்.

வார்தாவில் எதையாவது செய்ய எனக்கு விருப்பம் இருந்தது. ஆனால் உடல் நிலை ஒத்து வரவில்லை. அப்போது மிகவும் சோர்ந்து போயிருந்தேன். ஆஸ்துமா அதிகமாக இருந்தது. அதனால் உடல் உழைப்பு குறைவு. மேற்பார்வை வேலைகள் அதிகம் செய்வேன். சமையலறை, கோசாலை மேற்பார்வை என்னைச் சார்ந்தது. நான், மீரா, பாபு அங்கே சில செடிகளை நட்டு வைத்தோம். குழந்தைகளைப் பார்த்துக் கொள்வது, வந்தவர்களுடன் பேசுவது, விசாரிப்பது போன்ற மூத்தவர்களின் வேலை எனக்குக் கிடைத்தது. நூற்கும் வேலை மகிழ்ச்சியை அளித்தாலும் அதிக நேரம் உட்கார சிரமமானது. முதுகு வலி, கழுத்து வலி வரும். பஞ்சுத் தூசியால் இருமல் வரும்.

வார்தா என்ற நாட்டின் நட்ட நடுவில் இருக்கும் குக்கிராமத்தில் உட்கார்ந்து கொண்டு பாபு அரசியலிலிருந்து விலகி இருக்க வேண்டும்

என்று விரும்பினாலும் நடக்கவில்லை. கடிதங்களே ஆயிரக் கணக்கில் வரும். எழுதுவதை நிறுத்துகிறேன் என்ற போதும் எப்படிப்பட்ட கடிதங்கள் வரும் என்றால் பதில் எழுதியே ஆகவேண்டும் என்பது போல இருக்கும். அமதவாதின் பாக்ரிபோளியின் புரோகிதர் ஒருமுறை அவருக்கு கடிதம் எழுதி ஆங்கிலத்தில் வெஜிடேரியன் என்ற சொல்லின் பொருள் என்ன என்று கேட்டிருந்தார். மீன், முட்டை, பால் உண்பவர்களும் வெஜிடேரியன் ஆவார்களா? வெங்காயம், பூண்டு எப்படிப் பட்ட உணவுகள்? என்றும் கேட்டிருந்தார். அதற்கு பாபு இந்தியாவின் அன்ன ஆகாரம்தான் சைவ உணவு என்று கூறியிருந்தார். சும்மா நினைவிற்கு வந்தது என்று இதை சொன்னேன். இப்படி யார் யாருடையதோ பல ஆயிரம் கடிதங்கள், கேள்விகள். அக்கடிதங்களுக்கு தானே பதில் எழுத வேண்டும் என்பார் பாபு.

இரவீந்திரநாத தாகூருக்கு எழுபது வருடத்திற்கு மேலாகி இருந்தது. அப்போது தனது பாலே நாட்டியக் குழுவுடன் சாந்திநிகேதனுக்கு நிதி திரட்ட பயணம் சென்றிருந்தார். பண உதவி கேட்டு பாபுவுக்கும் ஒரு கடித எழுதியிருந்தார். உடனே பாபு, அவரைப் போன்ற பெரும் கவிஞர், ஆளுமை இப்படி கையேந்தி ஊர் ஊராக திரியக் கூடாது, அப்படி செயல்பட்டால் சாந்திநிகேதனை நடத்துவது பிறகு சிரமமாகும். அதைவிட மூடிவிடுவது மேல் என்று கடிதம் எழுதினார். பண உதவிக்காக அங்கே இங்கே பலரைக் கேட்டு 60,000 ரூபாய் கொடுத்து அனுப்பியிருந்தார். அந்தப் பணத்தை ஜி. டி. பிர்லா கொடுத்திருந்தார். ஆனால் தன் பெயரில் அனுப்புவது வேண்டாம் என்று கூறியிருந்தார்.

சேகாவ் என்ற குக்கிராமத்தில் இருந்தால் என்ன, ஆசிரமத்திற்கு யார் யார் வந்து போனார்கள் என்று சொல்ல முடியாது. ஆரம்பத்தில் வந்தவர்களில் டாக்டர் ஒருவர் இருந்தார். அம்பேத்கர், அவரை நாங்கள் டாக்டர் சாகேப் என்று தான் அழைப்போம். அவரை முதலில் ஓரிரு முறை பாபு சந்தித்திருந்தார். அவர் தீண்டத்தகாதவர்களுக்காக மிகவும் வேலை செய்திருக்கிறார் என்ற செய்தி வந்து கொண்டிருந்தது. தீண்டத்தகாதவர்களுக்கு கோவில் பிரவேசம், குளத்துத் தண்ணீர் பயன்படுத்தப் போராட்டம் என்று பலதை நடத்துகிறார் என்று தெரிந்திருந்தது. அவர் எங்களைப் போலவே கற்று, சிந்தித்து, சமூக சேவையில் இறங்கிய மனிதர் என்று தெரிந்திருந்தோம். ஆனால் போகப் போக ஏனோ பாபு மீது மிகவும் கோபமாக இருந்தாராம். அதை பாபுவே ஓரிரு முறை பேசிக்கொண்டிருந்த போது சொல்லியதைக்

கேட்டிருந்தேன். அவர் ஒருமுறை பாபுவை சந்திக்கவென்றே வந்திருந்தார். அவர் போன பிறகு யார் இந்த டாக்டர் சாகேப் தீண்டத்தகாதவர்கள் மீது இத்தனை அக்கறையுள்ளவராக இருக்கிறாரே என்று பாபு மகதேவனைக் கேட்டார். கடைசியில் பார்த்தால் அவரும் தீண்டத்தகாதவர் தானாம். பாபுவுக்கு அது தெரிந்திருக்கவில்லை. தீண்டத்தகாத மனிதர் இப்படி உன்னத கல்வி கற்று, நுட்பமாக சிந்தித்துப் பேசக்கூடியவர் என்று பாபு நினைத்திருக்கவில்லை. அல்லது அப்படிப்பட்டவர்கள் எங்கள் தொடர்புக்கு வந்திருக்கவில்லை. அவர் தீண்டத்தகாதவராகப் பிறந்து சமுதாயத்தின் சிரமத்தை அனுபவித்ததால் தான் இப்படிக் கடுமையாகவும், நேரடியாகவும் பேசுகிறார் என்று நினைத்தோம்.

ஏனோ இருவருக்கும் ஒருமுறை அதிகத் தகராறு நடந்தது. டாக்டர் சாகேப் ஏதோ கேட்டதற்கு பாபு வேண்டாம் என்று சொல்லி இருந்தாராம். அப்படிக் கேட்டதை வாபஸ் பெறுங்கள் என்று வற்புறுத்தி புனே சிறையில் உண்ணாவிரதம் இருந்தார். இனி என்ன இறந்தே விடுவார் என்பது போலானது. பயந்துபோய் நானும், தேவதாசும் டாக்டர் சாகேப் வீட்டிற்குப் போனோம். மிகத் துயரத்தால் நொந்து போனவர் போலத் தெரிந்தார். என்னைவிடவும், பாபுவை விடவும் உயரமான மனிதர். கம்பீரமான முகம். அவரைப் பார்த்தால் ஞானி என்பதைப் போல இருந்தார். மிக நன்றாகவும், தெளிவாகவும் பேசுவார். மராட்டி, இந்தி, குஜராத்தி, ஆங்கிலம் எல்லாம் தெரியும். பாபு உண்ணாவிரதத்தால் இறந்துவிடுவார், அதனால் தயவு செய்து உதவி செய்யவும் என்று அவரிடம் கேட்க நாங்கள் போயிருந்தோம். நான் கைகூப்பிக் கேட்டேன். எனக்கோ தொண்டை கனத்து கண்ணீர் வந்தது. அந்த பிடிவாதக்கார பாபுவை காப்பாற்ற வேண்டி இருந்தது. இந்த முறை மிகவும் அயர்ந்து போயிருக்கிறார். இறந்தே விடுவார் என்று தோன்றியது. என் பிள்ளைகள் வயதை ஒத்த டாக்டர் சாகேப் முன்னால் பாபுவைக் காப்பாற்றிக் கொடுங்கள் என்று மடியேந்தி வேண்டிக் கொண்டேன். நான் அங்கே தழுதழுத்த குரலில் பேசிக்கொண்டிருந்த போது மறுபக்கம் பாபு உயிர் நீத்துவிடுவாரோ என்று அச்சமானது. அது ஏனோ என்னை அறியாமல் துயரம் பொங்கி வந்தது. டாக்டர் சாகேப் அதுவரை பேசிக்கொண்டிருந்தவர், ஒருமுறை என் முகத்தைப் பார்த்து, கண்ணை நோக்கியவர் அமைதியாகி விட்டார். உண்மையாகவும் பெரிய மனிதர். பிறகு ஒரே பேச்சு, 'நீங்கள் கேட்டதற்கு சரி என்று ஒரே வார்த்தையில் சொல்லிவிடுவது எளிது அம்மா, ஆனால் கோடிக்கணக்கான என் மக்கள் கேட்பார்கள், இத்தனை போராடி

லண்டனுக்குப் போய் என்ன நீதியை கொண்டு வந்தாய் என்று. அவர்களுக்கு நான் என்ன பதில் சொல்ல சொல்லுங்கள்?' என்று கேட்டார். எனக்கு அவர் கேட்டது அதிகமாகப் புரியவில்லை. தேவதாஸ், மகதேவ் பிறகு சொன்னார்கள்.

ஆனால் பாபுவுக்கும் அவருக்கும் நடுவில் எதற்கோ என்னமோ நட்பு ஏற்படவில்லை.

அம்பேத்கர் சாகேப் வந்திருந்த போது குடில் இன்னும் முழுமை அடைந்திருக்கவில்லை. ஏதோ வேலை நடந்து கொண்டிருந்தது. ஆனாலும் அவசரமாகப் பேச வேண்டும் என்று நாக்பூரிலிருந்து வந்திருந்தார். மரத்திற்குக் கீழே கல் மீது அமர்ந்து பேசினார்கள். அவரை வழியனுப்ப மகதேவ் போனபோது அவனிடம் மிகவும் உணர்ச்சிகரமாக தனக்கு தீண்டாமையால் ஏற்பட்ட அவமானத்து அனுபவங்களை சொல்லிக் கொண்டாராம். அதைக் கேட்டு எனக்கு மிகவும் சங்கடமானது என்று சொல்லி இருந்தான் மகதேவ். 'இப்போது தீண்டத்தகாதவர்களுடன் அவர்கள் வலியை அனுபவிக்க சிலர் தயாராக இருக்கிறார்களே, நிலைமை சுதாரிக்கும் டாக்டர்' என்று மகதேவ் சொன்னானாம். 'என்றால், தீண்டாமை இருக்கட்டும், நீங்கள் வலியை அனுபவித்துக் கொண்டே இருங்கள், நாங்கள் உங்களுடன் இருக்கிறோம் என்று சொல்கிறீர்களா நீங்கள்?' என்று அவர் கேட்டாராம். எப்படிப் பட்ட பேச்சு? தீண்டத்தகாதவர்கள் அல்லாத எங்களைப் போன்றோருக்கு அது தோன்றுவதாவது சாத்தியமா? அது மகதேவனை எப்படிக் கலங்கடித்து விட்டது என்றால் திரும்பி வந்ததும் பல நாட்கள் அதே விஷயத்தை குறித்து சர்ச்சை நடந்தது. தீண்டத்தகாதவர்களின் பேச்சு வரும்போதெல்லாம் டாக்டர் கருத்தைப் பற்றி மீண்டும் மீண்டும் சர்ச்சை செய்வார்கள். அவருடனும் அவரைப் போன்ற தீண்டத்தகாத சமூகத்தவர்களுடன் நாங்கள் துணை இருக்க வேண்டும் என்று கொண்டோம். உண்மை சொல்ல வேண்டுமென்றால் டாக்டர் சாகேப் அவருடைய பேச்சைப் பற்றி சர்ச்சை நடக்கும் போதுதான் என்னையும் சேர்த்து நாம் தீண்டத்தாகதவர்களுக்கு எந்த வகையில் அநீதி செய்திருக்கிறோம் என்று எனக்கு புரிந்தது.

வார்தாவுக்கு வந்து இரண்டு ஆண்டுகள் ஆகியிருக்கலாம். கடும் வெய்யிலுக்கு நான் அடிக்கடி மயக்கம் போட்டு விழுந்து விடுவேன். உழைப்பது மிகவும் கடினமானது. வீட்டிற்குள்ளேயே ஏதாவது வேலைகளை செய்துகொண்டிருப்பேன். தூசிக்கு தம் அதிகமாகி மூச்சு விடுவது சிரமமாக இருந்தது. ஒரு பக்கம் ஹரியின் கிறுக்குத்தனங்கள்

என் நெஞ்சை அடைத்தால் மற்றொரு பக்கம் நோய். மிகவும் தனிமையில் இருப்பதாகத் தோன்றியது. இனி எல்லாம் போதும் என்று தோன்றிய நாட்கள் அவை. முன்பிருந்த ஆசிரமத்தில் மகனன் இருந்தான். இங்கே அவன் இல்லாததால் மகதேவ் மீது அதிக பொறுப்பு இருந்தது. யாருக்கும் ஓய்வு இருக்கவில்லை. நான் பேசவும், என்னிடம் பேசவும் யாரும் இருக்கவில்லை. எல்லோருக்கும் அத்தனை வேலை, நாட்டின் பொறுப்பு. என் தனிமையின் கிணற்றில் நான் மூழ்கி எழுந்து கொண்டிருந்தேன். இது பாபுவுக்கும் தெரிந்திருக்கலாம். முடிவில் என்னை சிம்லாவுக்கு அனுப்பி வைத்தார்கள்.

அமிர்தாவைத் தெரியுமல்லவா? ராஜகுமாரி கௌளர், அமிர்தா கௌளர். சிம்லாவில் அவள் வீடு இருந்தது. பெரிய வீடு.'மன்றோ வில்லே' என்று. ஆப்பிள் தோட்டமும் இருந்தது. அப்போது அவள் இன்னும் எங்கள் ஆசிரமவாசியாக இருக்கவில்லை. சத்தியாகிரகியாகவும் இருக்கவில்லை. ஆனால் பாபுவை சந்தித்திருந்தாள். அவ்வப்போது வருவாள். கடிதம் எழுதுவாள். அந்த ஆண்டு கோடை முடியும்வரை அவள் வீட்டில் தங்கி இருந்தேன். ஆசிரம வாழ்க்கை, அங்கே இருப்பவர்கள், வந்து போவாவர்கள், அங்கே வசிப்பவர்களுக்கு இருக்கும் சுதந்திரம் எல்லாவற்றையும் கேட்டுத் தெரிந்து கொண்டாள். ‘தனக்கு ஓய்வான, உல்லாசமான வாழ்க்கை, பணம் எல்லாம் போதுமாகிவிட்டது. இந்தத் தனிமை அதிகமென்று தோன்றுகிறது. மக்களுடன் இருக்க வேண்டும் என்று நினைக்கிறேன். ஆசிரமத்திற்கு வந்து பாபுவுடனும் மற்ற சத்தியாகிரகிகளுடனும் சேவையில் தொடங்கி விட விரும்புகிறேன்’ என்று கூறி இருந்தாள். அவள் தந்தை சீக்கிய அரசர். அம்மா கிறுஸ்த்துவள். ஆங்கிலக் கல்வி பெற்றவள். அறிவாளி, சிந்தித்தாள். ஆனால் சர்ச் ஆகட்டும் குருத்வாராவாகட்டும் தன் எண்ணங்களையும், உணர்வுகளையும் ஆய்வு செய்ய உதவவில்லை. அதற்காக சத்தியாகிரகம், அகிம்சை, உண்ணாவிரதம், பிரார்த்தனைகள் போன்ற ஆசிரம வாழ்க்கைப் பக்கம் மனம் போகிறது என்றாள். அவளிடம் ஆசிரம வாழ்க்கையைப் பற்றி விரிவாக பேசியிருந்தேன். ஆசிரமம் என்றால் அங்கே தனிமையும் இருக்கிறது, சமூகமும் இருக்கிறது. எல்லோரும் இருந்தாலும் நீ தனியாக இருக்க வேண்டி இருக்கலாம். தனிமையும், துணையும் நீ வேண்டும் போது கிடைக்காமல் போகலாம். சந்தையில் இருந்தாலும் தனிமையை கபீரனைப் போல உணர்ந்து பாடவேண்டியிருக்கும். பாபுவுடன் வேலை செய்யவும், ஆசிரமத்தில் இருக்கவும் இப்படித் தயார் படுத்திக் கொள்ள வேண்டி இருக்கும். யோசி என்று கூறி

இருந்தேன். நான் வார்தாவுக்கு வந்த பிறகு இடைவிடாமல் கடிதம் எழுதினாள். முடிவில் ஒருநாள் நகை, துணிமணி, சொத்து எல்லாவற்றையும் துறந்து ஆசிரமத்தில் வசிக்க வந்துவிட்டாள். அவள் பாபுவின் செயலாளராக அதிக வேலைகளை செய்தாள். மகதேவனுக்கு மிகவும் உதவியாக இருந்தாள்.

யாராவது அரசியல்வாதிகள், போராளிகள் எப்போதும் ஆசிரமத்தில் இருப்பார்கள். பாபுவுடன் சர்ச்சை செய்வார்கள். வல்லபாய் படேல், ஜவகர்லால் நேரு, மௌலானா ஆசாத், சி.எப்.ஆண்ட்ரூஸ், சக்ரவர்த்தி இராஜகோபலாச்சாரியார்(ராஜாஜி) போன்றவர்கள் பல சமயம் வருவார்கள். ஜவகர் மீது பாபுவுக்கு அதிக அன்பு. இந்தியாவின் எதிர்காலம் அவர் கையில் இருக்கிறது என்பார். மிக புத்திசாலி, அதிக சுறுசுறுப்பானவர். சரோஜினியும் வருவாள். அவளுடன் அவள் பிள்ளைகளும் வருவார்கள். ஆங்கில அதிகாரிகளும் ஆசிரமத்திற்கு வருவார்கள். அவர்கள் எல்லாம் மற்ற பகுதிகளின் சத்தியாகிரகிகள். மாணவர்கள், பத்திரிகையாளர்கள், வெளிநாட்டு நண்பர்கள், இலக்கியவாதிகள், மதத் தலைவர்கள் வருவார்கள்.

மதத் தலைவர்கள் எதற்காக வருகிறார்கள் என்று உங்களுக்கு வியப்பாக இருக்கலாம். பாபு எல்லா மதங்களின் பண்டிதர்களுடன் ஆழ்ந்த சர்ச்சை நடத்துவார். இந்து, இஸ்லாம், சமண, சிக், கிருஸ்த்துவ மற்றும் பல வெவ்வேறு மத விஷயங்களைப் பற்றி அறிந்துகொள்வார். படிப்பார். தன் பிரார்த்தனையில் ஒவ்வொன்றாக மற்ற மதங்களின் அம்சங்களை சேர்த்துக் கொண்டே வந்தார். தினமும் பகவத் கீதையின் சில வரிகளையாவது வாசிப்பார். அவர் இருக்கும் இடத்தில் எல்லா மதக்காரர்களும் வருவார்கள். நரசி மெகதாவின் பாட்டு இருக்கிறதே, 'உறுதுயர் தீர்த்ததில் கர்வம் கொள்ளான், உண்மை வைஷ்ணவன் அவனாவான்' என்பதை தீவிரமாக நம்பியவர். ஆசிரமத்தில் எங்கும் பூசையறை என்று ஒன்று இருந்ததில்லை. நிற்குண பக்தி அவருடையது. பாபுவின் உடல் மீது குடுமி, பூணூல், நீண்ட நாமம் எதுவும் இருக்கவில்லை.

இப்படிப்பட்ட மனிதர்கள் அல்லாமல் ஆசிரமத்திற்கு சில மக்கள் சும்மா தரிசனத்திற்கு வருவார்கள். அவர்கள் பாபுவை சாதுக்களின் தொடர்ச்சியாக, ஆங்கிலேயர்களை இந்தியாவிலிருந்து விரட்டியடிக்கப் பிறந்த அவதார புருஷனாக பார்த்தார்கள். பிரார்த்தனைகளில் பங்கு பெறுவார்கள். யாருக்காவது எதையாவது பாபுவிடம் கேட்க வேண்டுமென்றால் பிரார்த்தனைக்குப் பிறகு அரைமணி நேரம்

அவகாசம் இருக்கும். அப்போது பாபு பேசுவார். தரிசனத்திற்கு வந்தவர்கள் தங்கள் தனிப்பட்ட கஷ்டங்களை, தங்கள் ஊரின் சிரமங்களை, சமூகம், சாதி, பிள்ளைகள், கஷ்டங்களை சொல்லிக் கொள்வார்கள். பாபு அமைதியாக, சில சமயம் கண் மூடிக்கொண்டு, அவற்றுக்கு பதிலளிப்பார். அது அவர்களுக்கு தெய்வ வாக்காகத் தோன்றி பாபுவின் காலில் நெடுஞ்ஜாண்கிடையாக விழுந்து வணங்குவார்கள். என் காலிலும் விழுவார்கள். பாபுவுக்கு மிகவும் சங்கடமாக இருக்கும். வேண்டாம் என்பார். மகதேவனிடம் அது போன்ற பழக்கங்கள் ஆசிரமத்தில் கிடையாது என்று முன்பே எடுத்துச் சொல்லச் சொல்வார். ஆனால் வரும் மக்கள் கேட்க வேண்டுமே. வாய்ப்புக் கிடைத்தால் போதும், காலில் விழுந்து விடுவார்கள். பாபுவை கைகூப்பி வணங்குவார்கள். அவரைத் தொடுவார்கள், அழுவார்கள். கண்மூடி உட்கார்ந்து விடுவார்கள். இப்படிப்பட்ட மக்களின் பார்வையில் பாபு 'மகாத்மா'. அவர் செய்வதெல்லாம் மாயம், சொல்வதெல்லாம் வாக்கு, தங்களுக்கு நடந்தவை எல்லாம் அற்புதம். அநேகமாக எல்லோரும் எதையாவது கொண்டு வந்து கொடுப்பார்கள். தாங்கள் விளைத்த தானியங்கள், பழங்கள், காய்கறிகள், பயிர்களைக் கொடுப்பார்கள். ஆசிரமத்திற்கு நன்கொடை அளிப்பார்கள். பிரார்த்தனைக்குப் பிறகு மற்ற நேரங்களில் அவர்களுக்கு சந்திக்கும் வாய்ப்புக் கிடைப்பது அரிது. அறிமுகமானவர்கள், இயக்கத்தில் இருப்பவர்கள், நெருங்கியவர்கள், அதிகாரிகள் போன்றோர்கள் மட்டும் சந்திப்பார்கள். எல்லா ஊர்களிலும் அப்படிப்பட்ட மக்கள் பாபு மகாத்மாவை சூழ்ந்து கொள்வார்கள்.

அந்தத் தருணத்தில் காங்கிரஸ் பல மாநிலங்களில் அரசாட்சி செய்து கொண்டிருந்தது. ஆனால் காங்கிரஸ்காரர்களின் ஊழல், சோம்பேறித்தனம், பாரபட்சம் அளவுக்கு மீறி இருந்தது. இது பாபுவிற்கு மிகவும் வேதனையை அளித்தது. 'நாட்டின் 35 கோடி மக்களில் ஒரு கோடி மக்கள் காங்கிரஸ்காரர்களாக இருக்கலாமா? அவர்கள் நடத்தை எனக்கு வெட்கக் கேடாக இருக்கிறது. நான் அந்த ஒரு கோடியில் ஒருவனல்ல. மற்ற 35 கோடி மக்களில் ஒருவன். காங்கிரஸின் நான்கு அணா உறுப்பினனும் நானல்ல' என்று ஒருமுறை சொல்லிவிட்டார். கட்சியில் இருந்த பணக்காரர்கள் மற்றும் ஏழைத் தொண்டர்களுக்கு இடையே இருந்த இடைவெளி அவருக்கு மிகவும் வேதனையத் அளித்திருந்தது. 1920ல் ராட்டை, மதுவிலக்கு, தீண்டாமை ஒழிப்பு போன்ற காரியங்களைத் தொடங்கி இருந்தாலும் அது ஈடேறி இருக்கவில்லை. அதைப் பற்றி காங்கிரஸ்காரர்கள்

கம்பீரமாக யோசிக்கவே இல்லை. அதனாலும் சலிப்படைந்த காந்தி அரசியலிலிருந்து விலகிக் கொள்கிறேன் என்று சொல்லி இருந்தார்.

அவர் இருக்கட்டும், அவர் மனைவியான நானே அரசியலில் ஆழமாக ஈடுபட்டிருந்தேன். பிறகு எப்படி பாபு அதிலிருந்து விலகி இருக்க முடியும்? அதற்கு ஏற்றார் போல அப்போது நாட்டில் பல நிகழ்வுகள் ஒன்றன் பின் ஒன்றாக நடந்து கொண்டிருந்தன. பல இடங்களில், பலர் பலதை செய்து கொண்டிருந்தார்கள். அவற்றை எல்லாம் இணைக்க ஒரு மையமில்லாமல், கட்டுப்பாடே இல்லாமல் அசம்பாவிதங்கங்களும் நடந்தன. அப்போதெல்லாம் பாபு உண்ணாவிரதம் இருப்பார், பிரார்த்தனை செய்வார். தனது நிலைப்பாட்டைத் தெரிவிக்க தொடர்ந்து கடிதங்களையும், கட்டுரைகளையும் எழுதுவார். எதுவும் மிகையாகாமல், அபாயம் ஏற்படாமல், சேதம் ஏற்படாமல் எதையாவது செய்ய முயல்வார்.

வெவ்வேறு பத்திரிகைகளுக்கு வெவ்வேறு மொழிகளில் எழுதுவார். எங்கள் பத்திரிகைக்கும் எழுதுவார். அதுமட்டுமல்ல எண்ணிலடங்கா கடிதங்களும் வந்து கொண்டிருந்தன. எல்லாக் கடிதங்களுக்கும் பாபு பதில் எழுதுவதைப் பார்க்க வேண்டுமே. ஆயிரக்கணக்கான கடிதங்களை எழுதியிருக்க வேண்டும் அவர். சபர்மதியின் நீர் அவர் எழுத்தாணியின் மையாக நிறைந்து அது காலியாகாது என்பதைப்போல எழுதுவார். எழுதிய அவருக்கு நேரம் போதாமல் என்ன எழுத வேண்டும் என்று கேட்டு மகதேவனே எழுதுவான். சிலவற்றை பியாரேலால், அம்ருத் கௌரிடமிருந்தும் எழுத வைப்பார். பல கடிதங்களை பார்க்கவும் படிக்கவும் நேரமில்லாமல் கிடந்ததும் உண்டு. ஆனாலும் வரும் கடிதங்களின் எண்ணிக்கை குறையவில்லை. ஆயிரக்கணக்கான கடிதங்களின் குவியல். கேள்விகளுக்கு பதில். எதிர்வினைக்கு பதில். கோபத்திற்கு பதில். அன்புக்கு பதில். மொத்தத்தில் எல்லோரையும் தன் கக்கத்தில் வைத்துக் கொள்ள விரும்பும் பாபுவின் அன்புக்கு நேரமே போதவில்லை. அவர் அன்பில் பங்கு பெற ஆசிரமத்தில் இருப்பவர்கள் ஒருவர் மற்றவர் மீது மட்டுமல்ல, உலகமே ஆசிரமத்தின் மீது போட்டி போடுகிறதோ என்பது போல இருக்கும். அவர்களுக்கு நடுவில் எங்கேயோ பாபுவின் வேட்டி நுனியைப் பிடித்துக் கொண்டு நின்றிருந்தவள் நான்.

பாபு இருபத்தியொரு நாள் உண்ணாவிரதம் இருந்தாரல்லவா. அப்போது உடல்நிலை கெட்டு தண்டனையின் காலம் முடியும்

முன்பே விடுதலையடைந்தார். என்னையும் விடுதலை செய்தார்கள். ஆனால் எனக்கு இன்னும் ஆறு மாதம் தண்டனை மீதமிருந்தது. முடிவில் பாபு 'ஹரிஜன சேவா சங்க'த்தின் யாத்திரைக்காக ஒன்பது மாதங்கள் வார்தாவிலிருந்து புறப்பட்ட போது நான் என் தண்டனை ஆறு மாதம் மீதமிருக்கிறது என்று நினைவுப்படுத்தி, வைஸ்ராயுக்கு கடிதம் எழுதி மீண்டும் சிறை சேர்ந்தேன். பாபு எங்கே போய் தங்குவாரோ அங்கே இருந்து நான் இருந்த சிறைக்கு கடிதம் எழுதுவார். என்ன இருக்கும் அந்தக் கடிதத்தில்? 'பல் செட் போட்டுக் கொள்கிறாயா? அதை பொட்டாசியம் பர்மேங்கனேட்டில் கழுவுகிறாயா? உன்னுடன் இருக்கும் கைதிகளுக்கு, அவர்கள் யாராகவோ, எப்படிப்பட்டவர்களாகவே இருக்கட்டும், சேவை செய்வது அறம், மறக்க வேண்டாம். கிரிமனல் பெண் குற்றவாளிகள் மீது அக்கா தங்கையைப்போல அன்பு செலுத்து...' என்று எழுதியிருப்பார்.

சிரிக்க வேண்டாம் குழந்தாய். பாபுவின் அன்பு, அதன் வகை இப்படித்தான்.

இப்படிப்பட்ட பாபுவை எல்லோரும் அன்பு மட்டும் செலுத்தினார்களா என்று நீங்கள் கேட்கலாம். இல்லை, அவர் மீது சினம் கொள்பவர்களும், வெறுப்பவர்களும் இருந்தார்கள். வாதம் செய்பவர்கள், அலட்சியப்படுத்துபவர்கள், கேலி செய்பவர்களும் இருந்தார்கள். ஆனால் யார் சத்திய சோதனையின் அங்கமாக வாதம் செய்ய வருவார்களோ அவர்களை எல்லாம் பாபு மதித்தார். துன்புறுத்தவென்றே வருபவர்களுக்கு தான் துயரப்படுவதைத் தவிர பாபுவிடம் பதில்கள் இருக்கவில்லை. அவர் வேலைகளையும், நீதிகளையும் விமர்சனம் செய்து பாபுவிடம் சொல்பவர்கள் மிகக் குறைவானவர்கள் இருந்தார்கள். ஆசிரமத்திற்குள் நான், மகதேவன், சில சமயம் இராஜாஜி பாய். ஆசிரமத்திற்கு வெளியே நாட்டில், 'நீங்கள் செய்வது எங்களுக்காக அல்ல' என்று ஜின்னா சாகேப் மற்றும் டாக்டர் அம்பேத்கர் சாகேப் சொல்வார்கள். அப்படிப்பட்டவர்களை எல்லாம் தன் அருகே வைத்துக்கொண்டு தன் முயற்சி, சிந்தனைகளை அறிந்துகொள்ள, விமர்சிக்க வாய்ப்பளிப்பார் பாபு. திடீரென்று மௌனமாகி அவர்களுடன் உரையாடுவார். ஆனால் நான் எதையாவது கேட்டால் உனக்கு எதுவும் தெரியாது என்று சொல்லிவிடுவார். 'என்னை தினமும் இவ்வளவு நெருக்கத்திலிருந்து பார்க்கிறாயே, அதிலேயே எல்லா பதில்களும் இருக்கின்றன என்று சொல்லிவிடுவார்.

ஒருமுறை ஆசிரமத்திற்கு சம்பந்தப்பட்ட ஒரு விஷயத்தில் மிகவும் சிரமம் ஏற்பட்டது. பல வகையான சிரமங்கள் வந்து கொண்டிருந்தன. ஆசிரமவாசிகளுக்கு நடுவில் குழப்பம், உடல், மனம், பொருள்களை ஒன்று சேர்ப்பதில் சிக்கல்கள் போன்றவை இருந்தன. அப்போதெல்லாம் பாபு, மௌனம், பிரார்த்தனை, உண்ணாவிரதங்கள் வழியாகவே பதில் கண்டுகொள்வார். ஒரு முறை நான் கேட்டேன்: 'சும்மா இருக்காமல் சிரமத்தை வலிய இழுத்துப் போட்டுக்கொண்டு குறி கேட்கப் போன கதையாக இருக்கே. எதற்கு இப்படி ஆதங்கத்துடன் சிரமப்பட்டு ஆசிரமத்தை நடத்த வேண்டும்? நீங்கள் சொல்லும் இலட்சியத்தை கடைபிடித்துக்கொண்டு அவரவர்கள் தங்கள் வீட்டில் இருந்தால் ஆகாதா? ஜவகர் இல்லையா? பட்டேல் இல்லையா? இராஜாஜி இருக்கிறாரே?' என்றேன். அதற்கு பாபு:

'நான் என்ன சொல்கிறேனோ அதன் உருவகம் இந்த ஆசிரமம். இது பயனற்றது என்று உங்களுக்கு எல்லாம் தோன்றினால் அதன் பொருள் நானும், என் சிந்தனைகளும் தோல்வி என்றாகும். அது வெற்றிபெற எதை செய்யவும் நான் தயார். இந்த ஆசிரமம், இந்த கிராமத்தைத் தவிர நான் சொல்ல வேண்டியது எதுவும் இல்லை பா. நான் நினைப்பதுபோல வாழ்வதுதான் சத்தியம். அப்படி உண்மையாக மற்ற உயிர்களுக்கு துன்பம் தராமல் வாழ்வதுதான் அகிம்சை. பிள்ளைகளைப் பெறுவதற்கு மட்டுமே கலவி. பிறகு எல்லாம் பிரம்மச்சரியம். இந்த மூன்று கோட்பாடுக்களுடன் எல்லாம் ஒன்றாக, சமுதாயமாக, வாழ்வதை இங்கே கற்பிக்கப்படுகிறது. இது சத்தியாகிரகிகளை தயார்படுத்த வேண்டும். சேகாவ் போல ஒரு சிறிய கிராமம். இந்தியாவின் இலட்சிய கிராமமாக வேண்டும். இது என் கனவு. அது வெற்றியடைய ஆசிரமம் இருக்க வேண்டும்' என்று சொல்லியிருந்தார்.

பாபுவின் கூற்றுப்படி இலட்சிய கிராமம் என்றால் காற்று – வெளிச்சம் இருக்கும் எளிமையான வீடுகள் இருக்கும் ஊர். சுற்றி இருக்கும் ஐந்து மைல்களில் கிடைக்கும் பொருட்களை வைத்து வீடு கட்ட வேண்டும். தெருவில் குப்பை, தூசி இருக்கக் கூடாது. எல்லா வீடுகளுக்கும் பின்கட்டு இருக்க வேண்டும். எல்லோரும் தங்கள் காய்கறிகளை தாங்களே பயிரிட்டுக் கொள்ளவேண்டும். பசு கன்றுகள், வளர்ப்பு விலங்குகளை வைத்துக்கொள்ள சாத்தியப்படவேண்டும். ஊரில் எல்லோருக்கும் சேர்ந்த ஒரு கிணறு, ஒரு வழிபாட்டுத் தலம், ஒரு அரங்கு, ஒரு புல்வெளி, உள்ளூர் பிரச்சினைகளைத் தீர்த்து வைக்க

பஞ்சாயத்து இருக்கவேண்டும். கூட்டுறவுப் பால் பண்ணை இருக்க வேண்டும். கைத்தொழில், உடல் உழைப்பு, குறைந்த பட்ச கல்வி பயில பள்ளி இருக்க வேண்டும். அப்படிப்பட்ட கிராமம் இலட்சிய கிராமம். வார்தா ஒரு இலட்சிய கிராமமாக வேண்டும். நாடு முழுவதும் அது போல கிராமங்களை உருவாக்கும் தொண்டர்களை உருவாக்க வேண்டும் என்று அந்த ஆசிரமம் நடந்து கொண்டிருந்தது.

ஒரு வகையில் பாபு சொல்வது சரி. நாங்கள் போர்பந்தர் அல்லது ராஜ்கோட் வீட்டிலேயே வசித்திருந்தால் உழைப்பின் அறிவு, சாதி வேற்றுமை இல்லாத சமுதாய வாழக்கை, எல்லா மத வழிபாடுகள், பிள்ளைகளுக்கு தாய் மொழிக் கல்வி போன்றவற்றை செய்ய முடிந்திருக்குமா? இந்தியாவின் பல பகுதிகளின், பல மொழிகளின் மக்கள் ஒரு இடத்தில் தங்கி இப்படி வாழ தங்கள் வீடுகளில் இருந்தால் முடியுமா? பண்ணை, விவசாயம், செக்கு, ராட்டை, நெய்தல், தூய்மை, தீண்டாமை ஒழிப்பு இவை எல்லாம் நாம் வீடுகளில் இருந்துகொண்டு கிராமங்களில் நடைமுறைப்படுத்த முடியுமா?

தங்கள் கிணற்றை சுத்தமாக வைத்துக்கொள்ள வேண்டும், கூடவே நதி, கடல் அசுத்தமாகமல் பார்த்துக்கொள்ள வேண்டும். அப்படிப்பட்ட முயற்சிகளை நடமுறைக்குக் கொண்டு வருபவர்கள்தான் சத்தியாகிரகிகள். அவர்களை தயார்ப்படுத்த ஆசிரமம் தேவை என்று எனக்கும் புரிந்தது.

★★★

ஹரியை நினைத்தால்

சிறு வயதில் என் அப்பாவைப் பார்த்திருக்கிறேன். என் அண்ணன்கள், சித்தப்பா, பெரியப்பாக்களை பார்த்திருக்கிறேன். அவரைப் போலவே பாபுவும் கூட சரியான இந்திய அப்பாவாக இருந்தார். தான் சொன்னபடிதான் பிள்ளைகள் கேட்க வேண்டும்; தன் பிள்ளைகளுக்கு தனது அனுபவத்தால், உழைப்பால் ஒரு வழியை அடையாளம் கண்டுகொள்ள முடிந்திருக்கிறது, அவர்கள் அது போல நடந்து கொண்டால் போதும் என்ற உணர்வு. அப்படி பார்க்கப் போனால் என் மாமா வேறு வகையாக யோசித்திருந்தார். ஆனாலும் மாமா இருந்திருந்தால் கறுப்புக் கடலைத் தாண்டி லண்டனுக்குப் போக மகனை அனுப்பியிருப்பாரோ இல்லையோ. எங்கள் அத்தை இருந்திருந்தால் சாதிக்காரர்களை எதிர்த்துக் கொண்டு மறுபடியும் தென்னாப்பிரிக்காவுக்கு மகன் குடும்பத்துடன் போக விட்டிருப்பாரோ

இல்லையோ, ஆனால் பாபு குடும்ப பந்தத்தை விடுவித்துக் கொண்டு தன் வழியை உருவாக்கிக் கொண்டார். ஆனால் தன் பிள்ளைகளும் அதுபோல சுதந்திரமாக வாழ்க்கையை அமைத்துக் கொள்ளலாம் என்ற நம்பிக்கை அவருக்கு ஏற்படவில்லை.

பிள்ளைகள் சத்திய சோதனையாளர்களாக வேண்டும், சோதனைப் பாதையில் தான் அப்போதே கடந்த வழியில் மேலும் முன்னேற வேண்டும் என்று பாபு மிகவும் உறுதியாக இருந்தார். மற்றவர்கள்

கண் மூடிக்கொண்டு தன்னை ஆதரித்தது போல பிள்ளைகள் ஆதரிக்கவில்லை. அவர்களும் சத்தியாகிரகிகளாக வேண்டும், ஆசிரமத்தில் இருக்கும் போது பிரம்மச்சரியத்தைக் கடைபிடிக்க வேண்டும், தனிப்பட்ட ஒழுக்கங்களை அமைத்துக்கொள்ள வேண்டும், எளிமை எப்படியோ அது போலவே ஏழ்மையையும் ஒரு விழுமியமாக உணரவேண்டும் என்று எண்ணியிருந்தார். நவீன கல்வி சரியில்லை, அது பிள்ளைகளுக்கு தேவையில்லை. ஆரம்பக் கல்வி வீட்டிலேயே நடக்க வேண்டும், வேலைகளை கற்க வேண்டும். தான் புரிந்து கொண்டதை தன் பிள்ளைகளும் அறிந்து, கடைபிடிக்க வேண்டும் என்றே எண்ணினார். அதனால் தன் பிள்ளைகளை பள்ளிக்கு அனுப்பவில்லை.

ஆனால் பிள்ளைகள் நம் கைகளால் செய்யப்பட்ட பொம்மைகள் அல்லவே? நம் இரத்த மாமிசத்தால் உருவான கட்டிகள். அது தானாகவே உரு பெறும். சக்கரம் சுழலச் சுழல எப்படி மண் பானை உருவாகிறதோ அதுபோல. மண் இருக்குமளவே பாண்டத்தின் அளவும் இருக்கும். சக்கரத்தின் வேகத்திற்கு தகுந்தார் போல, திருத்தும் கை அழுத்தத்திற்கு தகுந்தார் போல உருவாகும் பாண்டம். அதில் நம் 'கைத்திறன்' அதிகமிருப்பதில்லை. இவற்றை நானும் பாபுவும் விவாதம் செய்து ஆறுதல் அடையும் தருணம் நிலைமை கைமீறிப் போயிருந்தது.

அப்போது எனக்காவது என்ன வயது? ஹரி பிறந்தபோது பத்தொன்பது வயது. என் மாமா இறந்த ஆண்டுதான் முதல் குழந்தை பிறந்து இறந்திருந்தது. ஹரியின் வாழ்க்கையில் மகிழ்ச்சி, ஆதங்கம், கொண்டாட்டம், சங்கடம் எல்லாம் அனுபவித்திருந்தேன். என்ன நடக்குமோ என்ற ஆதங்கம் ஒரு பக்கம், பிள்ளை மடியை நிறைப்பான் என்ற கொண்டாட்டம் மற்றொரு பக்கம். லண்டனுக்கு புறப்பட்ட கணவனை பிரிந்திருக்கப் போகிறோம் என்ற கலக்கம் ஒரு பக்கம். பேரிஸ்டரின் மனைவியாகப் போகிறேன் என்ற பெருமை மறுபக்கம். இதற்கு இடையே பண பற்றாக்குறை. கடன். சாதியை விட்டு ஒதுக்கிவைக்கப்படும் பயம், கவலை போன்றவை இருந்தன.

பிள்ளை பிறந்தது. அதன் மீதிருந்து ஒரு நிமிடமும் கண்ணை எடுக்க முடியாத அளவிற்கு மோகம். மோகா காந்தி ஹரியின் அப்பாவாகியிருந்தார். குழந்தை பிறந்து வாரம் கடப்பதற்குள் லண்டனுக்குப் புறப்பட்டிருந்தார். அப்பா இல்லாமல் இரண்டரை மூன்று ஆண்டுகள் கூட்டுக் குடும்பத்தில் இருந்தாலும் அதிகமாக

என்னிடம் ஒட்டிக்கொண்டே வளர்ந்தான். ஏறக்குறைய அதுவரை முலைப்பால் குடித்தான். அதிக ஆண்டுகள் பால் குடிக்க வைத்தால் அது பழக்கமாகிவிடும், முதலில் அதை நிறுத்து என்று பெரியவர்கள் சொன்னாலும் அவன் முலைப்பாலை விடவில்லை. பரவாயில்லை என்று நானும் குடிக்க வைத்தேன்.

மிகவும் துணிச்சல், அதிக சுறுசுறுப்பு அவன். நினைத்தால் எதையும் செய்யக் கூடியவன். அடி உதைக்கு அஞ்சவே மாட்டான். அவ்வளவு உறுதியான மனம். பிடிவாதக்காரன். லண்டனில் இருந்து அவன் அப்பா வந்தார். அவர் பேரிஸ்டர் என்று எல்லோரும் மதித்தார்கள். அதைப் பார்த்து இவனுக்கு என்ன தோன்றியதோ, சிறு வயதிலிருந்தே நானும் பேரிஸ்டர் ஆவேன் என்று சொல்வான். மீண்டும் கர்ப்பமானேன் அவன் மீதான கவனம் குறைந்தது என்றே சொல்ல வேண்டும். அவன் அப்பாவும் இந்தியாவில் ஓரிரு ஆண்டுகள் கழிப்பதற்குள் தென்னாப்பிரிக்காவுக்கு புறப்பட்டார். மூன்று ஆண்டுகள் நான் தனியாக பிள்ளைகளை கவனித்துக் கொண்டேன். ஹரியை ராஜ்கோட்டில் குஜராத்தி நடுநிலைப் பள்ளியில் சேர்த்தோம். முடிவில் அவன் அப்பாவிடம் எல்லோரும் தென்னாப்பிரிக்காவுக்குப் புறப்பட்டோம். போனபிறகு அங்கே ஆங்கிலப் பள்ளியில் சேர வேண்டும் என்று ஆசைப்பட்டான். ஆனால் அவன் தகப்பனுக்கு அதில் அறுதியாக விருப்பமில்லை. அங்கே ஆங்கில நடுநிலைப் பள்ளியில் நாம் கற்க எதுவும் கிடையாது, பள்ளிக்குப் போகவே கூடாது என்பது அவர் எண்ணம். வீட்டிலேயே சொல்லிக் கொடுப்பார். அங்கே இருந்து ஆரம்பம் அப்பா மகனின் உரசல்கள்.

அவன் மெட்ரிக் பரீட்சை எழுத இந்தியாவிற்கு வந்தான். ஹரிதாஸ் வோராவின் மகள் சஞ்சல் அல்லது குலாப் என்பவளைக் காதலித்தான். திருமணம் செய்துகொள்கிறேன் என்றால் அப்பா, ‘இவ்வளவு சீக்கிரம் வேண்டாம். நீ இன்னும் சின்னவன். உன் கால் மீது நீ நிற்க வேண்டும். தென்னாப்பிரிக்காவுக்கு வா’ என்றார். தென்னாப்பிரக்காவிற்கு வந்தான். ஆனால் அப்பாவிடம் சொல்லிக்கொள்ளாமல் மீள இந்தியாவுக்கு புறப்பட்டு விட்டான். அப்பாவிடமிருந்து விடுதலை பெற சொல்லாமல், கொள்ளாமல் புறப்பட்டவன் துறைமுகத்தில் சிக்கிக் கொண்டான். முடிவில் காந்தியே அவனை விடுவித்து, புறப்பட ஏற்பாடு செய்து அனுப்பி வைக்க வேண்டியதானது. அவன் புறப்பட்ட போது, ‘மகனே, அப்பா உனக்கு அநீதி இழைத்தார் என்று நினைத்தால் என்னை மன்னித்து விடு’ என்று சொன்னாராம். ஹரி இந்தியாவுக்குத்

திரும்பி ஃபிரெஞ்சு கற்க ஆரம்பித்தான். அப்பாவிடமிருந்து அவனுக்கு அடிக்கடி கடிதம் போகும். தினமும் அரை மணி நேரம் துளசி இராமாயணம் வாசிக்கவும், அதைப் படி, இதைப் படி இப்படி செய், அதைப் பழக்கப் படுத்திக் கொள்., என்று ஒரே அறிவுரைகள் அளிப்பார். கடைசியில் அவன் கடிதம் எழுதுவதையே நிறுத்தி விட்டான். எதையும் சாதிக்க முடியாத தோல்வியை மறக்க காதலில் மூழ்கிவிட்டான்.

அப்படி பார்க்கப் போனால் ஹரிக்கு மிகவும் சிரமம் கொடுத்தது பிரம்மச்சரியம். பாபு மிகவும் உறுதியான மனம் கொண்டவர். ஆனால் எல்லோர் மனமும், உடலும் ஒரே மாதிரி இருப்பதில்லை அல்லவா?! ஏனோ இந்த ஒரு விஷயம் பாபுவுக்கு என்றும் புரியவில்லை. அவன் காதலில் சிக்குண்டிருந்தான். அதிலிருந்து மீள முடியாமல் தவித்துக் கொண்டிருந்தான். அந்த செய்தியை பாபுவிடம் சொல்வதற்கு முன்பே என்னிடம் சொல்லி இருந்தான். பாபுவிடம் தெரிவிக்க வழி தெரியாமல், சொல்லும் வாய்ப்பு கிடைக்காமல், தருணமும் அமையாமல் இருவரும் தவித்தோம். ஹரி அப்பாவைத் தேடும் போதெல்லாம் மகாத்மாதான் கிடைத்தார். அது மேலும் அவனைத் தனிமைப்படுத்தியது. பாபுவிடம் பேசி அவரை சம்மதிக்க வைக்க முடியாத என் மீது தன் சினத்தை காட்டுவான். என் கையறு நிலை அப்பாவின் மீது ஹரிக்கு மேலும் கோபப்பட வைத்தது. அந்த நாட்களை இப்போது நினைத்தாலும மனம் கலங்கி கவலை நிறைந்து விடுகிறது.

கோவர்தனராம திரிபாட்டி எழுதிய குஜராத்தி புனைவு 'சரஸ்வதி சந்திர' வை வாசித்து ஹரிலால் தன்னை எதிர்த்தான் என்று பாபு எண்ணி இருந்தார். ஆனால் அதன் நாயகன் தன் அப்பாவின் மருட்சியிலிருந்து விடுபட்டு வீட்டை விட்டுப் போய் தன் விருப்பப்படி வாழ்க்கையை அமைத்துக் கொண்டு, வெற்றியடைந்திருப்பான். 'என் திறமையை நான் அளக்க என்னை நீங்கள் விடவில்லை, நீங்களே அழிந்து போனவர்கள்' என்று ஒரு கடிதத்தில் ஹரி எழுதியிருந்தான். 'இந்தியாவிற்கு போன பின் மீள உன் மனைவியின் தேகம் உன்னைக் கவர்ந்து இலக்கிலிருந்து விலக்கி விட்டது...' என்று பாபு எழுதியிருந்தார். தன் தாய் தந்தையரின் வழியைத் தவிர தனக்கென்று ஒரு பாதையை உருவாக்கிக்கொள்ள அவனுக்கு வாய்ப்பே இருக்கவில்லை. வாய்ப்புக் கிடைத்த போது தாமதமாகி இருந்தது. அவன் கல்வி அரைகுறையானது. 1906ஆக இருக்கலாம். அப்பா இல்லாவிட்டாலும் பெரியப்பாவிடமிருந்து திருமணத்தை 'தாம்தூம்' என்று நடத்திக் கொண்டான். 'அவன்

திருமணம் ஆனாலும் நல்லது, ஆகாவிட்டாலும் நல்லது. அவன் என் மகன் அல்ல' என்று சலிப்புடன் ஹரியின் அப்பா தன் அண்ணனுக்கு கடிதம் எழுதினார். பாய் அவனை முழுமையாக மறந்துவிட வேண்டுமென்று அலட்சியப் படுத்தினார். தன் தேகத்தை தண்டித்துக் கொண்டார். அப்போதுதான் அவர் பிரம்மச்சரிய விரதத்தை கைபிடித்தது.

அப்பா, பிள்ளையின் உறவை அப்படி மறந்துவிட, அழித்துவிட முடியுமா? என்ன ஆனாலும் தோலைப் போல ஒட்டிக் கொண்டிருக்கும். பிடுங்கினால் வலி மேலும் அதிகரிக்கும். எதையும் செய்ய முடியாது. இருப்பதை முடிந்த அளவிற்கு நன்றாக வைத்துக் கொள்வதும், ஏற்றுக் கொள்வதும்தான் இருக்கும் ஒரே வழி.

அப்பா மகனின் விரோதம் அம்மாக்களுக்கு மிகவும் வேதனை. வலி. அந்த பொருந்தாத உறவு சிறு முள்ளொன்று என் நெஞ்சை நெருடுவது போலவே இருந்தது. எப்படியாவது சரி செய்ய முடியுமா என்று எண்ணிக்கொண்டே இருந்தேன். அவனுக்கு ஒருமுறை வாய்ப்பளிக்கவும், அவன் திருமணம் செய்துகொண்டால் என்ன? திருமணம் ஆனா எத்தனை சத்தியாகிரகிகள் இல்லை? ஹென்றி – மிலி பிரம்மச்சரியத்தைக் கடைபிடிக்கிறார்களா? ஆனாலும் நம்முடன் இல்லையா? என்று இடைவிடாமல் மனம் கவர முயன்றேன்.

முடிவில் பாபுவைப்போல சத்தியாகிரகி ஆகலாம் என்று மீள தென்னாப்பிரிக்காவுக்கு வந்தான். அதை அவன் நன்றாகவே செய்தான். ஆறு முறை சிறைக்கு சென்று வந்தான். அவனை 'சோட்டே காந்தி' என்றே எல்லோரும் அழைத்தார்கள். ஆனாலும் மனைவியின் உடல் அழகு அவனை இடைவிடாமல் வதைத்துக் கொண்டே இருந்தது. சஞ்சலும் கூட தென்னாப்பிரிக்காவுக்கு வந்து சில நாட்கள் தங்கினாள். கர்ப்பமான போது இந்தியாவிற்குப் போய் குழந்தை பெற்றாள். இவன் போவதும் வருவதுமாக இருந்தான். தென்னாப்பிரிக்காவில் சத்தியாகிரகியாக இருந்தாலும் அவன் ஈர்ப்பு இந்தியாவின் பக்கம் இருந்தது.

மகன் குடும்ப உறவை, தேக மோகத்தை மீற வேண்டுமென்பது பாபுவின் விருப்பம். அவர் தன் இளமையின் வேகத்தை எல்லாம் மறந்து விட்டாரா என்ன? பிரம்மச்சரியத்தை கடைபிடிக்கும் இந்த தருணத்தில் அப்படியான பேச்சுக்களை அவரிடம் பேசுவதாவது எப்படி?

ஃபீனிக்ஸ் ஆசிரமத்தில் உடல் நலமின்மை, பிள்ளைகளின் பொறுப்பு, ஹரியின் பிடிவாதம், மற்ற நியமனங்களை கடைபிடிப்பது போன்ற பல போராட்டங்களுக்கு இடையே வாழ்ந்ததாலோ என்னமோ, மகிழ்ச்சியாக கழித்த நாட்கள் நினைவிற்கு வரவில்லை. ஆனாலும் எங்கேயோ ஒரு இடத்தில் நிலைத்து நின்று உறவுகள் வளறுவதில் இருந்தன. அதற்குள் ஃபீனிக்ஸ் ஆசிரமத்தை விட்டு விட்டு டால்ஸ்டாய் பண்ணைக்குப் புறப்பட்டோம். அது எனக்கு அவ்வளவாக விருப்பமாக இருக்கவில்லை. அப்படி பாயிடம் சொல்லவும் முடியவில்லை. பிள்ளைகளிடம் வருந்தி சொல்லியிருந்தேன். ஹரி அங்கேயே இருந்தவன் இதை வெகு சீக்கிரம் புரிந்து கொண்டான். என்னிடம் அவனைப்போல அணுக்கமாக இருந்தவர்களும், அவனைப்போல புரிந்து கொண்டவர்களும் யாரும் இல்லை. எதை கேட்டால் அவர் அப்பாவுக்குப் பிடிக்காது என்று அமைதியாக இருப்பேனோ அவரிடம் அதை நேரடியாக சொல்லிவிடுவான். நாங்கள் டால்ஸ்டாய் பண்ணைக்குப் போவதற்கும் அவன் கோபம் கொண்டான். எங்களிடமிருந்த எல்லா உறவுகளையும் துண்டித்துக் கொண்டு இந்தியாவிற்குப் போவதற்கும் சரியாக இருந்தது.

தென்னாப்பிரிக்காவில் இருந்தபோது பாயின் பல நண்பர்கள் அப்பா – மகனின் இடையே நடக்கும் மறைமுகமான சண்டையை கவனித்திருந்தார்கள். அவ்வப்போது பாயிடம் மிலி கூறுவாள்: ‘நீங்கள் ஆழந்த அரசியல் பேசும்போது என் பிள்ளையை தொட்டியில் போட்டு ஆட்டுகிறீர்கள். அதே இளம் உணர்ச்சியான புயலைப் போன்ற மனம் கொண்டவர்களை சமாளிக்க சிரமமப்படுகிறீர்கள். சுதந்திர வேட்கை மற்றும் தன் தனித் தன்மையை உருவாக்கிக் கொள்ளும் விருப்பம் இவை இரண்டும் உச்சியில் இருக்கும் காலம் இளமை. அவர்கள் மீது நம்பிக்கை வையுங்கள். அப்போது அவர்களிடம் இருக்கும் புயலை சக்தியாக மாற்ற முடியும்.’ பாபு இதை ஏற்றுக் கொண்டிருந்தார். ஆனால் அவருக்கு ஹரிலாலை சமாளிப்பது மட்டும் சிரமமானது.

ஹரிக்கு ஐந்து குழந்தைகள் பிறந்தார்கள். இரண்டு ஆண் குழந்தைகள் இளம் வயதிலேயே இறந்து போனார்கள். காந்திலால் என்ற மகனும் மற்றும் இரண்டு பெண் பிள்ளைகளும் எஞ்சினார்கள். ஆனால் நாங்கள் இந்தியாவிற்குப் போகும் நான்கைந்து ஆண்டுகளுக்கு முன்பே ஹரி எங்களிடமிருந்து எல்லா தொடர்புகளையும் துண்டித்துக் கொண்டிருந்தான். அவனுக்கு அப்பாவின் நிழலிலிருந்து வெளியே வந்து வெற்றியடையும், தன் பொருளை தானே ஈட்டும்

விருப்பம். அவனுக்கு பாபுவின் எந்த இலட்சியமும் புரியவில்லை. ஆனால் அவனுக்கு வேலை இருக்கவில்லை. மற்ற வருமானமும் இருக்கவில்லை. அதனால் நாங்கள் இந்தியாவிற்கு வந்த பிறகு குலாப் மற்றும் பிள்ளைகள் எங்களுடன் தங்க ஆசிரமத்திற்கு வந்தார்கள்.

இந்தியாவிற்கு வந்து நான்கைந்து மாதங்கள் ஆனது. 1919வது அல்லது 20வது ஆண்டு இருக்கலாம். குலாபுக்கு இன்ப்லுயெஞ்சா வந்து இறந்து போனாள். அப்போது இன்ப்லுயெஞ்சா நோயிற்கு அதிகமாக மக்கள் பலியானார்கள். இப்போது எங்கள் வீட்டிலேயே ஒரு சாவு நடந்து விட்டது. என் நெஞ்சின் மீது துயரம் பாறையைப்போல உட்கார்ந்து விட்டது. எவ்வளவு நல்ல பெண் குலாப். ஒன்றுக்குப் பிறகு ஒன்றாக பிள்ளைகளைப் பெற்று கணவனின் சஞ்சல புத்தியால் ஒரு நிலை இல்லாமல், இளம் பிள்ளைகளுடன் எப்போதும் துயரத்தில் இருந்தே இறந்து போனாள். அவள் என்னமோ வாழ்க்கையிலிருந்து விடுபட்டு விட்டாள். அவள் பிள்ளைகளை கவனித்துக் கொள்ளும் பொறுப்பு என் மீது விழுந்தது. அவன் பிள்ளைகள் எல்லாம் ஆசிரமத்தில் இருந்தார்கள். குலாப் இறந்த பிறகு ஹரியின் குடிப் பழக்கம் அதிகமாகிக்கொண்டே போனது. தன் பிள்ளைக்களுக்கு கடிதம் எழுதுவான். எப்போதாவது ஒருமுறை பாபுவிற்குத் தெரியாமல் போதையில் வருவான். போய்விடுவான். பிள்ளைகளுடனும் உறவை காப்பாற்றிக் கொள்ளவில்லை.

எந்த பிரார்த்தனையும், வழிபாடுகளும் சரிப்படுத்த முடியாத அளவிற்கு நம் பிள்ளைகளே வழி தவறிய பிறகு வீட்டிற்குள் மயான அமைதி நிலவியது. பாபுவைப்போல வேலையில் மூழ்கி மறக்க முடியாமல் என் மனம் கலங்கிப் போயிருந்தது. பாபு சமூகம், தேச வேலைகளில் மூழ்கிப்போய் நாளுக்கு நாள் விலகிப் போவதைப்போலத் தெரிந்தார். ஹரி தன்னைத் தான் அழித்துக் கொண்டு என் கவனத்தை ஈர்க்க, என் வழியாக அப்பாவின் கவனத்தை கவர முயன்று தானும் விலகிப் போனான். எங்களுக்கு துணையாக அவன் பிள்ளைகளை கவனித்துக் கொள்ள குலாப் கூட இருக்கவில்லை. பாபுவிடம் ஹரியைப் பற்றி பேச நேரம் கிடைக்கவில்லை. மீள மீள அதே விஷயத்தைப் பேசி மனம் நோகடிக்கவும் விரும்பவில்லை. பயணக் காலத்தில் கன்னியாகுமாரியிலிருந்து பாபு எனக்கொரு கடிதம் எழுதியிருந்தார். 'தனியாக வந்தோம். தனியாகவே போவோம்... பிறப்பு இறப்பின் இடையில் நிச்சயமில்லாத இந்த வாழ்க்கையில் எதற்காக துணைக்காக துடிக்கிறோம்? மற்ற உறவுகள் எல்லாம்

உண்மையானாலும், உண்மையான நண்பன் கடவுள் மட்டுமே. தனிமை பழக்கமாகிவிட்டால் எங்கேயும் சலிப்பு ஏற்படாது. எல்லா இடங்களிலும் விஷ்ணு தென்படுவான்' என்று. உண்மை. மனித உறவுகள் எல்லாம் கொடுக்கும் வலி என்ன குறைவா? ஆனால் பாபுவைப்போல பிள்ளைகளின் பந்தத்திலிருந்து விடுவித்துக் கொள்ள என்னால் முடியவில்லை. கோபம், ஏமாற்றம், குழப்பங்கள் எல்லாம் என் விரல் நுனி உணரும்போது எப்படி விடுபட?

இப்படி இருக்க ஹரி ஒருமுறை தான் இனி எல்லா தீய பழக்கங்களையும் விட்டு விட்டேன், அங்கே இங்கே அலைவதை நிறுத்தி விட்டேன், திருமணம் செய்து கொள்கிறேன், போர்பந்தரில் தங்கிவிடுவேன் என்று கடிதம் எழுதினான். கடை வைக்கிறேன் என்றான். 'உனக்கு துணை வேண்டும், அது மனைவியாகவே இருக்க வேண்டும் என்றால் தகுந்த விதவையை தேர்வு செய்து மறுமணம் செய்துகொள்' என்றார் பாபு. 'வியாபாரம் செய். ஆனால் அதை ஆரம்பிக்க கடன் வாங்காதே. என்னிடம் பணம் இல்லை' என்றார். அவன் தனிமையில் இருந்தான். கொழுந்தியாவையே திருமணம் செய்துகொள்ள முயன்றான். ஐந்து பிள்ளைகளின் பொறுப்பில்லாத மனைவியை இழந்த மகன் மற்றொரு இளம் பெண்ணின் வாழ்க்கையை பணயத்தில் வைப்பது பாபுவுக்கு சுத்தமாக பிடிக்கவில்லை. அவன் முயற்சியை அவர் ஆதரிக்கவில்லை.

1935ஆக இருக்கலாம். ஒருமுறை வார்தாவுக்கு ஹரி வந்திருந்தான். சில நாட்கள் இருந்தான். கொஞ்ச நஞ்சம் வேலை செய்து காத்தேவாடிக்குப் போனான். சில நாட்கள் கழித்து திரும்பவும் வந்தான். அவன் மனத்தில் ஏதோ நடக்கிறது என்று ஊகம் செய்திருந்தேன். தான் எல்லா கெட்ட பழக்கங்களையும் விட்டு விட்டேன் என்றான். ஆனால் அவன் என்ன செய்து கொண்டிருந்தான் என்பது அவனுக்கே தெரியாது. அப்பாவுடன் மன வருத்தம், குடும்பத்திலிருந்து விலகி இருந்தது, அவசரக் காதல் – திருமணம் இவை எல்லாம் அவனை வாழ்க்கையிலிருந்து விலக்கி வைத்துக் கொண்டே போயின. எதில் கை வைத்தாலும் தோல்வி. என்ன செய்தாலும் தோல்வி. தோல்வி நிச்சயம் என்று எண்ணி வேலையைத் தொடங்குகிறானோ என்பதைப்போல இரண்டு அடி எடுத்து வைப்பதற்குள் சோர்ந்து போவான். அதற்கு ஏற்றார் போல எல்லா விவகாரங்களிலும் அவன் அருகே இருந்தவர்களே அவனை ஏமாற்றினார்கள். அவன் தவறுகளை எல்லாம் அவன் பெயருடன் இணைந்திருந்த காந்தி மீது

சுமத்தினார்கள். அது பாபுவின் கோட்பாடுகளுக்கும், வேலைகளுக்கும் மிகவும் பிரச்சினையாக இருந்தது.

நேரடியாக பொய் சொல்வது அவன் பலவீனமாக வளர்ந்தது. குடித்து, போதையில் தள்ளாடி விழுந்து நான் குடிப்பதை விட்டு விட்டேன் என்று பாபுவுக்கு கடிதம் எழுதுவான். அவன் குடிப்பதை விடவும் அதிகமாக பொய் சொல்வது அவரை காயப்படுத்தியது. தென்னாப்பிரிக்காவில் இருந்த மணிலாலுக்கு வார்தாவில் இருந்து கடிதம் எழுதி 'ஹரி தன் உடலை மதுவின் புனித கங்கைக்கு பலி கொடுத்துவிட்டான்' என்று வலியால் எழுதி இருந்தார் பாபு. அவர் யார் எப்படி இருக்கக் கூடாது என்று நினைத்தாரோ அதன் தத்ரூபமாகவே அவன் இருந்தான் ஹரி. பெண்களின் தொடர்பில் விழுந்தான். குடி மிகையானது. நோய்கள் சூழ்ந்து கொண்டன. ஆனாலும் குடிப் பழக்கத்தை விடுவிக்க அறிவுரை செய்தார். மனம் கவர முயன்றார். உண்ணாவிரதம் இருந்தார். பிரார்த்தனை செய்தார். கடிதம் எழுதினார். தன்னுடன் வந்து தங்குமாறு கேட்டுக் கொண்டார். இதற்கு இடையில் அவனுடைய மூத்த மகளுக்கு எளிமையாக திருமணம் செய்து வைத்தோம்.

கடைசியாக அந்த நொடி வந்து விட்டது: தன் மகன் செய்வதற்கும் தனக்கும் சம்பந்தம் இல்லை என்று பொதுவில் பாபு சொல்ல வேண்டியதானது. அது ஹரியை மேலும் சிதறடித்தது. அத்தனையும் நடந்து கொண்டிருக்கையில் நான் என் கணவனை 'ஹரியின் அப்பா' என்று அழைப்பதை முழுமையாக நிறுத்திவிட்டேன். அவர் எல்லோருக்கும் பாபுவாக இருந்தார். எனக்கும் பாபுவாகவே ஆனார்.

அது 1935ஆக இருக்க வேண்டும். பாபு, பட்டேல் பாய் எல்லோரும் ஓய்வு எடுக்க பெங்களூருக்கு அருகே நந்தி மலைக்கு போயிருந்தார்கள். அங்கே மைசூர் நாட்டின் பலபெரிய மனிதர்களின் சந்திப்பு ஏற்பட்டது என்று கடிதம் வந்தது. பெரிய அறிவியல் வல்லுனர் சி.வி. ராமன் அவர்களுடைய சந்திப்பு ஏற்பட்டதாம். நானும், தேவதாசும்

தில்லியில் இருந்தோம். அப்போது ஒரு செய்தி இடியைப் போல வந்து தாக்கியது.

ஹரிலால் முஸ்லீமாக மதம் மாறி இருந்தான்! இது என் நெஞ்சை வெடிக்க வைத்த செய்தி. மும்பையில் ஹரிலால் ஒரு பெரிய விழா ஒன்றில் அப்துல்லா காந்தியாக மதம் மாறியிருந்தான். அது பத்திரிகைகளில் பெரிய செய்தியாக வெளியானது. எனக்கு இது அவன் மரணத்தைப் போலவே வலியைத் தந்த செய்தி. இப்போது தோன்றுகிறது, முஸ்லீம் ஆனால் நான் எதற்காக கலங்குகிறேன் என்று. ஆனால் அப்போது நான் எப்படிக் கலங்கிப் போயிருந்தேன் என்றால் ஒன்றன் பின் ஒன்றாக நோயால், பத்தியத்தால் நொந்து கொண்டிருந்தவள் இடிந்து போனேன். ஹரிக்கு மிகவும் கடன் இருந்தது. மும்பை பட்டான்களின் கடன் அதிகமாக இருந்ததால் அவனுக்கு கொலை மிரட்டலும் இருந்தன. கடன் பட்டதாவது எதற்கு? தன் தீய பழக்கங்களின் செலவிற்கு – குடிப்பதற்கு. காமாட்டிபுரத்திற்கு மகனாகி விட்டான் ஹரி? எப்படி எல்லாம் அன்பு செலுத்தி இருந்தேன். அவனிடமிருந்து அப்படியே அன்பைப் பெற்றிருந்தேன். அது எப்படி என் மீது மட்டும் அன்பு செலுத்தி பாபுவை எதிர்க்க முடிந்தது? தன் தந்தையை அறிந்து கொள்ளாமல் தாய் மீது அன்பு செலுத்தினால் எப்படி சரிவரும்? ஒரு கண்ணுக்கு குளிர்ச்சியான கண்ணாடியைப் போட்டுக் கொண்டு மற்றொரு கண்ணை ஊசியல் குத்திக் கொண்டிருந்தால் இரண்டு கண்ணிலிருந்தும் கண்ணீர் வழியத்தானே செய்யும்? இதை ஏன் ஹரி புரிந்து கொள்ளவில்லை?

மதம் மாறிய செய்தி வந்த போது பாபு என்னுடன் இருக்க வேண்டும் என்று தோன்றியது. ஆனால் அவர் தொலைவில், தென் பகுதியில் இருந்தார். பத்திரிகைகளில் பாபுவின் கருத்து வெளியாகி இருந்தது. ‘இஸ்லாம் மத கோட்பாடுகளை அறிந்து கொண்டு அவன் மதம் மாறி இருந்தால் நல்லது. இஸ்லாம் மதம் நான் நம்பிய மதத்தைப் போலவே உண்மையான மதம். கடவுள் எந்த அதிசயத்தையும் செய்வான். கல் நெஞ்சங்களை கரைய வைப்பான். பாவிகளை துறவிகளாக்குவான். அப்துல்லாவாக இருக்கலாம், ஹரிலாலாக இருக்கலாம், ஆனால் உண்மையான பக்தனாக இருந்தால் கடவுளை நோக்கிப் போகும் பாதை கிடைக்கும். ஆனால் ஹரிலாலுக்கு உலக இன்பத்தின் மீதும், பொருட்கள் மீதும் விருப்பம் இருக்கிறது. அப்படியான ஆசைகளால் மதம் மாறி இருந்தால் அவனுக்கும், அந்த மதத்திற்கும் எந்தப் பயனும் இல்லை.’

அங்கே அப்படி பாபு சொல்லிக்கொண்டிருந்த போது நான் தேவதாசிடம் அழுது புலம்பி நொந்து கொண்டதை எல்லாம் அவன் ஒரு கடிதமாக எழுதி பத்திரிகைக்கு அனுப்பி வைத்தான். 'மகனுக்கு அம்மாவின் கடிதம்' என்று அது வெளியானது. அதில் இப்படி எழுத வைத்திருந்தேன்:

'எத்தனை முறை நீ குடித்து வழக்கு தாக்கல் ஆகி யார் மகன் என்று தெரிந்து விடுதலை அடைந்திருப்பாய். உன் தீய பழக்கத்தைப் பற்றி தினமும் யாரிடமிருந்தாவது கடிதம் வரும். அவர் எப்படி அவமானங்களை அனுபவித்திருப்பார் என்பது உனக்குத் தெரியுமா? எனக்கோ யாரிடமும் முகத்தைக் காட்ட முடியவில்லை. உன் அப்பா உன்னை எப்போதும் மன்னித்துக் கொண்டே இருந்திருக்கிறார். ஆனால் கடவுள் உன் நடத்தையை பாராட்ட மாட்டார் தெரிந்துகொள். தினமும் பத்திரிகையில் உன்னைப் பற்றி எந்த செய்தி வருமோ என்று பயந்துகொண்டே எழுந்திருக்கிறேன். இன்று இந்த செய்தி வந்தது. ஆகட்டும், அப்படியாவது நீ நிம்மதி அடைவாய் என்றால் நல்லது. ஆனால் முன்பை விடவும் அதிக துயரத்தில் இருக்கிறாய் என்று தெரிந்தது. உன் நடத்தையால் உன் மகளும், மருமகனும் துயரத்தை அனுபவிக்கிறார்கள் என்பதை மறக்க வேண்டாம்.

முஸ்லீம் பந்துக்களிடம் எனது ஒரு வேண்டுகோள்: நீங்கள் சுயநலத்தின் இந்த செய்கையை கண்டிக்க வேண்டும். அவன் நண்பர்கள் அவனை ஏற்றியும், இறக்கியும் இந்த நிலைமைக்கு ஆளாக்கி இருக்கிறார்கள். இதனால் என்ன லாபம் உங்களுக்கு? இதை நீங்கள் அவனுக்காகவும், உங்களுக்காவும் செய்யவில்லை. கேவலம் பாபுவை அவமானப்படுத்த வேண்டும் என்று செய்கிறீர்கள். ஆகட்டும். இனி சொல்ல என்னிடம் எதுவும் இல்லை.'

நல்ல வைணவன் ஆகாமல் நல்ல முஸ்லீம் ஆக எப்படி முடியும்? என் கடிதம் அவன் மனதை கரைத்திருக்க வேண்டும். அல்லது முஸ்லீம் ஆவதால் அதிக இலாபம் இல்லை என்று தெரிந்திருக்க வேண்டும். ஐந்தே ஐந்து மாதத்தில் மறுபடியும் மதம் மாறிவிட்டான். ஆரிய சமாஜத்தின் உதவியால் அப்துல்லா காந்தியாக மாறியவன் ஹீராலால் காந்தியானான். ஆனால் காந்தியின் மனத்தின் மீது எப்படிப் பட்ட சுமையை ஏற்றி வைத்தான் என்றால் அவனைப் பற்றி பேசுவதற்கும் எனக்கு சங்கடமாக இருந்தது. அவனைப் பற்றி எங்கள் கவனம் இருக்கட்டும் என்று அம்மா அப்பாவின் கவனத்தை ஈர்க்க ஹரி

அப்படி செய்தானா? பாபு சொன்னது உண்மை. அவனுக்கு தனிப்பட்ட மேன்மையின் விருப்பமே இருக்கவில்லை. முழுமையாக சரும சுகம். அந்த நொடியின் இன்பத்திற்கு கட்டுப்பட்டிருந்தான். அது அவனை அழிவை நோக்கி அழைத்து சென்றது.

எதை பாபு வெறுத்தாரோ அவர் முதல் மகன் அதாகவே ஆகிவிட்டான். இதற்கு பாபுவும் நானும் சமனான பொறுப்பாளிகள். சமனாக துன்பத்தை அனுபவிக்க வேண்டியவர்கள். ஆனால் அவன் தவறுகளுக்கு பாபு வலியை அனுபவித்துக் கொண்டிருந்தால் நான் குற்ற உணர்வை அனுபவித்தேன். என் வயிற்றில் பிறந்தவன் என் கணவனுக்கு எதிராக, தன் தகப்பனுக்கு எதிராக நிற்பது என்னுடைய குறைபாடாகவும், பொறுப்பு என்றும் எனக்குத் தோன்றுகிறது. பாபுவின் வலியைப் பார்த்து எனக்கு மேலும் துயரமானது.

வேப்பங்காயக இருந்தால் என்னவாம், நமக்கு தேவை என்றால் அது வெல்லத்தை விடவும் இனிப்பு என்பார்கள். எங்களுக்கு வெல்லமும் வேப்பங்காயானது. ஆனாலும் விழுங்கிக்கொண்டே வந்தோம். ஆனால் என் ஹரி, ஹரிலால் ஹீராலால் ஆகும்வரை அடைந்த அதோகதி என்ன தெரியுமா, ‘எனக்கு இனி மறுபிறவி வேண்டாம். அதிலும் தாய் – மனைவி என்ற இரண்டு வேடங்களுக்கு நடுவில் வேகும் பெண் பிறவி மட்டும் வேண்டவே வேண்டாம்...’ என்பதைப்போல ஆக்கியது.

உண்மை. சொல்ல என்னிடம் இனி எதுவும் எஞ்சி இருக்கவில்லை. இந்த ஆலகால விஷத்தை குடித்த பிறகு இனி எந்த நஞ்சும் எடுபடாது.

★★★

உணவை அறிந்தவர்களுக்கு

பேசத் தெரிந்தவனுக்கு சண்டை இல்லை. உண்ணத் தெரிந்தவனுக்கு நோயில்லை என்பதை தினமும் சொல்வார் பாபு. உணவைப் பற்றி என் கணவன் செய்த சோதனைகளை யாராவது செய்திருக்கிறார்களா தெரியாது. சத்தியத்துடனும் அகிம்சையுடனும் செய்த அளவிற்கு சோதனைகளை தன் உணவுத் தட்டின் மீதும் செய்திருக்கிறார் பாபு. அவர் கூற்றுப்படி உணவு உடல் நலத்தின் ஒரு பாகம். அது சபலம் அல்ல. வாய் சபலத்திற்காக உண்ணக் கூடாது. ருசிக்காகத் தின்று உடலை குப்பைத் தொட்டியாக்கி விடக்கூடாது. தேகத்திற்கு சுகமும், வயிறுக்குத் துன்பமும் உண்டாகும்படி உண்ணக் கூடாது. வயிற்றுக்கும் ஓய்வு வேண்டும். மூன்று முறை தின்றால் போதும். எப்போதும் வாயசைத்துக் கொண்டே இருக்கக் கூடாது. எங்களுக்கும் அதே பழக்கம் ஏற்பட்டது. மனிதர்கள் உடல் நலத்துடன் இருக்க வேண்டுமென்றால் உடல் அமைப்பு தெரிந்திருக்க வேண்டுமென்பதில்லை. ஆரோக்கியமான உணவு எதுவென்று தெரிந்திருந்தால் போதும். பிரம்மச்சரியம். ஒழுக்கம், உணவு சேர்க்கைகளால் உடல் நலத்தை பாதுகாக்க முடியும் என்று சொல்வார் பாபு. நோய்களிலிருந்து விடுபட்டிருப்பவர்கள், சோர்வு ஏற்படாமல் வேலை செய்பவர்கள், அதைவிட அதிகமாக உடல், மனங்களுக்கு இடையே சீரமைவு செய்பவர்கள் உடல் நலமுள்ளவர்கள். அப்படிப்பட்டவர்கள் நாளொன்றுக்கு பன்னிரண்டு மைல்களாவது நடக்க வல்லவர்கள் என்பது அவர் எண்ணம்.

ஆனால் இதே பாபு மோகாவாக இருந்தபோது எப்படித் உண்பார் தெரியுமா? ‘பார்க்கப் பையன், தின்னால் கோணிப்பை’ என்று எங்கள்

பக்கம் ஒரு வழக்குப் பேச்சு இருக்கிறது, அப்படித்தான். என்னை விடவும் மூன்று பங்கு அதிகம் உண்பார். ஆனாலும் குச்சியைப் போலவே இருந்தார். லண்டனுக்குப் போனதும் மோகாவின் வயிறு சிறுத்துப் போனது. முதல் கடிதத்தில் தனக்கு அங்கே உணவுக்கு எவ்வளவு சிரமமாக இருக்கிறது, ஆங்கில மொழி தெரியாமல் இங்கே என்ன செய்கிறேன் என்று எழுதியிருந்தார். இங்கிலாந்தில் மது அருந்தாவிட்டால், மாமிசம் உண்ணாவிட்டால் வாழவே முடியாது என்றும், அது அதிகமான குளிர் பிரதேசம் என்றும் எல்லாம் சொல்கிறார்கள்; ஆனால் அவர்களுக்கு எல்லாம் அம்மாவுக்கு கொடுத்த வாக்கை குறிப்பிட்டு மது, மாமிசம் நிராகரிக்கிறேன் என்றும், அதைப் பற்றி அவர்களிடமிருந்து பெற்ற சான்றிதழ்களையும் வைத்திருப்பதாகவும் எழுதியிருந்தார்.

ஆம். எங்கள் அத்தை மோகாபாயிடம் மாமிசம், மதுவைத் தொடவில்லை என்று அங்கே இருக்கும் பிரமுகர்களிடமிருந்து சான்றிதழ் பெற்று வரவேண்டும் என்று சொல்லியிருந்தார்! கப்பலில், தான் தங்கியிருந்த ஹோட்டலில், வாடகை வீட்டில் ரொட்டியையும் காய்கறிகளையும் தின்று அவர்களிடமிருந்து அதற்கான சான்றிதழையும் பெற்றிருந்தார் மோகா. அப்போதுதான் இருக்கலாம், வயிறு முட்ட உண்ணாமல் கொஞ்சம் கொஞ்சமாக உண்பது பழக்கமாகி விட்டது. ஒரு கடிதத்தில் இனிப்பையும், மசாலாவையும் உடனே அனுப்பி வைக்கச் சொல்லி எழுதியிருந்தார். பிறகு சைவ உணவு சங்கத்தில் இணைந்தார். ஒரு சைவ உணவு விடுதி கிடைத்த பிறகு வாய்க்கு ருசியாகவும், வயிறு நிறையவும் உணவு கிடைத்திருக்கலாம். ஆனாலும் பிறகு பல அறிஞர்களின் புத்தகங்களை வாசித்து உப்பை விட்டு விட்டார், மசாலா பொருட்களை விட்டு விட்டார். பசலக்கீரையை வேகவைத்துத் தின்றார். சர்க்கரையை விட்டார். பதிலுக்கு வெல்லத்தையும், தேனையும் பயன்படுத்தினார்.

அவர் முறையாக கொடுத்த உணவு வரிசையில் முழு பலகாரம் மிகவும் நல்லது. உப்பு, மசாலா இல்லாமல் காய்கறிகளை உண்பது. அடுத்த இடம் உப்பு, மசலாவுடன் பழங்கள், காய்கறிகளை உண்பது. அதன் பிறகு சைவ உணவையும், மாமிச உணவையும் கலப்பது. அதற்கு அடுத்த இடத்தில் இருப்பது வெறும் மாமிச உணவு இவை சரியல்ல, அதற்காக உணவு வரிசையில் அதற்கு கடைசி இடம் என்பார்.

'நாம் அதிகம் சாப்பிட்டோமா இல்லையா என்பது மலத்தால் தெரியும். நம்மால் ஜீரணித்துக் கொள்ளும் அளவே உண்டிருந்தால்

சரியாக உணவு செரித்து, பிசுபிசுப்பான, அடர் நிறத்து, காய்ந்த, கெட்ட வாசனை இல்லாத குறைவான மலம் வெளியே வரும்' என்பார். சப்பாட்டுத் தட்டின் மீது வைக்கும் கவனத்தைப் போலவே எதை மல வடிவில் வெளியே அனுப்புகிறோமோ அதன் மீதும் இருக்க வேண்டும் என்பது அவர் கருத்து.

அவர் உணவுப் பழக்கம் சில நேரம் சரி என்று தோன்றும். பிறகு சில சமயம் ரகளை என்று தோன்றும். அவர் விட்டதை எல்லாம் என்னால் விட முடியவில்லை. அவரைப் போல உண்ணாவிரதம் இருக்க முடியவில்லை. எனக்கு காப்பி பிடிக்கும், ஆனால் அவர் குடிக்கமாட்டார். எங்கேயாவது, எப்போதாவது சில சமயம் தானே காப்பி போட்டுக் கொடுப்பார். சில சமயம் எனக்கு உடல் நலமில்லாத போது யாராவது வந்தால் என்னை எழுப்பாமல் தானே ஏதாவது ஒன்றை செய்து கொடுத்திருப்பார். ஆனால் எங்கள் பேரப்பிள்ளைகள் இருந்தார்களே, அவர்களுக்கு உப்பும் இல்லாத, பருப்பும் இல்லாதா, பாலும் இல்லாத சாப்பாடு போடு என்ற போது பாபுவிடம் சண்டை, வாதம் செய்திருக்கிறேன் நான். ‘நீங்கள் சிறுவனாக இருந்தபோது கண்டதை எல்லாம் சாப்பிடவில்லையா? இப்போது இந்தப் பிள்ளைகளுக்கு வேண்டாம் என்று ஏன் சொல்கிறீர்கள்?’ என்பது என் தகராறு. கடைசியில் ஆசிரமத்து சமையலறை அல்லாமல் எனக்கென்று தனியாக ஒரு சமையலறையை அமைத்துக் கொடுத்தார். இப்போதும் அந்த ஹிருதய குஞ்ஜத்திற்குப் போனால் நீ பார்க்கலாம் குழந்தாய். அதில் பிள்ளைகளுக்கு என்று இனிப்பு, பலகாரம் செய்வேன்.

பாபுவின் உணவை மட்டும் நீங்கள் ஊகித்துப் பார்ப்பது சிரமம். இந்தியாவை விட்டதும் அவருடைய உணவு சோதனைகள் ஆரம்பமானது. எங்கே இருக்கிறோமோ அங்கே இருக்கும் உணவை பழகிக்கொள்ள வேண்டும் என்பது அவர் கருத்து. வகை வகையாக உண்ணும் குஜராத்திகளின் பழக்கத்திற்கு ஒப்பிட்டால் பாபு உணவு மிகவும் எளிமையானது. ஆரம்பத்தில் சிகப்பு அரிசி சோறு, பருப்பும் எங்கள் சமையலறையில் முக்கிய உணவாக தயாரானது. அதிகமாக காய்கறிகள், கீரைகளைப் பயன்படுத்துவோம். அவர் கூற்றுப்படி கீரையை குறைந்தது ஆறு முறையாவது கழுவி பயன்படுத்த வேண்டும். எல்லா கிராமங்களிலும் செழிப்பாக கீரை கிடைக்கும். ஆனால் கிராமத்து மக்களுக்குக் கீரை இருந்தும் உண்பது தெரியாது. அதை விட பட்டிணங்களில் அதிகமாக கீரையை உண்கிறார்கள் என்று கிராமங்களில் சொற்பொழிவாற்றும் போதெல்லாம் கூறுவார். சமையல் என்ன செய்ய வேண்டும், எப்படி செய்ய வேண்டும் என்று அரசியல்

கூட்டங்களிலும் சொல்லிக் கொண்டு வருவார். வெறும் பூண்டைத் தின்று இரத்த அழுத்தத்தைக் குறைத்துக் கொள்கிறேன் என்று வெறும் பூண்டை சாப்பிட ஆரம்பித்தார். தானே செய்துகொண்ட பிரட்டைத் உண்பார். மசாலா இல்லை, உப்பு இல்லை, வெறும் வேக வைத்த உணவு. வேக வைத்த கத்தரிக்காய், பூசணி, பீட்ரூட், பிரெட்டுடன் அதே காய்கறிகள். வெண்ணெய் கிடையாது. பலருக்கு தினசரி உணவுப் பட்டியலை தயார் செய்வார். நேதாஜிக்கும் தயார் செய்து கொடுத்திருந்தார். எல்லா ஆண்களும் உண்டு, உட்கார்ந்துகொண்டு வரவர வேலையைக் குறைத்துக்கொண்டு வயிற்றை பெருக்க வைத்துக் கொண்டால் பாபுவுடையது அதற்கு முழுதும் நேர்மாறாக இருந்தது. ஆண்டுகள் போகப்போக அதிகமாக வாயைக் கட்டினார்.

பால் குடிப்பதில்லை என்று பாபு தென்னாப்பிரிக்காவில் இருக்கும்போதே சத்தியம் செய்திருந்தார். பசு, எருமைகள் பால் கறக்கும் போது படும் இம்சையைப் பார்த்து பாலை விட்டிருந்தார். சபர்மதி ஆசிரமத்தில் இருக்கும்போது என்று நினைக்கிறேன், மூல வியாதிக்கு அறுவைச் சிகிச்சை செய்வது கட்டாயமானது. ஆனால் அவர் எடை மிகக் குறைவாக இருந்தது. மருத்துவர் இப்படி சத்தில்லாமல் இருந்தால், எடை குறைவாக இருந்தால் அறுவைச் சிகிச்சை செய்வது சாத்தியப்படாது. நீங்கள் எடையை கூட்டினால் மட்டுமே சாத்தியம் என்றார். பருப்புக் கிடையாது, முட்டை இல்லை, இனிப்பு கிடையவே கிடையாது, பாலும் இல்லை. சத்தான உணவு இல்லாமல் எடையைக் அதிகரிப்பதாவது எப்படி? 'எதற்கு இப்படி உங்களை வதைத்துக் கொள்கிறீர்கள்?' என்று மருத்துவர் கேட்டார். ஆனால் பாபு ஒருமுறை சத்திய வாக்கு கொடுத்தால் முடிந்தது. கடைசியாக நான் ஒரு உபாயம் செய்தேன். "நீங்கள் பசு, எருமைப் பால் குடிப்பதில்லை என்று சத்தியம் செய்துள்ளீர்கள் அல்லவா? அப்படி என்றால் ஆட்டுப் பால் குடியுங்கள்' என்றேன். டாக்டருக்கும் அது சரி என்று தோன்றியது. ஆட்டுப் பால் குடித்தாலும் போதும் அதிலும் புரத அம்சம் ஏராளமாக இருக்கிறது என்றார். பாபுவுக்கு அது முதலில் புரியவில்லை. பால் என்றால் அவர் பார்வையில் பசுவின் பால் மட்டும். கடைசியில் கண் மூடி தியானம் செய்து ஒத்துக்கொண்டார். 'நீ புத்திசாலி கஸ்தூர், பரவாயில்லை' என்று மீசைக்குள் ஒருமுறை மென்மையாக சிரித்தார்.

ஒருமுறை எனக்கு எதற்கோ போளி திங்க வேண்டும் என்று தோன்றியது. மீரா பேனை அழைத்து போளி எப்படி செய்வது என்று

சொல்லிக் கொடுத்தேன். பாபுவுக்கும் அது பிடிக்கும். நிர்பந்தம் இல்லாத நாட்களில் அதை உண்பார். அது எப்படியோ பாபுவிற்கு அந்த செய்தி போய் சேர்ந்தது. எனக்கு பருப்பு சாப்பிட்டால் சேராது என்பது அவருடைய கவலை. எனக்கு பருப்பு சேராதது உண்மை.

'என்ன? போளி செய்கிறாயாமா? என்று என்னைப் பார்த்து சிரித்தார்.

'ஆம், எதற்கோ சாப்பிடத் தோன்றியது' செய்ய சொல்லிக் கொடுத்தேன்.'

'நல்லது செய்யுங்கள். செய்யுங்கள்.'

'எல்லோருக்கும் செய்திருக்கிறோம். நீங்களும் எடுத்துக் கொள்ளலாமே. இன்று ஞாயிற்றுக் கிழமை.'

'பூரணப் போளி என்றால் எனக்கு முதலிலிருந்தே விருப்பம். உனக்குத்தான் தெரியுமே. வயிறு புடைக்க வெளுத்துக் கட்டுவேன். ஆனால் இப்போது ஒரு நிபந்தனை.'

'ஏதாவது ஒரு சாக்குப் போதும் உங்களுக்கு எப்போதும் இருந்தே இருக்குமே. என்ன அந்த நிபந்தனை, சொல்லுங்கள்.'

'நான் சாப்பிட வேண்டுமென்றால், நீ சாப்பிடக் கூடாது.'

'...'

செய்ய சொன்னது நான். ஆனால் அன்று நான் போளி சாப்பிடவில்லை. பாபுவும் உண்ணவில்லை என்று பிறகு தெரிந்தது. 'எனக்கும் வேண்டாம்' என்று சொன்னாராம்!

இது பாபு. அவருக்கும் விருப்பம். எனக்கும் பிடிக்கும். ஆனால் எனக்கு நல்லதல்ல. அதனால் இருவருக்கும் வேண்டாம். இதே போல வேண்டும், வேண்டாம்களின் உச்சியில் நானிருந்தால் மற்றொரு முறை பாபு. அவ்வளவுதான் வேறுபாடு. என் குணம், பலவீனம் இரண்டையும் பாபு மிக நன்றாக அறிந்திருந்தார். அவருக்கு சரி என்று தோன்றுவதை எல்லாம் ஒரேடியாக ஒத்துக் கொண்டதில்லை. நான் ஒத்துக்கொள்ளும்வரை அவர் விடுவதாக இல்லை. சொல்லிச் சொல்லி மனம் கவர்ந்து சரி என்று சொல்ல வைப்பார்.

தென்னாப்பிரிக்காவில் எனக்கு அடிக்கடி இரத்தம் கசியும். மிகவும் பலவீனமாக இருந்தேன். மருத்துவர் அறுவை சிகிச்சை செய்ய வேண்டுமென்றால், பாபு முதலில் ஒத்துக் கொள்ளவில்லை. பிறகு ஆபரேஷன் என்னமோ நடந்தது. ஆனால் மிகவும் சோர்ந்து போனேன்.

உணவு, மருந்து எடுத்துக் கொள்ளக்கூட முடியவில்லை. கோமாமிச சூப் குடிக்க வைப்பார்கள் என்ற சுளிவு கிடைத்ததும் சிறையிலிருந்து வெளியே வந்தவர் மழையில் என்னை சுமந்துகொண்டு வந்திருந்தார். உப்பு, பருப்பு இரண்டையும் விட்டால் இரத்தக் கசிவு நிற்கும் என்றார். எனக்கு அது சிரமம் என்றேன். 'ஆனால் நான் உப்பையும் பருப்பையும் இன்றிலிருந்து விட்டு விட்டேன். இனி உன் விருப்பம்' என்றார்! நானும் விடவேண்டியதானது. 'பலவீனமாக இருக்கிறார். கோழி சூப் குடிக்க வைக்கவும்' என்று யாரோ சொன்னார்கள். 'கோழி – கஸ்தூர் பா இரண்டும் உயிர்கள்தான். இருவர் உயிரும் எனக்கு ஒன்றுதான். கோழி இறந்துதான் என் மனைவி பிழைக்க வேண்டும் என்றால், கோழி இறப்பதை விட இவளே இறக்கட்டும்' என்றார்! இப்படி என் கணவன் எல்லோரைப்போல கிடையவே கிடையாது.

எனக்கு உடல்நிலை சரியில்லாத போது பாபு அதிகமாக எனக்கு சேவை செய்வார். ஆவிக் குளியல், நீர் சிகிச்சை, மசாஜ், என்று எல்லாம் செய்வார். எனக்கு ஆஸ்துமா. அடிக்கடி இருமல் வந்து மூச்சுவிட முடியாமல் சாவது போல ஆனாலும் எந்த ஒரு மருந்தையும் கொடுக்க விடமாட்டார். எல்லாவற்றையும் எதற்கு, ஏன், எதனால் தயார் செய்தது என்ற விவரங்களை விசாரித்துக் கொடுப்பார். எலுமிச்சை சாறை பலகாரத்துடன் வைப்பார்.

அவருக்கு இரத்த அழுத்தம் அதிகமாகிக் கொண்டிருந்தது. மலேரியா வந்திருந்தது. நெஞ்சில் நீர் கட்டியிருந்தது. இரண்டு முறை அறுவை சிகிச்சை நடந்தது. ஒருமுறை அப்பெண்டிக்ஸ் ஆபரேஷன் நடந்தது. அப்போது அவர் புனே சிறையில் இருந்தார். 1924 என்று நினைக்கிறேன். மிகவும் வயிற்று வலி வந்து உடனே அறுவை சிகிச்சை செய்ய வேண்டியதானது. ஆபரேஷன் செய்யும் போது புயல் வந்து மின்சாரம் தடைபட்டது. கடைசியாக ஒரு விளக்கை பிடித்துக்கொண்டு கர்னல் மியாடக் என்ற பிரிட்டிஷ் சர்ஜன், ஆபரேஷன் செய்து முடித்தார்.

தலைக்கு மண் பூசல், மசாஜ், நீர் சிகிச்சை இப்படி தினமும் ஒன்றல்ல ஒரு சோதனை பாபுவின் மீது நடக்கும். தென்னாப்பிரிக்காவில் அடிக்கடி தலைவலி வாட்டும். அடிக்கடி மலச்சிக்கல் ஏற்படும். அதற்கு மலம் இளகும் மருந்தை எடுத்து வந்தார்! ஆனாலும் குறையாமல் இருந்தபோது காலை உணவை தவிர்த்து விட்டார்! சொன்னால் நீங்கள் சிரிப்பீர்கள், ஆம், காலை உணவை விட்ட பிறகு எனக்கு குணமாகி விட்டது என்றார்! சில சமயம் இது மிகையானதும் உண்டு. ஒரு கட்டத்தில், ஓரிரு டஜன் ஆரஞ்சுப் பழம் போதும், முழு நாள் உயிர்

வாழலாம் என்பார். முடிவாக, மருத்துவர் ஒரு மனிதனின் தேகத்திற்குத் வேண்டிய உணவு, அதன் தேவைகளை எடுத்துச் சொல்லி, வெறும் ஆரஞ்சுப் பழம் ஒன்றையே தின்று நலமாக இருக்க வேண்டுமென்றால் தினம் 5075 ஆரஞ்சுப் பழங்களைத் உண்ண வேண்டும் என்று எச்சரித்தார்.

பாபு கூறுவார்: ‘என் அனுபவத்தில் சொல்கிறேன். மலச்சிக்கல், இரத்த சோகை, காய்ச்சல் வந்தால் ஜீரணமாகமல் இருந்தால், தலைவலி வந்தால், தொண்டை வலி வந்தால், கோபம் வந்தால், துயரம் சூழ்ந்து கொண்டால், மிகவும் மகிழ்ச்சியானால் உண்ணாவிரதம் இருங்கள். எந்த மருந்தும் தேவை இல்லை.’ உண்ணாவிரதம் மற்றும் எளிமையான உணவால் எல்லாம் தானாகவே சரியாகும் என்று எண்ணிக் கொண்டிருந்தார். என்னுடைய, அவருடைய எடை சாதாரணமாக எவ்வளவு இருக்கும் என்றால் எங்கள் உணவு எவ்வளவு எளிமையானது என்று தெரிந்து கொள்ளளாம். பாபு 45/46 கேஜி இருந்தால் நான் 30/35 கேஜி இருப்பேன். அவ்வளவுதான்.

இப்படி பாபு மிகவும் எளிமையான மனிதர். மிக சரளமான நாக்கு. நாக்கின் மீது என்றால் பேச்சு, ருசியின் மீது பிடிப்புக் கிடைத்தால் மற்ற எல்லாவற்றையும் கட்டுப்படுத்த முடியும் என்று எண்ணியிருந்தார். அந்தக் கட்டுப்பாடு அவருக்குக் கிடைத்தது. அதனால் உண்ணாவிரதம் இருக்க முடிந்தது.

★★★

உண்ணாவிரதம்

எங்கள் அம்மா வீட்டில் விரதம், உபவாசங்கள் கொஞ்சம் குறைவு. அவர்கள் அதிகம் இயல்பான உலக வாழ்க்கையை வாழ்பவர்கள். அதனால் நாங்களும் சிரமப்பட்டு உபவாசம் செய்து, வயிற்றைப் பற்றி கவலைப் படாமல் இருப்பது பழக்கமாக இருக்கவில்லை. ஆனால் எங்கள் அத்தை வீட்டில் அப்படி அல்ல. அங்கே விரதம், உபவாசங்கள் உழைப்பைப் போலவே முக்கியம். வந்த துயரம் போகட்டும் என்று விரதம் இருப்பதல்ல. எல்லாம் நல்லபடியாக இருக்கும் போதும் நம்மை நாம் தூய்மையாக வைத்துக்கொள்ள உபவாசம் செய்ய வேண்டும் என்பார் எங்கள் அத்தை. எதற்காக அத்தனை உபவாசம், விரதம் இருக்க வேண்டும் என்ற கேள்வியை எல்லோரும் அவரிடம் கேட்டிருக்கிறார்கள். அதே கேள்வியை பிறகு அவர் மகனும் நேருக்கு நேர் சந்தித்திருக்கிறார். அம்மா – மகன் இருவரின் பதிலும் ஏறக்குறைய ஒன்றுதான்: ‘உன் இருப்பின் ஒரு பாகம் உபவாசம். கண் இல்லாமல் வாழ முடியும், அப்படியே உபவாசம் இல்லாமலும் இருக்க முடியும். ஆனால் வெளி உலகிற்கு கண் எதற்கு தேவையோ, அதைப்போலவே மனத்திற்கு உபவாசம் தேவை.’ பாபு பிரம்மச்சரியத்தைக் கடைபிடித்தார். சிறப்பான பத்திய உணவு, மேலும் உபவாசம் இருக்காமல் பிரம்மச்சரியத்தை சாதிப்பது சிரமம் என்று மீண்டும் மீண்டும் உபவாசம் இருப்பார். உடலை நிராகரிக்கவும் கூடாது, செல்லமும் காட்டக்கூடாது என்பது பாபுவின் நிலைப்பாடு. அதற்காக உடல்நலத்தையும், உணவையும் பற்றி அக்கறை வகித்து உபவாசம் செய்வார். உபவாசத் தருணத்தில் தியானத்தில் ஆழ்ந்து விடுவார். தீவிரமாக ஆத்ம சோதனை செய்வார்.

என்ன நடந்தாலும் அவர் உடனடியாக முடிவிற்கு வரமாட்டார். உபவாச நேரத்திலோ, பிரார்த்தனை – சிறைவாசம் – எழுத்து தியானம் – மௌனமான தருணங்களில் முன்பே சிந்தித்து, தேவைப்படும் போது அதை வெளியே எடுத்து சோதனை செய்வார். உள்ளே ஏதோ ஒன்று நடந்திருக்கிறது என்பது தெளிவாகத் தெரியவரும். ஒவ்வொரு உபவாசத்திக்கு முன்னும், பிறகும் அவர் மன நிலையின் வேறுபாடுகள் தெளிவாகத் தெரியும்.

ஆனால் உண்ணாவிரதம் இருக்காதா எந்த மனைவிக்கும் தன் கணவன் சாகும்வரை உண்ணாவிரதம் இருப்பேன் என்று அடிக்கடி உணவை விட்டால் மிகவும் சங்கடம். உண்மையா? இல்லையா? அதற்காக நாங்கள் இல்லாத இடங்களில் உண்ணாவிரதம் இருப்பார் பாபு. ஆனால் அவர் அங்கே உபவாசம் இருக்கும்போது நான் இங்கே எப்படி உண்பது? அதற்காக நான் உண்ணாவிரதமும் இருக்க முடியாது. என்னால் அதிகமாக உண்ணவும் முடியாது, 'உங்கள் உபவாசம் மிக அதிகம்' என்று பாயின் காலை வாருவேன். முடிவில் அவர் உபவாச காலத்தில் நான் ஒரு பொழுது மட்டுமே உண்பதையும், வெறும் பழங்கள் மட்டுமே உண்பதையும் செய்தேன். அவர் இருக்கும் இடத்திக்குப் போய் அவருக்கு விருப்பமாகும் படியாக கால், முதுகு, நெற்றியை அழுத்திக் கொண்டு உட்கார்ந்திருப்பேன். அல்லது அவர் அருகே அமைதியாக அமர்ந்திருப்பேன். சத்தியாகிரகத்திற்காக பொதுவில் உண்ணாவிரதம் இருப்பது தென்னாப்பிரிக்காவில் இருக்கும் போதே ஆரம்பமானது. அங்கே இருக்கும் போதே ஒரு வாரம், இரண்டு வாரங்கள்வரை உண்ணாவிரதம் இருந்திருக்கிறார். எல்லா திட உணவுகளையும் விடுத்து, வெறும் திரவ உணவை பருகிப் பார்த்தார். இந்தியாவிற்கு வந்த பின் அது தொடர்ந்தது. ஜலியன்வாலா நிகழ்வு நடந்த பிறகு இருக்கலாம், 1921 ஆண்டிலிருந்து சுதந்திரம் கிடைக்கும்வரை ஒவ்வொரு திங்கட்கிழமையும் 24 மணி நேரம் உண்ணாவிரதம் இருந்தார்.

பதினேழு முறை உங்களுக்குத் தெரிந்திருப்பதைப் போல பாபு உண்ணாவிரதம் இருந்திருக்கிறார். சில என் நினைவில் இப்போதும் இருக்கின்றன. அமதாவாதின் தொழிற்சாலை ஊழியர்களின் போராட்டம் தொடங்கி இருந்தது. ஆரம்பத்தில் பாய் அதை ஆதரிக்கவில்லை. ஆனால் பாபுவுக்கு பசி என்றால் என்னவென்று தெரியாது என்று ஊழியர்கள் சொல்லிவிட்டார்கள். அப்போது உண்ணாவிரதம் இருந்தார். உண்ணாவிரதம் இருந்த உடனே,

மில் முதலாளி ஓடோடி வந்து தயவு செய்து உண்ணாவிரதத்தை நிறுத்தவும் என்று ஒப்பந்தம் செய்துகொண்டார். இது 1918ல் என்று நினைக்கிறேன்.

பிறகு 1921 ஆண்டு இருக்கலாம். பிரித்தானியாவின் இளவரசர் இந்தியாவிற்கு வந்தபோது காங்கிரஸ் இந்தியாவின் முழு அடைப்பிற்கு அழைப்பு விடுத்தது. ஆனால் பார்ஸிகளும், யூதர்களும், கிறுஸ்த்துவர்களும் தங்கள் கடைகளை மூடவில்லை. அதற்காக அவர்கள் மீது இந்து முஸ்லிம்கள் தாக்குவது தொடங்கியது. மறுநாள் பார்ஸிகளும், யூதர்களும், கிறுஸ்த்துவர்களும் தங்கள் தாக்குதலை ஆரம்பித்தார்கள். பாபு மிகவும் நொந்துகொண்டு அப்போது உண்ணாவிரதம் இருந்தார். வெவ்வேறு மதக்காரர்கள் சண்டையை நிறுத்தாவிட்டால் தாம் சோறு, தண்ணியைத் தொடுவதில்லை என்று எழுதினார். அப்போது தேவதாஸ் பர்டோலியில் இருந்தான். அவனை அழைத்தார். கலவரம் நிற்காவிட்டால் அந்த இடத்திற்கு தேவதாசை 'ஆகுதி'யாக அனுப்பி வைப்பேன் என்று சொல்லிவிட்டார். எனக்கு தேவதாசை அனுப்ப எள்ளளவும் சம்மதமில்லை. தகராறு நடக்கும் இடத்திற்கு தேவதாஸ் போய் அவனுக்கு ஏதாவது ஒன்று ஆனால் என்ற நினைப்பே எவ்வளவு சங்கடமாக இருந்தது என்றால் அதை எப்படி வர்ணிக்க? ஆனால் மும்பை அமைதியானது. எல்லா மதத்தை சேர்ந்த மக்கள் முன் பாபு உண்ணாவிரதத்தை நிறுத்தினார்.

அது நடந்த மூன்று ஆண்டுகளுக்குப் பின் இருமுறை இதே போல மதக் கலவரம் நடந்தபோது உண்ணாவிரதம் இருந்தார். ஒன்று இரண்டல்ல, 21 நாட்கள்! எல்லோரும் வேண்டாம் வேண்டாம் என்றாலும், தில்லியின் மகமதலியின் வீட்டில் உண்ணாவிரதம் இருந்தார். 'இந்த உண்ணாவிரதங்களுக்கு நான் பொறுப்பல்ல. வேடிக்கைக்காக செய்யவில்லை. புகழுக்காகவும் செய்யவில்லை. பசியின் தாக்கம் சிரமம்தான். ஆனால் அதன் உன்னத வலு ஒன்று எனக்கு அளித்த பொறுப்பு என்ற புரிதலால் சமாளிக்க முடிகிறது' என்று பிடிவாதமாக உண்ணாவிரதம் இருந்தார். எப்படியோ 21 நாட்கள் கழிந்தன.

இப்படி சத்தியாகிரகத்திற்கு இடையில் உண்ணாவிரதங்கள் நடந்துகொண்டே இருந்தன. 1933ல் மற்றொரு முறை 21 நாட்கள் உண்ணாவிரதம் இருந்தார். அது தன்னுடைய கூட்டாளிகளின் மனத் தூய்மைக்காக. 'உண்ணாவிரதம் தேகத்தை தூய்மையாக்கும். பிரார்த்தனை மனதை தூய்மை அடையச் செய்யும். பிரார்த்தனையும்

உபவாசமும் சேர்ந்தால் அற்புதமான சாதனை சாத்தியப்படும். பிரார்த்தனை இல்லாமல் உபவாசம் கிடையாது. உபவாசம் இல்லாமல் பிரார்தனை இல்லை' என்பார். உபவாசம் இருக்கும் போதெல்லாம் பிரார்த்தனையும் நடக்கும்.

டாக்டர் சாகேபுடன் புனே ஒப்பந்தமான தருணமாக இருக்கலாம், எரவாடா சிறையில் உண்ணாவிரதம் இருந்தார். அப்போது பாபுவின் உடல்நிலை சரி இருக்கவில்லை. கல்கத்தாவிலிருந்து குருதேவர் பாபுவைக் காண வந்தார். தனக்குப் பிடித்த பிரார்த்தனையொன்றைப் பாடினார். அந்த முறை நான் பயந்து செத்தது போலானது. மீராவிடமிருந்து கடிதம் எழுத வைத்தேன். 'இப்போது உபவாசம் செய்யும் முடிவு ஒன்றும் சரியல்ல. ஆனால் எங்கே என் பேச்சைக் கேட்கப் போகிறீர்கள்' என்று எழுத வைத்தேன். அதற்கு பாபு, 'மற்ற எந்த மனைவியாக இருந்தாலும், அவள் அப்பா ஏற்றிய சுமைக்கு இறந்தே போயிருப்பாள். ஆனால் உன் அன்பும், வலுவும் பெரியது கஸ்தூர். அதுதான் என்னை காப்பாற்றிக் கொண்டிருக்கிறது' என்று எழுதினார். அது அவருடைய 'மனக் குரலைக் கேட்டு செய்யும் உபவாசம்' யார் என்ன சொன்னாலும் நிறுத்தக்கூடாது என்று எல்லோருக்கும் தெரிந்திருந்தது. ஆனால் எல்லோரும் ஆதங்கம் அடைந்திருந்தோம். ஹரியும் ஒரு கடிதம் எழுதி இருந்தான். 'இந்த தேகம் என்னவெல்லாம் செய்யுமோ அதை எல்லாம் நிபந்தனைகள் இல்லாமல் செய்வேன் பாபு. ஆனால் உங்கள் உபவாசம் வேண்டாம். தயவு செய்து அந்த முடிவை கைவிடுங்கள்' என்று. அதற்கு அவன் அப்பா, 'உன் கடிதம் என்னைக் கலங்கடித்து விட்டது. என் உண்ணாவிரதம் உன்னை பரிசுத்தமாக்கும் என்றால் அதற்கு இரண்டு பலன் பிராப்தமானது போல. கவலைப்பட வேண்டாம்' என்று எழுதி இருந்தாராம்.

இந்த முறை எப்படியோ கழிந்தது. அதன் பிறகு ஒருமுறை 21 நாட்கள் உண்ணாவிரதம் இருந்தார். அதுவும் எங்கள் ஆதங்கம், பயங்களுக்கு நடுவில் கடந்தது. இந்த முறை அவரை சிறையிலிருந்து விடுதலை செய்து புனேயில் பிரேம்லீலா தியாகர்சே அவர்களின் வீட்டில் இருக்கும் குடிலுக்கு அனுப்பி வைத்தார்கள். அவர் ஒரு தொழிற்சாலை முதலாளியின் மனைவி. எங்கள் மாணவி. நல்ல மனம் கொண்ட பெண்மணி. மலபார்ஹில்லில் பிரேம்லீலா வீட்டுத் திண்ணையில் பாபு சிறிது நேரம் உட்கார்ந்து, திரும்பி, வெகு தொலைவில் கண்ட கிராமத்துக் காட்சியைப் பார்த்துக்கொண்டே உறங்கிவிட்டார்.

உண்ணாவிரதம் இருந்து வாழும் வலு அவருக்குக் கிட்டியிருந்தது. அந்த உபவாசத்தின் கடைசி நாள் அன்சாரி சாகேப் குரானையும், மகதேவ் ஏசுவின் செய்தியையும், சுற்றிலும் இருந்தவர்கள் நரசி மெகதாவின் வைஷ்ணவ ஜனதோவையும் பாடினோம். பிரேம்லீலா கொடுத்த அரை டம்ளர் ஆரஞ்சு சாறைக் குடித்து உண்ணாவிரத்தை நிறுத்திய போது குருதேவர் அங்கே இருந்தார். சுற்றிலும் இருந்தவர்கள் அவரைப் பார்த்துக்கொண்டே மௌனமாக உட்காரந்திருந்தோம்.

அந்த கண்டம் முடிந்து ஓரிரு மாதங்கள் ஆகியிருந்தது. பாபு அப்போதுதான் சுதாரித்துக் கொண்டிருந்தார். பிறகு சிறையில் மறுபடியும் உபவாசம் இருக்க வேண்டுமா?! இந்த முறை உண்ணாவிரதம் 'ஹரிஜன சேவா சங்க'த்து வேலையை சிறையிலிருந்து செய்ய விடுவதில்லை என்பதற்காக. இப்போது ஆங்கிலேயர்களுக்கு பயம் ஏற்பட்டிருக்கலாம். அவரை உடனே சிறையிலிருந்து விடுதலை செய்து திரும்பவும் பிரேம்லீலா வீட்டிற்கு அனுப்பி வைத்தார்கள். எரவாடாவில் இருந்தபோது பாபுவிற்கு விண்ணைப் பார்க்கும், விண்மீன்களைப் பார்க்கும் பழக்கம் தொடங்கியது. பிரேம்லீலா பெரிய குழாயைப்போல, நட்சத்திரங்களைப் பார்க்கும் டெலஸ்கோப் என்ற ஒரு கருவியை வாங்கிக் கொடுத்தார். பாபு வானத்தைப் பார்த்துக் கொண்டிருப்பாராம். பிறகு நான் 'ஆசிரமத்திற்கு வரவும்' என்று வேண்டி கடிதம் எழுத வைத்தேன். 'தண்டனையின் கெடு இன்னும் முடியவில்லை. இன்னும் கைதியாக இருக்கிறேன். விடுதலை அடைந்ததும் வருகிறேன்' என்று பதில் எழுத வைத்தார். என் முன்னால் உண்ணாவிரதம் இருந்தால் ஆதங்கம் அடைவார். அது அவருக்கு சரிபோகவில்லை. அதற்காகத்தான் வரவில்லை. தேவதாஸ், மகதேவ் மற்ற சிலரும் அவருடன் இருந்தார்கள். பிறகு நானும் போனேன்.

1942 இருக்கலாம், 'இந்தியாவை விட்டு வெளியேறுங்கள்' போராட்டம் காட்டுத் தீ போல பரவியது. ஆயிரக்கணக்கான மக்கள் சிறையில் இருந்தார்கள். நாங்கள் ஆகாகான் வீட்டில் சிறை வைக்கப்பட்டிருந்தோம். எனக்கு உடல்நிலை சரியிருக்கவில்லை. மகதேவ் திடீரென்று இறந்துவிட்டான். சொல்ல முடியாத அளவிற்கு துயரமானது. ஐம்பது வயதில் அவனுக்கு மாரபடைப்பு என்றால் என்னால் நம்பமுடியவில்லை. கைகால்கள் கழன்று இறந்து போனது போலானது. அவன் இல்லாமல் நாங்கள் இனி எப்படி இருப்போம் என்றும், எல்லாம் முடிந்து போனது போலவும், கடைசி காலம் வந்தது போலவும் இருந்தது. மிகவும் ஒழுக்கமான, ஆரோக்கியமான

மனிதன் மகதேவன்! எங்களை விடவும் சின்னவன், எங்களை முந்திக் கொண்டான். சிறைக்கு வந்து ஆறு நாட்கள் ஆகியிருந்தது. அவன் மனைவி துர்காபெகன், அவன் மகன் நாராயணன் எல்லோரும் இறுதி சடங்குக்கு வந்த போது அவர்களைப் பார்த்து மிகவும் துயரம் ஏற்பட்டது. கண் இருண்டு போனது. பாபுவுக்கும் அப்படித்தான். பாபுவின் மகன், நண்பன், விமர்சகன், செயலாளன், எழுத்தாளன் எல்லாமாக இருந்தவன் மகதேவன். இடி விழுந்தது போல உட்கார்ந்துவிட்டார் அவர். மிகுந்த துயரத்துடன் அவரே மகதேவனின் தேகத்தை குளிப்பாட்டி, அவரே இறுதிச் சடங்கும் செய்ய வைத்தார். அவர் துயரத்தைத் சகித்துக் கொண்டதைப் பார்க்கும் போது உபவாசம் இருந்து பசியைத் தாங்கிக் கொள்ள முடிந்தால் மற்றவைகளை எல்லாம் பொறுத்துக் கொள்ளும் வலு தானாக வந்துவிடும் என்று தோன்றியது. என்னால் பசியைத் தாங்கிக்கொள்ள முடியாது. துயரத்தையும் சகித்துக் கொள்ள முடியாது.

மகதேவ் போன துயரம் கரைவதற்குள் வெவ்வேறு சங்கடங்கள் வந்து பாபுவின் கழுத்தை நெறித்தன. ஜின்னா சாகேப் நாட்டைப் பிரித்துக் கொடுக்கக் கேட்டார். டாக்டர் சாகேப் மற்றொரு மதத்தைப் பற்றி பேசிக் கொண்டிருந்தார். அவை இரண்டையும் விட்டுக் கொடுப்பது எப்படி என்ற சங்கடம் ஆரம்பமானது. பாபுவிற்கு அந்த இரண்டு கவலைகள்தான். அவர் இருவரின் தியானம். மறுபடியும் 21 நாட்கள் உண்ணாவிரதம் செய்தார். அது வீட்டில் அல்லாமல் வெளியே பொதுவில் செய்த 15 வது உண்ணாவிரதம். மரணம் வரை அல்ல. பழச்சாறும், தண்ணீரும் அருந்துவார். ஆங்கில அரசு உண்ணாவிரதம் இருக்க வேண்டாம் என்றது. அதனால் ஏற்படும் விளைவிற்கு தாங்கள் பொறுப்பல்ல என்று சொன்னது. எதற்கும் வாதவிவாதம் செய்யலாம், பேச்சுவார்த்தை நடத்தலாம், உண்ணாவிரதம் இருப்பது எதற்கு என்று கேட்டது. ‘யாரோ சொன்னார்கள் என்று உண்ணாவிரதம் இருக்க முடியாது. கோபத்தாலும் முடியாது. சினம் அந்நேரத்து பைத்தியக்காரத்தனம். என்னுள் இருக்கும் மெலிந்த மெல்லிய குரல் சொன்னால் மட்டுமே உண்ணாவிரதம் இருக்க முடியும்’ என்று உண்ணாவிரதம் இருக்க தயார் என்றார் பாபு. பேச்செடுத்தால் உண்ணாவிரதம் இருக்கும் இந்த பிடிவாதக்கார மனிதனைப் பற்றி ஆங்கில அரசுக்கு எப்படிப்பட்ட கோபம் வந்திருக்குமோ என்னமோ, அழ வேண்டுமா, சிரிக்க வேண்டுமா, இவரைப் பிடித்து சிறையில் அடைக்க வேண்டுமா, உன் விருப்பம் போல செய் என்று விட்டுவிட வேண்டுமா ஒன்றும் தெரியாமல் அல்லல் பட்டிருக்கலாம். ஒரு மாதிரி

தண்ணீர் மீது இருக்கும் எண்ணெயைப் போல பாபு. பிடிக்கவும் முடியாமல், கட்டுப்படுத்தவும் முடியாமல் ஆங்கிலேயர்கள் மிகவும் சிரமப் பட்டிருக்கலாம்.

73/74 வயதான பெரியவர் 21 நாட்கள் உண்ணாவிரதம் இருந்து வாழ்வது என்றால் சும்மா அல்ல குழந்தாய். அந்த உண்ணாவிரதங்கள் எளிதாக இருக்கவில்லை. பாபு மிகவும் சிரமப்பட்டிருக்கிறார். ஒருவர் இருவரல்ல, ஒன்பது பேர் கொண்ட மருத்துவக் குழு வந்து சோதனை செய்து கொண்டிருந்தது. மூத்திரப்பை பழுதாகி, யூரோமிய என்ற மூத்திரப்பை தொந்தரவு வந்து, எம்.கே.காந்தி இறந்து விடுவார் என்று மருத்துவக் குழு அறிக்கை அளித்தார்கள். இரத்தம் கொடுத்தார்கள். 'சலைன்' ஏற்றினார்கள். எதுவும் செய்ய முடியாது என்று எச்சரித்து விட்டுப் போனார்கள்.

ஆனால் பாபு எந்த சிகிச்சையையும் எடுததுக்கொள்ள ஒத்துக் கொள்ளவில்லை. 21 நாட்கள் உபவாசம் செய்தே தீருவேன் என்று உண்ணாவிரதம் இருந்து விட்டார். அவர் உண்ணாவிரதம் இருப்பார் என்றால் மக்களுக்கு பயம் உண்டாகும். நெருங்கியவர்களுக்கு பீதி ஏற்படும். ஆங்கிலேயர்கள் நடுங்கினார்கள். எல்லோரை விடவும் அவர் எதிரிகளுக்கு பாபு ஏதாவது இல்லாமல் போனால் அந்தப் பழி தங்கள் மீது வந்து விழுமோ என்று அஞ்சினார்கள்.

அவர் உண்ணாவிரதம் இருக்கும் போது சும்மா உட்காரந்திருக்க மாட்டார். அவரை சந்திக்க மக்கள் வருவார்கள். சக்தியை காப்பற்றிக்கொள்ள படுப்பாரே தவிர செயல்கள் எதுவும் குறையவில்லை. உணவு இல்லாமல் வாந்தி வரும். அவ்வப்போது வெதுவான தண்ணீர் பருகுவார். ஓரிரு தேக்கரண்டி எலுமிச்சை சாறையும், தேனையும் சுடு தண்ணீரில் கலந்து அருந்துவார். மருத்துவர் பச்சைக் காய்கறி சாறை பருகவும், அல்லது பழங்களை உண்ணவும் என்று சொல்வார்கள். இவர் கேட்க வேண்டுமே. முடியாது என்பார். உணவை விட்டதற்கு மலச்சிக்கல் ஏற்பட்டது. மூலவியாதியால் அப்போதே அவதிப் பட்டுக்கொண்டிருந்தார். அதற்கு 'எனிமா' எடுத்துக்கொள்வார். எல்லாம் அவருடைய சோதனைகள். அவருடைய சிகிச்சைகள். அவர் கூற்றுப்படி அவர் உடலுக்கு என்ன நடக்கிறது. என்ன நடக்க வேண்டும் என்பது அவருக்கு நன்றாகத் தெரிந்திருந்தது. அதை தான் முழுமையாக கட்டுப்பாட்டில் வைத்திருக்கிறேன் என்று அறிந்திருந்தார். எவ்வளவுதான் வாந்தி வரட்டும், தண்ணீர் , உப்பு, எலுமிச்சை சாறை அளவுடன் பயன்படுத்துவார்.

பாபு 21 நாட்கள் உண்ணாவிரதம் இருந்தார் என்றார்கள் சிலர். 'அது எப்படி சாத்தியம்? யாருக்கும் தெரியாமல் எதையாவது சாப்பிட்டிருக்கலாம்' என்று சொல்லி இருந்தார்களாம். அய்யோ இராமா, எப்படிப்பட்ட மக்கள்?! பாபு உண்ணாவிரதம் இருந்தது எல்லோர் முன்னிலையில். யார் யாரோ நண்பர்கள் வீட்டில். வெவ்வேறு ஊர்களில். சிறையில். அங்கே எல்லாம் திருட்டுத்தனமாக சாப்பிட முடியுமா? உறுதியான முடிவே அவருடைய உணவு. உறுதியான மனமும், தண்ணீர் இரண்டும் அவரைக் காப்பாற்றியது.

உண்ணாவிரதம் இருப்பது என்றால் உணவை விட்டு ஒரு இடத்தில் உட்காருவதைப்போல எளிதல்ல குழந்தாய். நிரந்தரமாக ஒருவேளை உண்ணாவிரதம் இருப்பவர்களுக்கும் நாட்கணக்கில் உண்ணாவிரதம் இருக்க முடியாது. என்னால் முடியவே முடியாது. ஆம், சில சமயம் முயன்று பார்த்திருக்கிறேன். ஆனால் என்னால் உண்ணாவிரதம் இருக்க முடியவே இல்லை. அத்தனை உடல் வலுவும் இருக்கவில்லை. மன வலிமையோ கிடையவே கிடையாது. பாபுவிற்கு தன் அம்மா உண்ணாவிரதம் இருப்பதைப் பார்த்து பழக்கமாகி விட்டது. உணவு உண்பதை எளிதாக விட்டுவிடுவார். அவருடைய உண்ணாவிரத வலுவைப் பார்த்துத்தான் அவர் மகாத்மா என்று எல்லோரும் எண்ணினார்கள். மற்றவர்கள் மட்டுமல்ல, நானும் அப்படித்தான் கருதினேன். அவர் மிகவும் தெய்வ பக்தி உள்ளவர். உண்ணாவிரதம் முழுமையாக தன்னைத் தானே நிராகரித்துக்கொண்டு செய்யும் ஒரு செயல் என்று கருதினார். அவர் கூற்றுப்படி, 'கடவுள் அருள் இல்லாமல் செய்யும் உபவாசம் வெறும் பசி.' கடவுள் மீதான சிரத்தை, உறுதியான முடிவு, மன வலிமைகளால் அவருக்கு உண்ணாவிரதம் சாத்தியப்பட்டது என்று தோன்றுகிறது.

★★★

'இனி நானும் நீயும் விலகி இருக்கலாம், சரியா?'

குழந்தாய், காமம் காதலை உன்னிடம் சொல்லிக் கொள்வது சரியா, தவறா என்று கொஞ்சம் தயக்கமாக இருக்கிறது. ஆனால் இல்லை, நீ குழந்தையானாலும் அவற்றின் பலனே நீ. நீ குழந்தையானாலும் இந்த எல்லாக் கட்டங்களையும் கடந்து போக வேண்டிய உயிர்தான் நீயும். அதனால் உணவு, உண்ணாவிரதத்தைப் பற்றி கூறியது போல காதல், காமத்தைப் பற்றியும் சொல்ல வேண்டும் நான். ஏனென்றால் இந்த விஷயத்தில் பாபுவை அரைகுறையாக புரிந்துகொண்டு வெறுமனே கத்தியை சுழற்றுவதும் இருக்கிறது. அதனால்,

ஆன்மீகம், உணவு, பிரம்மச்சரியம் இந்த மூன்றைப் பற்றி என் கணவன் எப்போதும் சோதனை செய்து கொண்டிருந்தார். உபவாசத்தின் ருசியை நாக்குக்கு மட்டுமல்ல உடலுக்கும் காட்டினார். ஆனால் அப்போதும், இப்போதும் பிரம்மச்சரியம் என்ற ஒரு விஷயத்தைக் குறித்து அவரைப் புரிந்துகொள்வது அதிகமான மக்களுக்கு சிரமமாக இருக்கிறது. அந்த விஷயத்திற்காக சிலர் அவரை தூற்றுகிறார்கள். சிலர் வழிபடுகிறார்கள். காமமும் செய்யவேண்டியது. இந்த பூமியை சுழலச் செய்வதும், உலகமே அதுதான் என்று உயரினங்கள் நம்பி

இருக்கும் போதும் பிரம்மச்சரியத்தைக் குறித்த அவர் சிந்தனைகள், அதுவும் ஒரு அரசியல்வாதியின் வாயிலிருந்து வரும்போது முழுமையாக விரோதமான எதிர்வினை வருவது இயல்பு தானே குழந்தாய்?

சரி என்ற கூட்டத்தில் சரி என்றும், தவறு என்னும் கூட்டத்தில் தவறு என்றும் தலையசைப்பவர் அல்ல என் கணவர். அவருக்கு எப்படி வேண்டுமோ அப்படியே நடக்க வேண்டும். அதுவும் அவரே வகுத்துக் கொண்ட நியமனங்களின் படி சரியாக நடக்க வேண்டும். நடக்கும் வழிகள் என்ன எளிதானவையா? மிகக் கடினமான பாதையையே தேர்ந்தெடுப்பார். வழிகளில் இருக்கும் பாறை கற்களை பளிங்குக் கற்கள் என்பதைப்போல நகர்த்துவார். சத்தியாகிரகப் பாதையில் பாபு அப்படி எடுத்து வைத்த பெரும் பாறை பிரம்மச்சரியம்.

தேவதாசனுக்கு ஐந்து, ஆறு வயது இருக்கலாம். ஆண்டு 1906 ஆக இருக்கலாம். அப்போது நாங்கள் ஜோகன்ஸ்பர்க்கில் இருந்தோம். ஃபீனிக்ஸ் ஆசிரமம் தொடங்கி இருந்தாலும் நான் இன்னும் அங்கே போயிருக்கவில்லை. பாய் ஆசிரமத்திற்கும் வீட்டிற்கும் நடுவே பயணம் செய்து கொண்டிருந்தார். சத்தியாகிரகம், பத்திரிகை, கடிதப் போக்குவரத்து, கோர்ட் என்று அவருக்கு ஓய்வே இருக்கவில்லை. நான்கு குழந்தைகள் இருந்தார்கள். இனி போதும் என்று முடிவு செய்தோம். என் மாதவிலக்கு நாட்களை கணக்கு வைத்துக் கொண்டு கர்ப்பம் ஏற்படாத பாதுகாப்பான நாட்களில் உடல் உறவு நடக்கும். ஆனால் அதற்கும் சிரமமாக இருந்தது. அப்படிப்பட்ட நாட்களில் எனக்கு இரத்தக் கசிவு, மூச்சுத் திணறல், சோர்வு போன்ற உடல்நலக் குறைவுகள் ஏற்படும். அல்லது நான் நலமாக இருக்கும் போது அவர் ஊரில் இருக்கமாட்டார்.

அந்தத் தருணத்தில் தென்னாப்பிரிக்கா வந்திருந்த எங்கள் முதல் மகன் ஹரி, தன் அம்மா, அப்பாவிற்கும் காத்திருக்காமல், சொல்லாமல் கொள்ளாமல், இந்தியாவிற்குச் சென்று தன் பெரியப்பாவிடம் சொல்லி திருமணம் செய்து கொண்டான். அது அவன் அப்பாவை மிகவும் வருந்தச் செய்தது. அதை வார்த்தைகளில் சொல்ல முடியாது. சத்தியாகிரகத்தின் அத்தனை வேலைகள் இருக்கும் போதும் தன் மகன் இந்தியாவிற்குச் சென்று அவசரத்தில் திருமணம் செய்துகொண்டானே? தன் மகனாக அவனுக்கு அப்படியொரு உடல் வேட்கை எப்படி வந்தது? என்ற தொடக்கமும் முடிவும் இல்லாத வருத்தம் அவருக்கு இருந்தது. கோபமா, வெறுப்பா, வருத்தமா, வைராக்கியமா

எதுவென்று சரியாக சொல்ல முடியாத உணர்வு ஒன்று அவரை சூழ்ந்து கொண்டது. அவருடன் பேச எனக்கு பயம், தயக்கம். அதை மறக்கவோ என்பதைப்போல அதிக வேலைகளில் ஈடுபட்டார். கலென்பாக், ஹென்றி போலாக் அவர்களுடன் நடு இரவு வரையிலும் பேசி, சத்தியாகிரக போராட்டத்தின் வடிவத்தை தயார் செய்தார்கள். கட்டுரைகளை எழுதினார்கள். சில சமயம் திடீரென்று மௌனத்தில் ஆழ்ந்துவிடுவார்.

இப்படி இருக்க ஒருநாள், கலெனா ஃபீனிக்ஸ் போயிருந்தார். மிலி, ஹென்றி தங்கள் வீட்டிற்கு சென்றிருந்தார்கள். பிள்ளைகள் உறங்கிக் கொண்டிருந்தார்கள். இரவு வேளை. காந்தி பாய் அறைக்குள் வந்தார். கதவருகே நின்று கொண்டு 'கஸ்தூர் ஒரு விஷயம் கேட்கட்டுமா?' என்றார். ஏதோ வந்ததேப்பா... ஹரியைப் பற்றி ஏதாவது இருக்கலாமோ அல்லது நான் ஏதாவது தவறு செய்தேனா என்று அவரைப் பார்த்தேன். 'இனி நானும் நீயும் வெவ்வேறு இடத்தில் படுக்கலாம். உடல் உறவை நிறுத்திக் கொள்ளளாம், பிரம்மச்சரியத்தை ஏற்றுக் கொள்ளலாம் என்று தோன்றுகிறது. சரியா?' என்றார். எனக்கு ஒருமுறை நான் கேட்பது என்னவென்று புரியவில்லை. கண்ணை அகலப்படுத்தி 'உம்' என்றேன். மீண்டும் சொன்னார். 'இதை உன் மீது சுமத்த விரும்புவில்லை கஸ்தூர். எனக்கு அப்படித் தோன்றுகிறது. ஆனால் நீ வேண்டாம், முடியாது என்றால் மாற்று வழியை யோசிப்போம். வற்புறுத்தி உன் மீது பிரம்மச்சரியத்தை திணிக்க மாட்டேன். யோசித்து சொல்' என்றார். நெஞ்சு வெடித்தது போலனது. இரவு எப்போது வருமோ என்று காத்துக் கொண்டிருக்கும் என் கணவன், 'போதுமப்பா போதும், இவன் வெளிநாட்டிற்கு போனால் போகட்டும்' என்று எனக்குத் தோன்றும்படி செய்த கணவன், இப்போது இப்படிச் சொல்கிறார்! அதுவும் ஐந்தாறு கர்ப்பங்கள் கழிந்த பிறகு, நான்கு பிள்ளைகள் இருக்கும் போது பிரம்மச்சரியம் என்கிறார். நாங்கள் விலகிப் படுக்கும் அளவிற்கு முதியவர்களாக இருக்கவில்லை. எங்களுக்கு இன்னும் முப்பத்தி எட்டு, முப்பத்தி ஒன்பது வயதிருக்கலாம்.

'திடீரென்று என்ன நடந்தது, நான் ஏதாவது தவறு செய்தேனா?' என்பதுதான் எனக்கு முதலில் தோன்றியது. ஒரு நொடி என்னை கண் முன் நிறுத்தி சோதித்துக் கொண்டேன். என் நோய் நொடி தொந்தரவுகளால் வெறுத்து இவர் ஏதாவது வேறு யார் மீதாவது மையல் கொண்டிருக்கலாமா? என்று தோன்றியது. பாய்யை சுற்றி அதிகமாகப் பெண்கள் இருந்தார்கள். ஆனால் அப்படி யோசித்த மறு கணமே என் மீது எனக்கே வெட்கமானது. அந்தப் பெண்கள்

அப்படிப்பட்டவர்கள் அல்ல. பார்த்தாலே தெரியும். எங்கள் மிலி, சோன்யா அவர்கள் மனைவியை இப்படி நடத்துகிறாயே என்று பாயை குத்திக் காட்டுவார்கள். பாய் உட்கார்ந்த இடத்திலிருந்தே எனக்கு ஏதாவது வேலை சொன்னால், செய்தது ஏதாவது சரியில்லை என்றால் போதும். ஆரம்பித்து விடுவார்கள். ச்சே, அவர்கள் யாரும் பாயை மயக்கி இருக்க முடியாது. பிறகு என் கணவரும் அப்படிப்பட்டவரல்ல. அல்லது என் மீது ஏதாவது சந்தேகம் வந்து இப்படி சொல்கிறாரா? ஆனால் சந்தேகம் வருவதாவது எப்படி இந்த மொழி தெரியாத ஊரில்? அப்போது ஒரு காலம் இருந்தது, மற்ற கணவர்களைப் பார்க்க வேண்டாம், அவர்களுடன் பேச வேண்டாம், சிரிக்க வேண்டாம் என்று என் கணவர் வேலி போடுவார். இப்போது அவர் மிகவும் மாற்றம் அடைந்த மனிதர். அப்படி இருக்க முடியாது. பிறகு எதற்கு இப்போது பிரம்மச்சரியப் பேச்சு?

என்ன பேசுவது என்றே தோன்றவில்லை. அமைதியாக இருந்து விட்டேன். அவருக்கு என்ன தோன்றியதோ, அங்கேயே கட்டிலுக்குக் கீழே ஒரு பாயை இழுத்துப் போட்டுக்கொண்டு படுத்து விட்டார். அந்த இரவு முழுதும் நான் உறங்கவில்லை. அவருக்கும் தூக்கம் வந்தது போல இல்லை.

ஒரு நொடியின் அழுத்த உணர்வால் அப்படிச் சொல்லி இருக்கலாம் என்று நினைத்தேன். ஆனால் இல்லை. என் கணவரின் வாயிலிருந்து ஏதாவது வெளியே வந்தால் முடிந்தது. அதுதான் உறுதி. ஒரே அறையில் நான் கட்டில் மீது மெத்தையில் படுப்பதும், அவர் தரை மீது பாயை விரித்துக் கொண்டு படுப்பதுவும் தொடர்ந்தது. சில நாட்களில் எங்களை எல்லாம் ஃபீனிக்ஸ் ஆசிரமத்திற்கு அழைத்துக் கொண்டு போவதாகவும், இன்னும் கொஞ்ச நாட்கள் ஆசிரமத்தில் இருக்க வேண்டும் என்றும் தெரிவித்தார். ஃபீனிக்ஸ் புறப்படும் முதல் இரவு, பாய் திண்ணை மீது எதையோ எழுதிக்கொண்டு உட்காரந்திருந்தார். அவரிடம் போனேன். என்னை நோக்கி மெல்லச் சிரித்து தன் வேலையைத் தொடர்ந்தார். பத்து பதினைந்து நிமிடங்கள் கடந்தன. எழுதுவதை முடித்து விட்டு, எழுத்தாணியையும் – மை புட்டியையும் பக்கத்தில் எடுத்து வைத்து விட்டு, தரை மீது பாய் விரித்து, படுப்பதற்கு தயார் செய்துகொண்டிருந்தார். எந்த மனைவியாவது இப்படியொரு நிலைமையை சந்தித்திருப்பாளோ இல்லையோ, இப்படியான விஷயங்களை கணவனிடம் பேசுவாளோ இல்லையோ தெரியாது. நான் கூச்சத்தை விட்டு கேட்டு விட்டேன்.

‘இனி பிரம்மச்சரியத்தை கடைபிடிப்போம் என்று சொல்லி விட்டீர்கள். ஆனால் மனைவியாக உங்கள் உடல் விருப்பத்தை நிறைவேற்றுவது என் கடைமை அல்லவா?’

‘கணவனாக உன் உடல் வேட்கையை தணிப்பதும் என் கடைமையல்லவா கஸ்தூர்?’

‘ஆம், ஆனால் எனக்கு அப்படி உடல் விருப்பங்கள் இருக்கவில்லை. அப்போதும், இப்போதும் மிகக் குறைவு. நீங்களே என்னைப் பார்த்திருக்கிறீர்கள். ஆனால் நீங்கள் எப்படி இருந்தீர்கள் என்று நினைவுப்படுத்திப் பாருங்கள்.’

‘ஆம், கஸ்தூர். இளமையின் அறியாப் பருவங்கள் அவை. உடல் வேட்கையை தணித்துக் கொள்வதே வாழ்க்கை, அதற்காகவே வாழ்கிறோம் என்ற உணர்வு இருந்தது. அதற்காக உன்னை பயன்படுத்திக் கொண்டதும் உண்டு. அதனால்தான் அதற்கு பிராயச்சித்த வடிவில் இப்போது உன் சேவை எவ்வளவு செய்தாலும் தீர்க்க முடியாது. அதனால்தான் என் உடல் விருப்பத்தை கட்டுப்படுத்த முடிவு செய்தது. உன்னுடன் தனிமையில் கழிக்க நேரத்தை எப்படி பொருத்திக்கொள்வது என்பதில் என் கவனம், உழைப்பு, நேரம் எல்லாம் கழிந்துவிடும் என்றால் சத்தியாகிரகத்திற்கு பொருளில்லை. அதனால் இருவரும் பரஸ்பரம் சம்மதித்தால் மட்டுமே பிரம்மச்சரியத்தை ஏற்றுக்கொள்ளலாம் என்று தோன்றியது.’

‘உடல் விலகி இருந்தால் மனமும் விலகி இருப்பது போலத்தானே? என் உடலை விடவும் அதிகமாக இந்த தேகத்திலிருந்து வெளிவந்த பிள்ளைகளிடமிருந்தும், குடும்பத்திலிருந்தும் விலகிவிடுவீர்களோ என்ற பயம் எனக்கு.’

‘பைத்தியக்காரி, விலகி எங்கே போக? நீ எங்கேயோ, நான் அங்கேதான் இருப்பேன். நான் எங்கேயோ நீ அங்கே இருப்பாய். திருமணம், கணவன் மனைவி உறவு என்றால் விளையாட்டல்ல. வெறும் உடல் சேர்க்கை, குடும்பத்தை நிர்வகிப்பதும் அல்ல. திருமணம் சொர்க்கத்தில் நிச்சயிக்கப்படுகின்றன என்ற பேச்சைக் கேட்டதில்லையா நீ?’

‘சொர்க்கம், மறுபிறவி என்பதெல்லாம் எனக்குத் தெரியாது. ஆனால் திடீரென்று எதற்கு இந்த முடிவிற்கு வந்தீர்கள்?’

‘கோபம் வருகிறதா? இது திடீரென்று எடுத்த முடிவு அல்ல கஸ்தூர். ஒரு தேகத்துடன் இணைய எவ்வளவு சாதனை செய்ய

வேண்டுமோ அதை விட நூறு பங்கு பிரம்மச்சரியத்தை சாதிக்க உறுதி வேண்டும்! இங்கே பார், உன்னுடன் அந்த ஒரு நொடியைக் கழிக்க எப்படிக் காத்திருக்க வேண்டி இருந்தது? அதற்காக உன் நேரமும், உன் உடல்நிலையும் இணைந்து வரவேண்டும். பிள்ளைகள் தூங்கி இருக்க வேண்டும். தனிமை அனுபவத்திற்கு கிட்ட வேண்டும். மனக் கிளர்ச்சி அடைந்திருக்க வேண்டும். எத்தனை விஷயங்களைப் பற்றி கவனம் செலுத்த வேண்டும், பார்த்தாயா? ஆனால் இவை எல்லாம் எதற்கு? கேவலம் உடல் உத்வேகத்தைத் தணிப்பதற்கு. அந்த தணிதல் எவ்வளவு நேரம் இருக்கும்? இரண்டு மணித்துளி இன்ப போதைக்கு தேகம் மீள மீள விழித்துக் கொள்கிறது. மீண்டும் மீண்டும் தேவை என்கிறது. பிள்ளைகள் போதும் என்று முடிவு செய்த பிறகு பாலியல் ஒரு மகிழ்ச்சிக்காக மட்டுமே அல்லாமல் வேறெதற்கு? ஆனால் கஸ்தூர் அப்படியான புணர்வு தவறு.'

'ஆணும் – பெண்ணும் இரண்டு நொடி ஒருவருக்கொருவர் அணுக்கமாக காலம் கழித்து இன்பமடைந்தால் தவறென்ன?'

'காமத்தில் மூழ்கிப்போன உலகம் அப்படி நம்பி இருக்கிறது கஸ்தூர். ஆனால் பிள்ளைகளைப் பெற வேண்டிய அவசியம் இல்லாத கூடுகை பாவம். நான் இப்போது அகிம்சையைக் குறித்துப் பேசுகிறேனே, அகிம்சையில் பிரம்மச்சரியமும் சேர்ந்திருக்கிறது, அதை ஒன்றாக சாதிப்பது என்னைப் போன்ற குடும்பஸ்தனுக்கு சிரமம். அதை நீயும் கவனித்திருக்கலாம். இதற்கு வெகு நாட்களாக பயிற்சி நடந்திருக்கிறது. முதலில் பகலில் சம்போகத்தைத் தவிர்ப்பது. பிறகு இரவு புணர்வை நிறுத்துவது. அதை சாத்தியப்படுத்த எளிமையான ஆடையையும், எளிமையான உணவையும் பயன்படுத்த வேண்டும். நகை, பரிமளங்களை விடவேண்டும். உடல் ஆகர்ஷணத்தை குறைத்துக் கொள்ள வேண்டும். அழகாக தெரியக்கூடாது. இவை நம் ஒழுக்கத்தை ஒரு படி உயரவைக்கும் கஸ்தூர். என் வேலையை நானே செய்து கொள்வது, சப்பையான உணவு, குறைவாக ஆகாரம் உண்பது வெகு நாட்களாக நடந்திருக்கிறது. உனக்கும் தெரியுமல்ல.'

ஆம், உண்மை. ஆனால் நீங்கள் இந்த முடிவிற்கு வர அப்படி செய்தீர்கள் என்று தெரிந்திருக்கவில்லை. என்னிடம் நீங்கள் சொல்லவே இல்லையே.'

'உன்னையும் நல்ல உடைகளை நகைகளை துறக்கச் சொன்னேன். பருப்பை விட சொல்லி இருந்தேன். சர்க்கரை வேண்டாம் என்றேன். பட்டாடைகளை துறக்கச் சொல்லியிருந்தேன். இல்லையா?'

ஆம், பாய் கூட என்னை பலதை மெல்ல விடச் செய்திருந்தார். அவர் நடக்கும் பாதையில் என் அறிவில்லாமல் என்னையும் அழைத்துச் சென்றிருந்தார். ஆனால் அவருக்கு ஏன் இந்த எண்ணம் ஏற்பட்டது என்று வியப்புடன் கேட்டேன். அதற்கு அவர் ஒரு நிகழ்வைக் குறிப்பிட்டார்.

பிராணஜீவன் மெகாதாவின் பழைய நெருங்கிய நண்பர். பேரிஸ்டர் பதவி பெற்று லண்டனிலிருந்து மும்பை வந்து இறங்கிய பாய் முதலில் மெகாதாவின் வீட்டிற்குப் போய், பிறகு ராஜ்கோட் வந்தார். அவர் வீட்டில் பாய் தன் வயதை ஒத்த ராயசந்த பாய் என்ற சமணத் துறவியை சந்தித்திருந்தார். பாய் மீது கடைசிவரை அவர் தாக்கம் இருந்தது. ராயசந்த பாய் நாங்கள் தென்னாப்பிரிக்காவில் இருந்து திரும்பி வரும் தருணம் இறந்து போயிருந்தார். சுமார் பத்து ஆண்டுகள் இருவரும் நெருக்கமாக இருந்தார்கள். நிரந்தரமாக கடிதப் போக்குவரத்து நடந்து கொண்டிருந்தது.

மெகாதாவின் வீட்டில் ஒரு செய்தி பாய் கவனத்தை ஈர்த்ததாம். ஒரு ஆங்கில அரசியல்வாதி, கிளாட்ஸ்டோன் என்று பெயர், அவருக்கு அவர் மனைவி ஹவுஸ் ஆஃப் காமன்ஸ்சில் கூட தேநீர் கொண்டு வந்து கொடுப்பாளாம். அவளுடைய அன்பு, தியாகங்கள் தாம்பத்திய வாழ்க்கையின் மிகச்சிறந்த குணங்கள் என்று காந்தி பாய் புகழ்ந்திருந்தாராம். அப்போது ராயசந்த பாய் எது சிறந்தது? கணவனுக்கு அவள் செய்த சேவையா? மற்ற யாருக்காவது அவள் செய்யும் சேவையா? அவள் ஏதாவது மனைவியாக இல்லாமல் தங்கையாகவோ,, சேவகியாகவோ இருந்து அதே சேவை மனப்பான்மையில் செய்திருந்தால் உங்கள் மனம் இப்படி கவரப் பட்டிருக்குமா? அல்லது அவளுக்கு ஒரு ஆண் தேநீர் கொடுத்திருந்தால் உங்கள் மனம் ஈர்க்கப்பட்டிருக்குமா? இரத்த உறவு இருக்கும் உறவு செய்யும் சேவை மட்டும் சிறப்பானதா? போன்ற கேள்விகளைக் கேட்டாராம்.

இதை என் கணவர் அப்படியே பிடித்துக் கொண்டார். அட, உண்மைதானே என்று ஆலோசித்தார். தான் உடல் சம்பந்தமான சேவையை மட்டுமே கவனிக்கிறேன். அதற்கு மட்டுமே முக்கியத்துவம் தருகிறேன். கணவன் – மனைவி உறவு வெறும் உடல் சார்ந்தது அல்ல. அதை மீறியும் இருக்க வேண்டும். உடலளவில் மட்டுமல்லாமல் இருப்பதாக இருந்தால் அது பரிசுத்தமான காதல் என்று தோன்றியது. ராயசாந்த பாயிடம் இதைப்பற்றி அதிகமாக விவாதம் செய்தார்.

பாலியலில் இம்சை இருக்கிறது, அது சாதனை வாழ்க்கைக்கு கேடு விளைவிக்கும் என்பது சமண நம்பிக்கை. அதை பாய் தீவிரமாக எடுத்துக் கொண்டார். நான்கைந்து ஆண்டுகள் அதைப்பற்றி தீவிரமாக யோசித்து தற்போது இந்த முடிவிற்கு வந்திருந்தார்.

திருமணம் முடிந்த பிறகு பத்தொன்பதாவது வயதிலிருந்தே நாங்கள் விலகி இருந்தோம். பிறகும் விலகி இருந்ததுதான் அதிகம். நான் துணையாக இல்லாமல் தான் கழித்த இளமைக் காலங்களில்

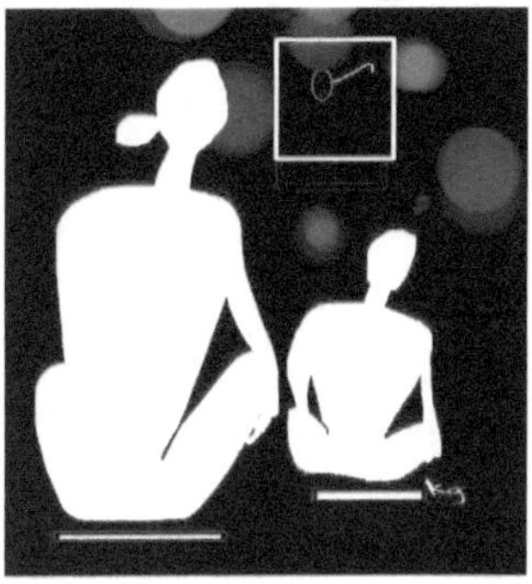

தன்னை கட்டுப்படுத்திக்கொள்ள எவ்வளவு சிரமப் பட்டிருப்பார், அதற்கு எந்த வழிகளை கையாண்டிருந்தார் என்று பாய் விவரமாகச் சொல்லி இருந்தார். இதைச் சொல்லி, மனைவியான நான் ஒத்துழைக்க வேண்டுமென்று கைகூப்பி வேண்டிக்கொண்டார். என்னால் ஒத்துக்கொள்ளாமல் வேறு வழியும் இருக்கவில்லை. அவருக்குத் தேவை இல்லாதது எனக்கு எதற்கு வேண்டும் என்று நினைத்தேன். ஆனாலும் சரி என்று சொல்லாமல் தலை குனிந்து மௌனமாக உட்கார்ந்து விட்டேன். கண்ணீர் துளிகள் தரையை நனைத்திருந்தன. பாய் கண்மூடி தியானத்தில் ஆழ்ந்து அங்கே தொலைவில் பாய் விரித்து அதன் மீது அமர்ந்திருந்தார்.

அதுவரை ஒரே அறையில் விலகிப் படுத்திருந்தோம். இப்போது இருவரும் வெவ்வேறு அறைகளில் உறங்கத் தொடங்கினோம்.

பாய் எப்போதும் அப்படித்தான். தனக்கு அதிக விருப்பமானது எதுவோ அதைத்தான் கட்டுபடுத்த வேண்டுமென்று பிடிவாதம் பிடிப்பார். அதை செய்வதற்கு மனத்தை உறுதிப்படுத்திக் கொள்வார். உண்ணாவிரத தருணங்களிலும் அப்படித்தான், இப்போது பிரம்மச்சரியம் என்பதுவும் அப்படித்தான். ஒரு காலத்தில் மனைவியை விரும்புவதை விடவும் அவள் உடல் மீது மிக வேட்கையாக இருந்த மோகா, இப்போது அதை விட்டுவிடும் முடிவை எடுத்துள்ளார்.

நான் என்ன செய்யட்டும் என்று யாரிடம் கேட்க? கேட்டாலும் அவர்களுக்குப் புரியுமோ இல்லையோ? எங்களைப் பற்றி இல்லாததை கற்பனை செய்து கொண்டு தவறான கருத்து ஏற்பட்டால் என்ற பயமும் இருந்தது. அம்மா, சின்ன அத்தை யாரும் இருக்கவில்லை. என் அக்கா தங்கைகளில் யாரிடமும் கேட்க முடியாது. எங்கள் வீட்டிற்கு

ஒரு பெண்மணி வந்து கொண்டிருந்தார். தூரத்து உறவு. அவருக்கு குறிப்பாக கடிதம் எழுத வைத்தேன். அவர், 'கணவனை அனுசரித்து நடந்துகொள்வது மனைவியின் அறம், பிரம்மச்சரியமாக இருக்கட்டும் அல்லது மற்ற எதுவாகவே இருந்தாலும், அவர் விருப்பபடியே நடந்துகொள்வதே உன் கடமை. அவர் மீது சந்தேகப்படக்கூடியது எதுவும் இல்லை என்றால் நீ ஒத்துக்கொள்' என்று பதில் எழுதியிருந்தார். அதன் பிறகு பிரம்மச்சரிய நியமனங்களை நான் மனதார கடைபிடிக்கத் தொடங்கினேன்.

அவருக்கு காமத்தின் மீது இந்த எண்ணம் எதற்காக ஏற்பட்டது என்று யோசித்தால் அப்போதே அந்த நிகழ்வை உங்களிடம் சொன்னேனே, அது உடனே நினைவிற்கு வரும். திருமணமான புதிதில் ஒருநாள், மாமாவிற்கு உடல்நிலை மிகவும் சரியில்லை. அவருடைய சேவை மோகா செய்ய வேண்டியதாக இருந்தது. அன்று இரவு அப்பாவின் சேவையை செய்துகொண்டிருந்தவர் அண்ணன் வந்தார் என்று ஒரு நொடி அறைக்கு வந்தார். ஐந்தே நிமிடம் மேகம் மழையாகி இருந்தது. கதவு தட்டப்பட்டது. சேவகன் வந்து அழைத்தான். மாமா இறந்திருந்தார். பிறகு பல ஆண்டுகள், பல காலங்கள் இது மோகாவை குற்ற உணர்வில் தள்ளியது. சில காலம் கழிந்த பிறகு எனக்கு பிரசவமாகி, குழந்தை இரண்டொரு நாட்களில் இறந்துபோன பிறகு தன் காம இச்சைக்கு ஆனா தண்டனை அது என்று மோகா எண்ணினார். அதே குற்ற உணர்வு பின்பும் தொடர்ந்து வந்திருக்க சாத்தியம்.

அது எதுவாகவே இருக்கட்டும், என்னுடன் படுக்காமல் வேறு ஏற்பாடு செய்து கொண்டிருக்கலாம் என்று நான் நினைப்பேன் என்று பாய் எப்போதும் எச்சரிக்கையாகவே இருந்தார். மற்றவர்களுக்குத் தெரியாமல் முதலில் எப்படி இருந்தாரோ அப்படியே நடந்துகொண்டார். எனக்கு உடல்நிலை சரியில்லாதபோது என் முதுகை நீவி விடுவதும், தலையை அழுத்தி விடுவதும், தண்ணீர் சிகிச்சை, ஆவி சிகிச்சைகளை எல்லாம் அவரே செய்வார். போகும் இடங்களுக்கு எல்லாம் கூடவே அழைத்துச் செல்வார். தொடுவார். தோள் மீது கைபோட்டுக் கொண்டு நடப்பார். உடல் உறவு மட்டும் இருக்கவில்லை.

விலகி இருக்கத் தொடங்கி இரண்டு ஆண்டுகள் ஆனது. அதிக இரத்தக் கசிவு. நான் செத்து செத்துப் பிழைத்தேன். பாய் மற்றும் மற்ற தொண்டர்கள் எல்லாம் தென்னாப்பிரிக்க சிறையில் அடைபட்டிருந்தார்கள். விடுதலை அடைந்து வெளியே வருவார்கள். உள்ளே போவார்கள். பிறகு கைது செய்யப்படுவார்கள். ஒருமுறை

உடல்நிலை கெட்டு கவலையுடன் படுத்திருந்த எனக்கு பாயிடமிருந்து ஒரு கடிதம் வந்தது. அதை மணி படித்துச் சொல்லியிருந்தான்: 'துணிச்சலுடன் இருந்து நல்ல சத்தான உணவை எடுத்துக் கொண்டு நீ குணமடைய வேண்டும். இல்லை என்றால், என் துரதிரிஷ்டம். நான் உயிரோடு இருக்கும் போதே என்னை விட்டு நீ முதலில் போய்விட தயராக இருந்தால், எனக்கு எந்த மறுப்பும் கிடையாது. நான் உன்னை எவ்வளவு காதலிக்கிறேன் என்றால் நீ இறந்துபோனாலும் என் பங்கிற்கு உயிருடன் இருப்பாய். உன் ஆன்மா நிரந்தரம். நான் உனக்கு அடிக்கடி கொடுத்த வாக்கை மீள சொல்கிறேன். உடல்நிலை சரியில்லாமல் நீ இறந்து விட்டால் நான் மறுமணம் செய்துகொள்ள மாட்டேன்.'

உனக்கு ஏதாவது நடந்தால் நான் மற்றொரு திருமணம் செய்து கொள்ள மாட்டேன் என்ற பேச்சை பாய் அடிக்கடி சொல்லிக் கொண்டிருந்தார். அந்தக் கடிதம் வந்த பிறகு நான் மேலும் நிம்மதி அடைந்தேன். மணிச்சரம், தலைப்பாகை, கோட், சூட், உணவுகள் ஒவ்வொன்றையும் பாய் துறந்து கொண்டே வந்தார். வெங்காயத்தைப் போல அது ஒவ்வொரு தோலாக கழன்றுக் கொண்டே, அது மனைவிவரை வந்தது.

'காமம் எதிரி' என்பது அவருடைய ஆழ்ந்த நமபிக்கை. எளிமையான வாழ்க்கை, சைவ உணவு, இயற்கை வைத்தியம் இவற்றைப் பின்பற்றினார். திருமணத்தின் ஒரு நோக்கம் மற்றும் வெற்றியின் அடையாளம் காமமாக இருந்தாலும் அது வேண்டாம், மனைவியுடன் புணர்வு வேண்டாம் என்றார். கணவன் மனைவி சேர்ந்து மகிழ்ச்சியாக சிற்றின்ப வாழ்க்கையை மட்டுமே நடத்தலாம் என்று அவர் எண்ணவே இல்லை. அவருக்கு அன்பின் மீது நம்பிக்கை இருந்தது. ஆனால் காமத்தின் மீது சந்தேகம் இருந்தது. அவரைச் சுற்றி எப்போதும் பெண்கள் இருந்தார்கள். அவர் தொடுதலால் மகிழ்ச்சி அடைந்தார்கள். ஆனால் காமத்திலிருந்து விடுபட விரும்பினார். பெண்களுடன் பெண்ணாக இருக்க வேண்டும். பெண்கள் தன்னை பெண்ணாகவே கருத வேண்டும் என்று விரும்பினார்! 'நான் பாதிப் பெண்' என்பார். உணவைப் பற்றி எப்படியோ அதுபோலவே காமத்தைப் பற்றியும் பேசுவார். எந்தத் தயக்கமும் கிடையாது. சோற்றைப் பற்றி எப்படியோ அதேபோல மலத்தைப் பற்றியும் பேசுவார். மூடிமறைப்பது என்பது எதுவும் இல்லாமல் சொல்லிவிடுவதால் சிலர் தவறாக புரிந்து கொள்வார்கள். அப்படிப்பட்டவர்களின் வாய்க்கு தீனியாவார் பாய். இது போன்றவற்றை புரிந்துகொள்வது அடுத்தவர்களுக்கு கொஞ்சம்

சிரமம்தான். என் உறவினர்கள், விருப்பமானவர்கள் இதை மாற்றி சொல்லி, கேட்டு சலிப்பை ஏற்படுத்துவார்கள். பாபுவிடம் இதைப் பற்றி சொன்னால், 'மற்றவர்களைப் பற்றி எதற்கு யோசிக்கிறாய்? அவர்கள் எதையாவது புரிந்துகொள்ளட்டும், உண்மை எதுவோ அதைச் சொல்லி நிம்மதியாக இரு. உனக்குத் தோன்றுவது உன் உண்மை. என்ன நினைக்கிறார்களோ அது அவர்கள் பங்கின் உண்மை' என்று வெகு சரளமாக சொல்லிவிடுவார்.

என் கணவர், அவருடைய அன்பான இராமர் இருவரும் ஏறக்குறைய ஒன்றுதான். உயிரைக் கொடுக்கும் மனைவிகள், தம்பிகள், உறவுகள், பக்தர்கள் அவர்களுக்கு இருந்தார்கள். ஆனாலும் தங்கள் மீது 'நல்லதன'த்தை திணித்துக்கொண்டு தவித்தார்கள். காமமும், காதலும் வெவ்வேறு என்று நினைத்து மிகவும் பரிதவித்தார் பாபு. அவை இரண்டும் ஒரே நாணயத்தின் இரண்டு முகங்களைப்போல. வெவ்வேறு லிபிகளில், வடிவத்தில் எழுதியிருக்கும். உண்மை. ஆனால் மதிப்பு ஒன்றுதான். அவருக்கு இதை புரியவைப்பதில் நான் தோற்றுப் போனேன். அதிகமாக சொன்னால் எங்கே எனக்கு அது தேவை என்று எண்ணிவிடுவாரோ என்று அமைதியானேன்.

என் கணவன் எனக்கு அன்பையும், புகழையும் கொடுத்தார். சிரமங்களைக் கொடுத்தார். எது எவ்வளவு என்று எப்படி அளப்பது? வானத்தை கடலால் அளக்க முடியுமா?

★★★

காதல் சோதனை

பாபுவுக்கு பிரம்மச்சரியம் எளிதாக இருக்கவில்லை குழந்தாய். மோகா பாபுவாக அனல் பாதையில் நடந்திருந்தார். பிரம்மச்சரியம் கடந்து வரவேண்டிய பெரும் உலை காதல். உடல் மோகம் காதலாக எல்லா மனிதர்களையும் ஒருமுறையாவது வதைத்தே இருக்கும். அதைத்தானே மாயை என்று பெண்ணைப் பழிப்பது? நெஞ்சுக்குள் திக்கென்று பற்றிக்கொள்ளும் அந்த தீபம் எப்படி சுடும் என்றால், சுட்டுக்கொள்ளும் சுகத்தைப் பார்த்தால் புரிந்துவிடும். அதைக் கடந்து வருவது அத்தனை எளிதல்ல. அந்தக் காதல் பாபுவின் பிள்ளைகளுக்கு மட்டுமல்ல, பாபுவையும் கூட தீயைத் தாண்ட வைத்தது. அவர் பிறகொரு முறை பிரம்மச்சரியத்தை ஏற்றுக்கொண்ட பிறகும் தன்னை எதிர்கொண்ட காதல் சங்கடத்தை எப்படிக் கடந்தேன் என்று சொல்லிக் கொண்டிருந்தார். அப்படி பார்த்தால் காதல் தீ சுடாமல், காமம் துளிர்க்காமல் அதை வென்றவள் நான்தான். எதற்குத் தெரியுமா? என்னிடமிருந்து தொலைவில் விலகிபோகும் கணவனை விடவும் மிக அதிகமாக யாரையும் எதையும் மோகிக்க வேண்டும் என்று எனக்குத் தோன்றவே இல்லை. பாயான, பாபுவுமான, பாதிப் பெண் தான் என்று கொண்ட கணவனை விட மற்ற எந்த ஆணும் என்னைக் கவரவே இல்லை.

தென்னாப்பிரிக்காவில் இருந்த போது, 1906இல் எங்கள் பிரம்மச்சரிய வாழ்க்கை துவங்கியது. பாயின் கூற்றுப்படி, 25 வயது வரை ஒவ்வொரு மாணவனும் கட்டாயமாக பிரம்மச்சரியத்தை கடைபிடிக்க வேண்டும். கல்வி கற்கும்போது காதலிப்பது குற்றம். விருப்பு, வெறுப்பு, காமம், கோபம் மிகவும் இயல்பானவை. ஆனால் அவற்றை கட்டுப்பாட்டில் வைத்திருக்க வேண்டும்.'

ஆனால் பிரம்மச்சரியம் எல்லோருக்கும் ஏற்றதல்ல, சிறப்பும் அல்ல என்று அப்போதே காந்தி பாய்க்கு நெருக்கமானவர்கள் வாதம் செய்திருந்தார்கள். எல்லோருக்கும் அதுதான் சரி என்று எனக்கும் தோன்றவில்லை. யாருக்கு விருப்பமோ அவர்கள் கடைபிடிக்கலாம். அப்படிப்பட்டவர்களுக்கு அது சரி போகலாம் என்று நினைத்தேன். மிலி ஹென்றி போலாக் தம்பதிகளுக்கு பிரம்மச்சரியம் சரி எனத் தோன்றவில்லை. ஹர்மன் கலென்பாக், ஆரம்பத்தில் சரியில்லை என்றான். பிறகு என்ன தோன்றியதோ, தானும் கடைபிடிக்கத் தொடங்கி பாயின் தொண்டனாகிவிட்டான். ஆனால் சூடான இரத்தத்தின் எங்கள் பிள்ளைகள் காதல் சோதனையை சந்திக்கும்போது பிரம்மச்சரிய கோட்பாடு மிகவும் சிரமம் கொடுத்தது.

ஹரிலால் முழுமையாக லௌகிகமானவன். காதல், காமம், பணம், புகழ், கோபம், பொறாமை போன்ற எல்லா குணங்களும் அவனிடம் மின்னின. ஆரம்பத்திலிருந்தே அப்படித்தான் இருந்தான். அவனுக்கு அப்பாவின் பிரம்மச்சரியம், எளிமை இவற்றை கடைபிடிக்க வேண்டிய விழுமியங்கள் என்று என்றும் தோன்றவே இல்லை. ஆசிரமத்தில் இருந்தபோதும் பார்த்திருந்தேன், பிரார்த்தனை செய்யும்போதும், பிறகும் மிகவும் சஞ்சலமாகவே இருக்கும் மனம் அவனுக்கு. ஆசிரமத்தில் இருந்துகொண்டே பிரார்த்தனைக்கு வராமல் இருந்ததும் உண்டு. அப்பாவையும் மகனையும் நெருங்காவிடாமல் விலக்கி வைத்த முதல் சங்கதி இதுதான் என்று தோன்றுகிறது. சஞ்சலாவை திருமணம் செய்துகொள்ள அவசரப்பட்டான். எங்கள் எல்லா பிள்ளைகளை விடவும் விரைவில் திருமணம் செய்துகொண்டவன் அவன்தான். 20 வயது ஆவதற்குள் திருமணம் செய்துகொண்டான். விரைவில் குழந்தைகளும் ஆயின. மனைவியை தென்னாப்பிரிக்காவிற்கு அழைத்து வந்தான். மீள மீள கர்ப்பம். அடுத்தடுத்து பிள்ளைப்பேறு. இனி எங்கே பிரம்மச்சரியம்.

மணிக்கும் பிரம்மச்சரியம் மிகவும் சிரமம் கொடுத்தது. அவன் திருமணம் செய்துகொண்டது தாமதமாக. 35 வயது கடந்த பின். ஆனால் அதற்கும் முன்பே காதல் புயலில் சிக்கிக் கொண்டிருந்தான்.

பாயின் நண்பர் பிரேமஜீவன் மெகதா, அவருக்கு ஒரே மகள். ஜேகும்வர் (ஜேகு) என்று. அவள் மணிலால் டாக்டர் என்பவனை திருமணம் செய்து கொண்டிருந்தாள். அவன் பத்திரிகையாளன். காந்தியின் சிந்தனைகளை தெரிந்து கொள்ளட்டும், தன் மருமகன் பத்திரிகையை நிர்வகிக்கட்டும் என்று கணவன் மனைவி இருவரையும்

மெகதாஜி தென்னாப்பிரிக்காவிற்கு அனுப்பி வைத்திருந்தார். ஆனால் எங்கள் மணி மற்றும் மகன்லால் அப்போதே பத்திரிகை வேலைகளை நிர்வகித்துக் கொண்டிருந்ததால் ஜேகியின் கணவர் திரும்பி விட்டார். ஆனால் ஜேகி எங்களிடமே தங்கிவிட்டாள். 1912 ஆக இருக்கலாம். நாங்கள் டால்ஸ்டாய் பண்ணையில் இருந்தோம். அப்போது மணிக்கு 20 வயது. அச்சகத்திலும், வயலிலும் கடுமையாக உழைப்பான். மற்றவர்களைப்போல நவீன கல்வி பெறாத தன் அப்பாவின் சோதனை, வேலைகளிலும் துணையாக இருந்தான். ஹரியை விடவும் ஒழுக்கமான பையன் மணி. ஒரே முறையில் எதையும் ஒத்துக் கொள்ளாவிட்டாலும் எக்குத்தப்பாக வாதம் செய்ய மாட்டான். என்னிடம் எப்போதாவது முனகுவான் அவ்வளவுதான். பேச்சுக் குறைவு. நல்ல ஆளுமையாக வேகமாக மாறிவிட்டான் அவன்.

ஆசிரமத்தில் தன் அண்ணன் ஹரிலாலும் அண்ணியும் காதலில் இருப்பதை பார்த்திருந்தான். இளம் பையன் தானே. ஜேகும்வர் மற்றும் அவனுக்கும் இடையே காதல், உடல் கவர்ச்சி துளிர்விட்டது. நான் இதை கவனித்திருந்தேன். அதிர்ந்துபோய் அவனிடம் இதை நுட்பமாக குறிப்பிட்டிருந்தேன். ஆனால் அவன் அப்பாவிடம் சொல்வது எப்படி என்று தெரியாமல் இருந்தேன். அது எப்படியோ பாய்க்கு விஷயம் எட்டியது. மகனன் சொல்லியிருக்கலாம்.

ஒரே ஆசிரமத்தில், ஒரே கூரைக்குக் கீழே தனியாக இருந்த ஆண் பெண்களுக்கு இடையே காதல், உடலுறவு நடந்தது உங்களுக்கு இயல்பாக தோன்றியிருக்கலாம் குழந்தாய். ஆனால் எங்களால் அப்படி நினைக்க சிரமமாக இருந்தது. தன் மகன் பிரம்மச்சரிய விரதத்தை முறித்தது அவன் அப்பாவை மிகவும் சங்கடத்தில் ஆழத்தியது. அவர் அதிர்ந்து போனது எனக்கு இன்னும் நினைவிருக்கிறது. நாங்கள் இருவரும் விலகி இருந்து அப்போதே ஆறேழு ஆண்டுகள் ஆகியிருந்தன. தன் மரியாதையைப் பொருட்படுத்தாமல் மகன் இப்படி செய்தது, அதுவும் நெருங்கிய நண்பனின் திருமணமான மகளிடம் உறவு வைத்துக்கொண்டது, அவரால் சுமக்க முடியாத பாவச்சுமையை ஏற்றிவிட்டது. பிரார்த்தனை சபைக்குப் பிறகு, ஆசிரமத்தில் இருவரும் செய்த பாவத்திற்கு, அவர்களை சரியான பாதையில் நடத்த, திருத்த தான் தோற்று விட்டதற்கு பிராயச்சித்தமாக ஏழு நாட்கள் முழுமையாக உண்ணாவிரதம் இருப்பதாகவும், பிறகு ஒரு ஆண்டிற்கு ஒரு வேளை மட்டுமே உணவு உண்பதாகவும் அறிவித்துவிட்டார். மற்றவர்களுக்கு ஏன், எதற்கு என்று தெரியவில்லை. எங்களுக்குப் புரிந்தது. பிறகு

ஜேகியும் பிராயச்சித்தமாக அழகாக இருந்த தன் அடர்த்தியான கூந்தலை கத்தரித்துக் கொண்டாள். உண்பதில் தீவிரமான கட்டுப்பாட்டை விதித்துக் கொண்டாள்.

நாங்கள் தென்னாப்பிரிக்காவை விடுவதற்கு சில நாட்கள் முன்பு, ஜேகிபென் கணவன் மொரீஷியசில் இருந்து ஃபிஜிக்குப் போயிருந்தான். அவனுக்கு இந்த செய்திகள் எல்லாம் தெரிந்திருக்க வேண்டும். பாய்க்கு கடும் எதிரியாக மாறிவிட்டான். தன் மனைவி மோகன்தாஸ் காந்தி என்பவரின் ஆசிரமத்தில் இருக்கிறாள். அவர் தாக்கத்திலிருந்து விடுவித்து அவளை உடனே தன்னிடம் அனுப்ப ஏற்பாடு செய்யவும் என்று தென்னாப்பிரிக்க அரசாங்கத்திற்கு அடிக்கடி கடிதம் எழுதினான். இது பாயின் எதிரிகளுக்கு பண்டிகை கொண்டாடியதுபோல இருந்தது. சிறையிலிருந்து ஆல்பர்ட் வெஸ்ட் சகோதரி தேவி வெஸ்டுக்கு எழுதிய கடிதத்தில் பாய் ஜேகியை கூந்தல் வளர்த்துக்கொள்ள சொல்லுமாறும், உகந்த உணவை உண்டு வலுவாக வேண்டுமென்றும் அறிவுரை சொல்லியிருந்தார்.

முடிவில் மணிலால் திருமணம் சுஷீலா மஷ்ரூவாலாவுடன் நடந்தபோது அவனுக்கு வயது முப்பத்தி ஐந்தாகி இருந்தது.

இனி எங்கள் ராமதாசனுக்கும் அப்பாவின் எளிமையையும், ஏழ்மையையும் சுமந்துகொள்வதும், பிரம்மச்சரியமும் ஏற்பாக இருக்கவில்லை. ஆனால் ஹரியைப் போல தலை கால் இல்லாமல் எதிர்த்துக் கொண்டு விட்டுப் போகவில்லை. அவனுக்கு திருமணம் நடந்தபோது அவனுக்கு முப்பத்தியொரு வயதாகி இருந்தது.

எங்கள் கடைசி மகன் தேவதாசுக்கு அப்பாவின் மீது மதிப்பும், நட்பும், அன்பும் அதிகம். அவர் நிழலைப்போல இருந்து ஒட்டிக்கொண்டே வளர்ந்தான். தொண்டன் என்பதைப்போல அவரைப் பின்பற்றினான். அதிக அன்பும், சங்கோசமும், புத்திசாலியும் ஆனா பையன் அவன். இருபத்தியெட்டு வயதாகியிருந்தாலும் திருமணம் செய்து வைக்கவில்லை நாங்கள். அவனும் வினோபாவைப்போல சத்தியாகிரகியாகி, பிரம்மச்சாரியானால் ஆகட்டும் என்று பாபுவின் மனதில்அப்படியொரு எண்ணம் இருந்ததா? தெரியாது. அவன் திருமண விஷயத்தை நாங்கள் பேசவே இல்லை. அவனுக்கு இராஜாஜியின் மகள் இலட்சுமியிடம் காதல். ஆனால் இலட்சுமிக்கு அப்போது பதினைந்து வயது. முடிவில் காதலர்கள் ஐந்து ஆண்டுகள் காத்திருந்து பிறகு புனேயில் 1933 இல் திருமணம் செய்து வைத்தோம்.

இப்படி.

பாக்குக் காயை பையில் போடலாம். ஆனால் மரத்தை போட முடியுமா? காமமும், காதலும் அப்படிப்பட்டவை. அமைதியாக உண்டு, உடுத்தி மனைவியுடன் உறங்கியிருந்தால் போதாதா? பாபுவின் அண்ணன் தம்பிகள், நூற்றுக்கணக்கான, ஆயிரக்கணக்கான மக்கள் பாபுவிடம் இதே கேள்வியைத்தான் கேட்டார்கள். இல்லை, எல்லோருக்கும் உண்டு உடுத்துவதில் மட்டுமே நிறைவு ஏற்படுவதில்லை. அதையும் தாண்டி பலதை செய்யும் வலுவும், திறமையும் அவர்களிடம் இருக்கும். அவற்றை எல்லாம் சாத்தியப்படுத்திக் கொள்வதே சாதனை. சாதனை செய்ய கொஞ்சம் வலுவும், ஊக்கமும் தேவைப்படும். தான் மற்றவர்களை விடவும் மாறுபட்டவன் என்று நம்பவேண்டும். மற்றவர்களை விட சிறப்பாக வாழ்வது கட்டாயமாகிறது. அப்படி இருக்க வேண்டியது எதற்கு என்று நம்மை நாமே உறுதிப்படுத்திக் கொள்ளவேண்டி இருக்கிறது. அதுபோன்ற சிறப்பான வலுவை இயக்குவதற்கு பாபு பிரம்மச்சரியம், உண்ணாவிரதம் போன்ற கடுமையான சிரமங்களை இழுத்துப் போட்டுக்கொண்டு சாத்தியப்படுத்தினார் என்று எனக்குத் தோன்றுகிறது.

ஆனால் பாபுவிற்கு மிகவும் கடுமையான சோதனையை சந்திக்க வேண்டி இருந்தது. பாபுவிற்கு இந்த கஸ்தூர் அல்லாமல் மற்றொரு பெண் மீது காதல் ஏற்பட்டது. இப்போது நினைத்துப் பார்க்கும் போது அமைதியாக உங்களிடம் சொல்கிறேன். அன்று இதயத்தின் குருதியை முகத்தின் மீது படரவிட்டு வாழ்ந்திருக்கிறேன்.

ஆம் குழந்தாய், சரளாதேவி செளதராணி என்பவள். ரவீந்திரனாத் தாகூரின் அண்ணன் மகள். சுமார் 1920 இருக்கலாம். புயல் வீசியது போல எங்கள் வாழ்வில் வந்து போனாள். பாபுவுக்கு மிகவும் நெருக்கமானாள். அதிக நகைகள் அணிந்து, பட்டுச்சேலை உடுத்தி இருப்பாள். மிக நன்றாகப் பாடுவாள். வந்தேமாதரம் கீதை இருக்கிறதே அதன் முதல் இரண்டு வரிகளுக்குத்தான் அதை எழுதிய கவிஞர் மெட்டுப் போட்டிருந்தாராம். எஞ்சிய பாட்டிற்கு ராகம் அமைத்தது அவள்தான். கவிதை, புனைவு வாசிப்பாள். என்னைவிட ஓரிரு வயது குறைவாக இருக்கலாம். திருமணமாகி இருந்தது. லகோரில் அவள் வீடு. கணவன் காங்கிரசில் இருந்தார். பாபு லாகோருக்குப் போயிருந்தபோது அறிமுகமாகி

இருக்கலாம். என்ன ஈர்ப்போ ஆசிரமத்திற்கு வந்து அங்கேயே தங்கிவிட்டாள். ஒரு மகன் இருந்தான், தீபக் என்று. அவனையும் ஆசிரமத்திற்கு அழைத்து வந்திருந்தாள்.

எனக்கு மட்டுமல்ல, பலருக்கும் அவள் அங்கே இருப்பது சங்கடமாக இருந்தது பொய்யல்ல. எங்கள் சேலைகளை கங்கையில் மிதக்கவிட்டு, நாங்களே நெய்த சேலைகளை உடுத்த வேண்டுமென்று நியமனம் செய்திருந்தார் பாபு. ஒவ்வொரு காதேவாடி சேலை நூற்க மாதங்களாகும். அவற்றை முதலில் விட்டவள் நான். ஆசிரமத்து எல்லாப் பெண்களும் அப்படித்தான். ஆனால் இப்போது இவளை இதுபோல அலங்காரம் செய்துகொள்ள பாபு விட்டது எப்படி என்று எல்லோர் புருவமும் உயர்ந்தது. நான் பார்க்கலாம் என்று சில நாட்கள் அமைதியாகவே இருந்தேன். மகனனிடம் இதை ஓரிரு முறை சொல்லியதும் உண்டு. அவனுக்கோ மூக்கு நுனியில் கோபம். ஆனால் மகனனும், மகதேவனும் தங்களுக்குள்ளேயே எதையோ பேசிக்கொள்வார்களே தவிர பாபுவிடம் சொல்லவில்லை. நான் ஆசிரமத்து மேற்பார்வையை கவனித்துக் கொண்டிருதவள் அல்லவா, ஒருநாள் பாபுவிடம் போய், 'இவள் யாரோ வந்திருக்கிறாளே, சரளா என்று, அவள் ஆசிரமத்தின் சத்தியாகிரக நியமங்களை கடைபிடிக்க வேண்டியதில்லையா?' என்று கேட்டுவிட்டேன். ஒரே வார்த்தை. எழுதிக்கொண்டிருந்த பாபு தலையை நிமிர்த்திப் பார்த்தார். அவர் பதில் ஒரே வார்த்தையில், 'எதற்கு இல்லை?'

என் பேச்சில் எதையோ அளந்தார். அன்றிலிருந்து சரளா நூற்க ஆரம்பித்தாள். நகைகளை அணிவதை கைவிட்டாள். ஒருநாள் கதரை உடுத்திக்கொண்டாள்! அவள் உடுத்துக்கொண்டது அழகான சேலைகள், எங்கள் முரட்டு கதருக்கு ஒப்பிடவே முடியாது. ஆனாலும் எப்படிப்பட்ட அழகி. இன்னும் உடல் வெப்பத்தை பாதுகாப்பாக வைத்துக் கொண்டிருந்தாள். எதை உடுத்தாலும், தொடுத்தாலும் அழகாகவே தெரிந்தாள். அவள் உடுப்பது கதரின் பாக்கியம் என்பதுபோல ஆடுவாள். பாபுவும் அப்படித்தான். எல்லோரிடமும் சொல்லிக்கொண்டே இருந்தார். சௌதராணியும் கதர் உடுத்துகிறார். இனி எல்லாப் பெண்களும் தங்கள் சேலைகளை தாங்களே நெய்து உடுத்த வேண்டும் என்று, போன இடங்களில் எல்லாம் அவளை அழைத்துக் கொண்டு போவார். அங்கே அவள் சொற்பொழிவும் இருக்குமாம். அவள் பாபுவின் கதருக்கு தூதுவரைப் போல இருந்தாள். ஆசிரமத்தில் அவள் இல்லாத போது பாபு கடிதம் எழுதிக்கொண்டே

இருப்பார். விரைவில் வரச் சொல்லி வற்புறுத்துவாராம். அவளுக்கு எழுதிய, அவளிடமிருந்து வரும் கடிதங்களை மகதேவ் பார்ப்பான். அவனுக்கு, மற்றவருக்கு தான் எழுதிய கடிதம் தெரிந்தால் என்ன என்ற கவலை கூட இல்லாமல் அவளுக்கு நெருக்கமாக இருந்தார்.

அவளிடம் இளம் பெண்களுக்கே உண்டான குறும்பும், கொண்டாட்டமும், உன்மத்தமும் இருந்ததே தவிர மிலி, சோன்யா, மீரா அமிர்தா போன்றவர்களின் கம்பீரமான சிந்தனைகள் இருக்கவில்லை. பாபுவுக்கு பல நெருங்கிய நண்பர்கள் இருந்தார்கள். மிலி போலாக், சோன்யா ஷ்லேஷின், மாட் போலாக், பெட்டி மொல்டெனோ, எமிலி ஹாப்ஹவுஸ் இவர்கள் எல்லாம் வெளிப்படையாக பாபுவுடன் இருப்பார்கள். கையைப் பற்றிக் கொள்வார்கள், பேசுவார்கள், கம்பீரமான விஷயங்களைப் பற்றி ஆழ்ந்து பேசுவார்கள். பெண்களின் சிரமங்கள், அவர்களின் போராட்டங்கள், அவர்கள் பயன்படுத்தும் தந்திரங்கள், பெண் தேகத்தின் மீது ஆணின் அதிகாரம் இவைகளைப் பற்றி எல்லாம் பாபுவிடம் வாதம் செய்வார்கள். அவர்களிடம் இருந்த எந்த கம்பீரமான சிந்தனைகளும் இந்தப் பெண்ணிடம் இருந்ததாகத் தெரியவில்லை. எங்கள் பக்கம் ஒரு பழமொழி இருக்கிறது, 'வெறும் கையைத் தட்டுபவர்கள் அதிகம்' என்று. இவளும் அப்படித்தான், மிகவும் சஞ்சலம் கொண்டவள். தன் அழகுக்கும், மிடுக்குக்கும் யாரை வேண்டுமென்றாலும் பணியவைக்கலாம் என்ற பித்து இருக்கும் சிலருக்கு. ஆண் பெண் இருவரிடமும் இருக்கும். இவளுடையது தன் மேன்மையை சோதனை செய்துகொள்ளும் அப்படியான ஒரு பெண்ணின் பித்தாகத்தான் எனக்குத் தெரிந்தாள்.

இனி, இதில் என் கணவனின் பங்கு எதுவும் இல்லை என்று சொல்லிவிட முடியாது. பாபுவுக்கு நெருக்கமாக தங்கள் சுக துக்கங்களை கேட்டு உடலை வருடிக்கொடுபபவர்கள், தன்னை ஆறுதல் படுத்துபவர்கள் யாரும் இருக்கவில்லை. இருந்தாலும் அவர்களை நெருங்க விடுவதில்லை. அவரை நெருங்குபவர்கள் எல்லாம் அவரிடமிருந்து வழிகாட்டுதல், ஆசீர்வாதம் வேண்டுபவர்களாகவே இருந்தார்கள். குறைந்தது குடும்பத்தார்களிடமிருந்து அதுபோன்ற அணுக்கமான, தனிப்பட்ட வகையில் ஆறுதல் கிடைக்கும் சாத்தியங்கள் உண்டு. ஆனால் பாபுவுக்கு குடும்பமே இல்லை. தனிமையான நொடிகளே தேவை இல்லை. தானே புகையைப் போட்டுக்கொண்டு மூச்சுத் திணறும் நேரத்தில் அவளுடைய நட்பு இனிமையாக இருந்திருக்கலாம். புதிய மூச்சுக் காற்று, புதிய வலுவைக் கொடுத்திருக்கலாம்.

இவற்றை எல்லாம் ஆண் பெண்களுக்கு இடையே நடக்கும் இயல்பான ஈர்ப்பு என்று நினைக்கலாம். நடுவயதை கடக்கும் போது ஏறக்குறைய எல்லா ஆண் பெண்களைப் பற்றி இப்படி ஏதாவது ஒரு செய்தி இருந்தே இருக்கும். மிகவும் சிறிய வயதில் திருமணம் நடந்து, தங்கள் தங்கள் முகங்களையே பார்த்து, பேச்சைக் கேட்டு சலித்துப்போன ஆணுக்கு, மனைவி அப்படி ஆகலாம். அப்படிப்பட்ட புரளிகளை போர்பந்தரிலும், ராஜ்கோட்டிலும் எங்கள் வீட்டுப் பெண்கள் பேசிக்கொண்டதை கேட்டிருந்தேன். ஆனால் என் கணவன் மீது எதற்கு கோபம் வந்தது என்றால் இவர் தான் மட்டுமல்லாமல் தன் மனைவி, மக்கள், மாணவ மாணவிகள் மீது பிரம்மச்சரியம் போன்றவற்றை சுமத்தி இப்போது தான் என்ன இப்படி பைத்தியம் போல ஆடுகிறார் என்று சங்கடமானது. 'அறுபதில் பேய் குணம்' என்பது போல அவருக்கு வயதும் ஆகவில்லை. அப்போது பாபுவுக்கு ஐம்பது வயதுதான். 'உண்மையைத் தேடுபவர்களுக்கு எந்த வகையான நெருங்கிய உறவோ, அணுக்கமான காதலோ இருக்கக்கூடாது. நெருங்கிய நண்பர்கள் அபாயமானவர்கள். அவர்கள் பரஸ்பரம் எதிர்வினை செய்துகொண்டே இருப்பார்கள். நண்பர்களிடம் தீவிரமான நிஷ்டை உங்களை தீய காரியங்களில் ஈடுபட வைக்கும்' என்பார் பாபு. மனித குலத்தின் மீது அன்பு பொழிய வேண்டும் என்பவர், யாரோ சில மனிதர்கள் தங்கள் முன்னுரிமையையும், நேரத்தையும் கொடுப்பது தவறு. தன் மனைவி, மக்களுடன் ஒட்டிக் கொள்ளக்கூடாது என்று எனக்கு புரியவைப்பார். ஆனால் இப்போது அதை மறந்து தானே நெருங்கிய உறவில் சிக்கிக் கொண்டுள்ளார்.

பிறகு ஒருநாள் ராட்டையின் முன் உட்கார்ந்திருந்தபோது கேட்டேன். 'சரளா இங்கேயே இருப்பாளா? எல்லோரும் ஏதோ பேசிக் கொள்கிறார்களே' என்றேன். 'அவள் இங்கேதான் இருப்பாள். ஆசிரம வாழ்க்கையை பழகிக் கொள்கிறாள். யார் எதையாவது பேசட்டும் கஸ்தூர், தலையைக் கெடுத்துக்கொள்ள வேண்டாம். இது உண்மை. அவளிடம் ஏதோ சக்தி இருக்கிறது. அவள் என் வலு என்று நினைக்கிறேன். கனவிலும் வருகிறாள்.' என்று எழுந்து போய்விட்டார். இருக்கட்டும் எல்லாம் எத்தனை நாள் பார்ப்போம் என்று எழுந்து வந்து விட்டேன்.

ஆனால் 'ஆன்மிக மனைவி' என்று ஏற்றுக் கொள்வதாக பாபு தன் நெருங்கியவர்களிடம் சொன்னதாக செய்தி வந்தது. அது யாருக்கும் சரி என்று படவில்லை. எனக்கு எதுவும் தோன்றவில்லை என்றால் உங்களிடம் பொய் சொன்னது போல ஆகும். நான் சும்மா

இருக்கவில்லை. பாபுவின் மீது கோபமா, இரக்கமா என்று தெரியாத உணர்வு ஒன்று வந்து போனது. கண் நிறைய மணல் நிறைந்தது போல திறக்க முடியவில்லை, மூடவும் முடியவில்லை. எதுவும் தெரியவில்லை. இந்த புண்ணியவான் சும்மா இருக்காமல் இல்லாததை எல்லாம் இழுத்துப் போட்டுக்கொண்டு வாழ்க்கை முழுவதும் சிரமப்பட்டதுதான் மிச்சம். எங்களுக்கும் அதையே நீதிப் பாடமாக சொன்னதும் ஆனது. இப்போது இப்படி ஆனானே? அவனுடைய இந்த பித்துக்குளி ஆட்டத்தில் என் பங்கு என்ன? அவன் நடந்த வழிதான் சரி என்று விட்டதே தவறானதா? இப்போது என்ன செய்ய? என்று மிகவும் துயரம், கோபம், சலிப்பும் ஆனது. பன்மையை மறந்து ஒருமையில் எனக்குள் பேசிக்கொண்டேன். திட்டினேன். ஐந்தாறு நாட்கள் கழிந்திருக்கலாம். இரும்பு காய்ந்திருக்கும் போதே அடிக்க வேண்டும். சரியான நேரம் வரும்போது பாபுவுக்கோ, அவளுக்கோ பாடம் புகட்டவேண்டும் என்று பொறுமையாக இருந்தேன்.

கடைசியாக ஒரு வாய்ப்பு வந்தது. நான் எதுவும் செய்யத் தேவை இருக்கவில்லை. பாபுவுக்கு நெருங்கியவர்களே சரி செய்தார்கள்.

அவள் கணவனுக்கு முதல் மனைவியிடமிருந்து ஒரு மகன் இருந்தான். பெரியவன். அவன் திருமணத்திற்கு அவள் லாகோருக்கு போகவேண்டி இருந்தது. திருமணத்திற்கு போய் பதினைந்து நாட்களில் திரும்ப வேண்டும் என்று பாபு சொல்லி அனுப்பி இருந்தாராம். ஆனால் அவளுக்கு என்னவானதோ, விரைவில் வரவில்லை. இங்கே பாபுவுக்கு மிகவும் தவிப்பு, சலிப்பு. கடிதம் எழுதிக்கொண்டே இருந்தார். நாளுக்கு இரண்டு. அதை இரகசியமாகவாவது எழுதினாரா? எழுதியதை மகதேவன் தபாலில் சேர்ப்பான். அங்கே இருந்து அவளிடமிருந்து வரும் கடிதத்தைப் பிரித்துப் பார்த்து பாபுவிடம் கொடுப்பான். அப்படியாக செய்தி மகதேவன், மகனன், தேவதாஸ் எல்லோருக்கும் தெரிந்திருந்தது. எல்லோரும் பாபுவிடம் எப்படிக் கேட்பது என்று குழம்பி இருந்தார்கள். ஒருநாள் இராஜாஜி வந்தார். அவருக்கு செய்தி தெரிந்தது. அவர் நேரடியாக பாபுவுடன் விஷயத்தை சர்ச்சை செய்து, வெளிப்படையாக சொல்லி விட்டாராம், 'இந்த வயதில், இந்தக் கட்டத்தில் உங்களுக்கு இது என்ன வந்தது? அதுவும் மனைவி முன்னால் என்ன பைத்தியக்காரத்தனம்? பா எங்கே? சரளா எங்கே? பாவுடன் அவளை ஒப்பிட்டுப் பார்க்கவே முடியாது. காலை சூரியனை சிம்னி எண்ணெய் விளக்கிற்கு ஒப்பிட்டுப் பார்க்க முடியுமா? முதலில் இந்த பித்துக்குளி விளையாட்டை நிறுத்துங்கள்' என்று சொல்லி விட்டாராம்.

என்ன தோன்றியதோ, பாபு, 'நம் அருகில் இருக்கும் சொந்தங்கள் நம் ஒழுக்கத்தைப் பற்றியும், இந்த உறவின் புனிதத்தைப் பற்றியும் சந்தேகமாக இருக்கும்போது இந்த நட்பை முடித்துக் கொள்வோம்' என்று சரளாவுக்கு எழுதிவிட்டாராம். அவளுக்கு மிகவும் அவமானம் ஏற்பட்டது. அடிக்கடி கடிதம் எழுதினாள். ஆசிரமத்திற்கு வந்தும் விட்டாள். அப்போது பாபு ஒத்துழையாமை இயக்கத்தில் மூழ்கிப்போயிருந்தார். அவருக்கு தனிமையில் பேச இரண்டு நொடிகளும் கிடைக்கவில்லை. ஆசிரமம் நிறைய மக்கள். எல்லோருக்கும் அதிகமான வேலை. மெழுகு போல இருந்த பாபு அப்போது இறுகிவிட்டார். பாவம், குளியலறையில் அழுது புலம்பி ஆறுதலைடைந்து போனாளாம்.

ஒருவேளை அவளை திருமணம் செய்துகொள்கிறேன் என்று பாபு பிடிவாதமாக இருந்து விட்டால், அதை தெய்வீக – ஆன்மீக – புனிதம் என்ற எந்தப் பெயரிலாவது அழைத்திருக்கட்டும், என்னவாகி இருக்கும் அந்த மகாத்மனின் கதை. என்னவாகி இருக்கும் என் கதி? எப்படியோ, இராஜாஜியின் வடிவில் வந்து விருப்பமான கடவுள் இராமன் காப்பாற்றினான். 'உண்மை மற்றும் சுய சரணாகதிக்குத் தயாராக இருப்பது – இவை இரண்டும் அல்லது இவை இரண்டு மட்டுமே என் யோக்கியதைகள்' என்று எதையோ எழுதி, பல பிராயச்சித்தங்களை செய்துகொண்டார் பாபு. அவள் என்ன ஆனாளோ, பிறகு நான் சரளாவைப் பார்க்கவே இல்லை.

பிறகு ஓரிரு ஆண்டுகள் கழித்து பாபு சுயவரலாறு எழுதினார். அதில் என்னென்ன எழுதி இருக்கிறாரோ தெரியாது. நான் அதை எல்லாம் வாசிக்கவில்லை. பாபு எவ்வளவு எழுதிக் குவிக்கிறார் என்றால் என்னால் அத்தனையையும் படிக்க முடியாது. அவர் எழுதியதில் ஒரு அணாவின் நூறில் ஒரு பாகத்தைக் கூட நான் படித்ததில்லை. மகதேவனிடம் தன் கதையில் சரளாவைப் பற்றி எழுதி இருக்கிறாரா என்று கேட்டேன். அவன் மெல்ல ஒருமுறை சிரித்து 'இல்லை' என்று மட்டுமே சொல்லியிருந்தான். சத்திய அரிச்சந்திரனைப் போல இருந்த என் கணவன் இராஜாஜியின் பேச்சை கவனத்தில் கொண்டு எழுதாமல் விட்டிருக்கலாம். அல்லது உண்மையின் தீக்கு அவள் மட்டுமல்ல, அவள் கணவன், பிள்ளைகள் எரிந்து போகலாம் என்றும் எழுதாமல் விட்டிருக்கலாம்.

இராஜாஜி பல முறை இப்படியான இக்கட்டில் இருந்து எங்களைக் காப்பாற்றி இருக்கிறார். இராஜாஜி பாபுவுக்கும் நெருக்கமானவர்.

நெருக்கம் என்று எதற்காக சொல்கிறேன் என்றால் அவர் சரி தவறு இரண்டையும் நேர்த்தியாக கண்டுபிடித்து சொல்லக் கூடியவராக இருந்தார். அப்படி சொல்பவர்கள் அதிகமாக இருக்கவில்லை. பாபுவின் காலில் விழுபவர்கள், புகழ்பவர்கள், தலையசைப்பவர்கள் அதிகம். அவர்களுக்கு நடுவில் இராஜாஜி மட்டுமே நேர்மையான மனிதர். அவரிடம் எந்த தீய எண்ணங்களும் இருக்கவில்லை. அதற்காக பாபு அவர் மீது மிகுந்த மரியாதை வைத்திருந்தார். எப்படியோ இராஜாஜியால் சரளாதேவியின் கதை முடிவடைந்தது. பிறகு எந்த பெண்ணைப் பற்றியும் என் கணவனுக்கு புத்தி பேதலிக்கவில்லை. மிக நம்பிக்கையுடன் எதற்காக சொல்கிறேன் என்றால் அப்படி ஏதாவது இருந்தால் உடனே அவர் பேச்சு செயல்களில் மாறுபாடு தெரிந்துவிடும். அப்படியானவைகளை கண்டு பிடித்து ஆரம்பத்திலிருந்தே நான் மிக எச்சரிக்கையாக இருந்தேன். எங்கள் பக்கம் ஒரு பழமொழி இருக்கிறது. 'இஷக் ஔர் முஷக் தோனோ சிப்பா நஹி சக்தா'. என்றால் 'காதல் மற்றும் எலி இரண்டையும் மறைக்கமுடியாது' என்று. எத்தனை உண்மை அல்லவா?

மற்றொரு முறை இராஜாஜி பாபுவுக்கு அறிவுரை சொல்லி இருந்தார். 1906இல் பிரம்மச்சரியம் கடைபிடித்தார் அல்லவா அவர்? அது நடந்து ஏறக்குறைய 20/30 ஆண்டுகள் கழிந்த பிறகு, என்றால் 1924, 36, 38 ஆம் ஆண்டுகளில் என்று நினைவு. பாபுவுக்கு விந்து வெளியேறியது. கனவில் வெளியேறியது. அதற்கு மிகவும் அதிர்ந்து போனார். என்றால் ஐம்பது அறுபது வயதான தன்னிடம் இன்னும் அழியாத விந்து எஞ்சியிருக்கிறது என்றால் பிரம்மச்சரிய சாதனையில் ஏதோ குறை இருக்கிறது. சரியாக இல்லை; பெரும் பாவம் ஏதோ நடந்துவிட்டது என்று எண்ணிவிட்டார். அந்த பாவத்தால்தான் இந்து முஸ்லிம் கலவரம், நாட்டு பிரிவினையின் பிரச்சினை வந்தது என்று எண்ணிவிட்டார். வார்தாவிற்கு போனபிறகு, 1936 என்று நினைக்கிறேன், ஒரு இரவு பாபுவிற்கு வீரியம் வெளியேறியது. அப்போது எப்படி பரிதவித்தார் என்றால், தன்னிடம் ஏதோ குறை இருக்கிறது, நான் இப்படிப்பட்டவனானால் இனி என்ன சத்தியம், அகிம்சாவாதம் என்று ஆதங்கமடைந்தார். அந்தக் கலவையை தனக்குள்ளேயே அடக்கிக்கொண்டார். தனக்கு நெருங்கிய ஆண், பெண்களிடம் சொல்லிக்கொண்டே இருந்தார். மீரா, அம்ரிதா அவர்களிடமும் சொன்னார். உண்மை விரும்பி எதையும் இரகசியமாக வைத்துக் கொள்ளக் கூடாது என்பது அவர் நியதி. அதனால் நடந்ததை எல்லாம் சொல்லிவிட்டார். கடைசியாக பொது மன்னிப்பு கேட்க

வேண்டுமென்று கட்டுரை எழுதி பிரசுரிக்கத் தயாராக வைத்திருந்தார். அப்போது வந்த இராஜாஜி, 'தனிப்பட்ட விஷயங்களை பத்திரிகையில் எதற்காக எழுதுகிறீர்கள்? தனிப்பட்ட முரண்பாட்டை எதற்கு நாட்டுப் பிரச்சினையாக்குகிறீர்கள், வேண்டாம். உங்கள் தனிப்பட்ட செயல், தூய்மை, சடங்குகளால் அதை சரி செய்துகொள்ளுங்கள்' என்று மிக கண்டிப்புடன் சொல்லிவிட்டார். அப்போது அது அவருக்கும் சரி என்று தோன்றியது. கட்டுரையை பிரசுரிக்கவில்லை.

இப்படியாக பாபு,

குழந்தையைப்போல என்பதா? ஆம், குழந்தைகளும் கூட சிலதை மூடி மறைத்துக் கொள்வார்கள். இளைஞரா? இல்லை. இளைஞராக இருந்தால் மரியாதையை காப்பாற்றிக் கொள்ளவாவது மறைத்து விடுவார்கள். கிழவனா? இல்லை. கிழவராக இருந்தால் தான் செய்ததுதான் சரி என்று சொல்லி யார் ஒப்புதலையும் கேட்பது வேண்டாம் என்பதைப்போல நடந்து கொள்வார்கள். பாபு அப்படி எதுவும் அல்ல. தன்னுடையதை, தனக்கானதை எல்லோரிடமும் சொல்லி, கேட்டு எல்லோருடைய ஒப்புதலையும் பெற விரும்புவார். என்ன சொல்வது இந்த குணத்திற்கு?

அதனால்தான் மக்களுக்கு, இந்த பாபு குழந்தையா, இளைஞனா, கிழவனா எதுவும் தெரியாமல் போனது. அதனால் இவன் யாரோ நமக்கு புரியாத மிக கம்பீரமாக சாதனை செய்யும் துறவியோ, சந்நியாசியோ, அவதாரமோ என்று நினைக்கிறார்கள்.

★★★

மகாத்மா

குஜராத்திகள், நாங்கள் எப்படிப்பட்டவர்கள் தெரியுமா, குழந்தாய்? 'பாலிருக்கும்போது பண்டிகை கொண்டாடு, தண்ணீர் இருக்கும்போது குளி. பாலிருந்தால் போளி, வெய்யில் வந்தால் அப்பளம்' என்பவர்கள். அப்படிப்பட்டவர்களின் நடுவில் பிறந்து வளர்ந்த மோகனால் பாபு ஆக சாத்தியமானது எப்படி என்று நான் மிகவும் யோசித்திருக்கிறேன். ஹரியின் அப்பா கடவுள்தான் உண்மை என்பவர். ஆனால் பாபு சத்தியமே கடவுள் என்றார். முதலில் காம வடிவமே தானாக இருந்தவர். பிறகு பிரம்மச்சரியத்தை கடைப்பிடித்தார். ஆரம்பத்தில் சாதி இருக்க வேண்டும், சாதி இல்லாத சமுதாயம் வறண்ட நிலத்தைப்போல என்றவர், கடைசியில் வரதட்சிணை தொல்லை ஒழிய பெண்கள் சாதியை விட்டு திருமணம் செய்துகொள்ள வேண்டும், இல்லை என்றால் பிரம்மச்சரியத்தை கடைபிடிக்க வேண்டும் என்று சொல்லக் கூடியவரானார். நான் பத்தினியாக இருக்க கடுமையான நியமங்களை விதித்தவர், முடிவில் விதவை மறு மணங்களுக்கு ஊக்கமளித்தார். பேரிஸ்டராவதற்கு ஆங்கில உடைகளை அணியத் தொடங்கியவர், பிறகு காதேவாடி ஆடைக்கும், முடிவில் இந்திய கிராம மக்கள் உடுத்தும் வேட்டி, மேல்துண்டு போன்ற மிகக் குறைந்த, மிக எளிய ஆடைக்கும் வந்து சேர்ந்தார்.

ஓர் மனிதன் இப்படி மாறியது எப்படி? தன் மீது தனக்கு யாரிடமும் இல்லாத கட்டுப்பாடு வந்தது, ஆயிரக் கணக்கான வழியில் யோசித்து அதை செயல்படுத்த சிரமப்பட வலு வந்தது எப்படி என்று எனக்கு மிகவும் வியப்பாக இருக்கும். இதில் மகாத்மா யார், எவ்வளவு?

எங்கே? இது மிகவும் சிரமமான சோதனை. ஆனாலும் முழு வாழ்க்கையை அவருடன் கழித்த பிறகு சிறப்பு என்று எனக்குத் தோன்றிய அவருடைய சில குணங்கள் இருக்கின்றன. அவற்றை பற்றி சொல்கிறேன். அவர் மகாத்மாவா, மனிதனா என்ற முடிவை உலகிற்கே விட்டு விடுகிறேன்.

தன்னை மகாத்மா என்று அழைப்பது பாபுவுக்கு அறுதியாக பிடிக்காது. பலமுறை அதை சொல்லியும் இருந்தார். காந்தி என்று அழையுங்கள் அல்லது காந்திஜி என்று அழையுங்கள் ஆனால் மகாத்மா என்பது வேண்டாம் என்பார். 'என்னை துறவி என்கிறார்கள். ஆனால் நானோ அரசியல் சகதியில் புரள்பவன்' என்றும் கூறுவார். கடைசி நாட்களில் புனே எரவாடா சிறையில் மூச்சு விடமுடியாமல் திணறிக்கொண்டு படுத்திருந்த நான், 'எதற்கு அந்த ஆங்கிலேயர்களுடன் இப்படி சண்டை? இப்படிப் போராட்டம்? அவர்களுடன் இணைந்து அன்புடன் ஒன்றாக வாழலாமல்லவா?' என்றேன். அப்போது பாபு ஒரு கதை சொன்னார். "பதினெட்டு நாட்கள் குருச்சேத்திர போர் நடந்து முடிந்திருக்கும். தருமன் மிகுந்த கவலையுடனும், துயரத்துடனும் இருப்பான். இரண்டு பக்கத்து இராணுவமும் முழுமையாக அழிந்து போயிருக்கும். போரின் கொடுமை, சொந்தங்களை இழந்த சோகம், அழுகும் பிணங்கள், நாய் நரிகளுக்கு இரையான வீராதி வீரர்களின் உடல்களைப் பார்த்து அதிக வருத்தமாக இருப்பான். அனைவரும் ஆறுதல் கூறுகிறார்கள். ஆனால் ஆறுதல் அடைவதில்லை. கிருஷ்ணன் வந்து ஆறுதல் சொல்கிறான். அதற்கும் சமாதானம் அடைவதில்லை. கடைசியாக கிருஷ்ணன் தருமனை பீஷ்மனிடம் அனுப்பி வைக்கிறான். முதியவர் இப்படி சொல்லுவார்: 'முன்பு ஒரு காலம் இருந்தது. இராஜ்ஜியமும் இருக்கவில்லை. அரசனும் கிடையாது. குற்றமும் இருக்கவில்லை. குற்றத்திற்கு தண்டனையும் இருக்கவில்லை. ஒருவரையொருவர் பார்த்துக் கொண்டால் பரஸ்பரம் எப்படி இரட்சிப்பது என்ற உணர்வு மட்டுமே தோன்றும். மற்றவர்களிடமிருந்து எதையாவது அடையும், பெறும் எண்ணமே இருக்கவில்லை. அது உண்மையான அறம் நிறைந்த காலம். ஒழுக்கமான காலம். இப்போது நாம் அங்கே இருந்து அதிக தொலைவிற்கு விலகி வந்து விட்டோம். நடந்தவை எல்லாம்

நடந்து முடிந்து விட்டன. அறத்தை இழந்து விட்டோம். அதற்காக அரசன், இராணுவம், நாடு தேவையானது. அது இல்லாவிட்டால் மக்கள் ஒருவரை ஒருவர் அடித்துக் கொண்டு துயரத்தில் இறந்து விடுவார்கள். அப்படி நடக்காமல் அறம் நிலைத்திருக்க ஆட்சி செய்.' அரசனில்லாத, நாடும் இல்லாத, குற்றமில்லாத, தண்டனையும் இல்லாத சமூக வாழ்க்கை எங்கே இருக்கிறதோ அது உண்மையான அற வாழ்க்கை. ஆங்கிலேயர்கள் அதுபோல அறமான நாட்டில் இருக்க விரும்பவதில்லை. அவர்கள் நாடு வேறு. அதனால் அவர்களுடன் சண்டையிட வேண்டி இருக்கிறது" என்று கூறினார். தான் செய்வது எதற்கு, ஏன் என்று புரிந்து கொண்டிருந்தார்.

ஒரு விஷயத்தின் ஆழம் புரிவது என்றால் அந்த விஷயத்தின் ஆழமான துயரத்தை புரிந்து கொள்வது என்பது பொருள். துயரத்தை புரியவைக்க முடியாது. அதை உணர வேண்டும். மற்றவர்களின் துயரத்தை உணர்ந்து விட்டால் கருணையும், பரிவும் தானாக வந்துவிடும். அதற்கு பாபு சிறந்தவர். அவருக்கு மக்களின் சிரமம் மட்டுமல்ல, துயரமும் புரிந்திருந்தது. வெறும் கட்டளை, சட்டம், வாக்கு அளிப்பதன் வழியாக சங்கடங்களுக்கு தீர்வு காண முடியாது. ஆழ்ந்த துயரத்திற்கு மாற்று வழியைக் கண்டுகொள்ள வேண்டும் என்று பாபுவுக்கு தெரிந்திருந்தது. அதற்காக அவர் மனிதர்களுக்கு தொடர்புடைய எல்லா விஷயங்களைப் பற்றியும் பேசினார். பேசியது அதிகமானது என்று தோன்றும் போது மௌன விரதம் இருந்தார். பாபு திங்கட்கிழமை மௌன விரதம் இருப்பார். மிகவும் அவசியம் என்றால் எழுதிக் காட்டுவாரே தவிர பேச மாட்டார். பாபுவுக்கு இதுபோல பல கட்டுப்பாடான முறைகளும் – விரதங்களும் இருந்தன. அவை எல்லாம் செயல் திறனை அதிகரித்துக் கொள்ளும் வழிகள். மக்களுக்காகவே வாழ வேண்டும் என்ற கட்டத்தை வந்தடைய அப்படியான விரதங்களை பயிற்சியாக்கிக் கொண்டிருந்தார்.

ஆடை, பேச்சு, உணவு, வாழ்க்கை எல்லாவற்றிலும் மிக எளிமை. அவரிடம் இருந்த பொருட்களை எல்லாம் ஐந்து பௌண்டிற்கு வாங்கி விடலாம். நான் பார்க்க பத்தொன்பது வைஸ்ராய்கள் எங்கள் காலத்தில் வந்து போனார்கள். அவர்களை எல்லாம் நடுங்க வைத்த பாபு உடுத்திய ஆடையாவது என்ன? துண்டு வேட்டி, போர்த்திக் கொள்ள ஒரு துண்டுத் துணி. ஆடையைப் பற்றி கவலையே இல்லை. பெரிய பெரிய அதிகாரிகள், இராணுவ அதிகாரிகள், மகாராஜாக்கள், ராணிகள் இந்த ஏழை மனிதனுக்கு, அவனுடைய உண்ணாவிரதத்திற்கு

பயப்படுவதைப் பார்த்து மக்கள் இந்த மனிதன் மகாத்மாவாக இருக்க வேண்டும் என்று முடிவு செய்தார்கள்.

பாபு கடவுள் நம்பிக்கை உள்ளவர். கடவுள் இருக்கிறான், உலகம் – குடும்பம் என்பது நாம் கடக்க வேண்டிய ஒரு பிரமை என்று சொல்வார். மானுட இனத்திற்கு சேவை செய்ய வேண்டும் என்பவர்கள் தங்களுக்கு தாமே சில நியமங்களை வகுத்துக்கொண்டு கடைபிடிக்க வேண்டும். தியாகத்திற்கு தயாராக இருக்க வேண்டும் என்பார். மனிதர்கள்தான் முடிவானவர்கள், நம் வேலை மனிதர்கள் வாழ தகுந்த உலகை அமைத்துக் கொடுப்பது என்று எண்ணவில்லை. பாபுவிடம் வெறுப்பு, தாழ்வு மனப்பான்மை, பொறாமை போன்றவை இருக்கவே இல்லை. அவரைப் பற்றி பேசுபவர்கள் எல்லோரும் தங்களை அறியாமல் ஒரு பெரும் மதிப்பை அவர் மீது வைத்தார்கள்.

ஆனல் இது போன்ற நல்லவருடன் வாழ்வது எளிதல்ல. எனக்கு அவரை புரிந்து கொள்வதில், அவரை பின்தொடர்கிறேனா இல்லையா என்று சோதித்துப் பார்த்துக் கொள்வதில் நாட்கள் கடந்து போயின.

தேகத் துணிச்சல்

அரசனை மாற்ற இரண்டு வழி என்று சொல்கிறார்கள். ஒன்று அதிகாரத்திலிருந்து கீழே இறக்குவது அல்லது கொன்று விடுவது. ஆனால் பாபுவின் வழி அரசனை அன்பால் வெல்வது. எதிரிகளை அன்பால் மாற்றுவது என்பது பாபுவின் நம்பிக்கை. எதிரிகளே இல்லாமல் தன் அன்பால், கருணையால், பிடிவாதத்தால், தனக்குத் தானே தண்டனை அளித்துக் கொண்டு மனிதர்களை மூழ்கடித்து விடுவார். அடிக்க வருபவர்களுக்கு எதிராக திரும்பி விழாமல் அடி வாங்கிக்கொண்டு, அவர்கள் மீது புகாரையும் தாக்கல் செய்யாமல், ஒருவேளை கைது செய்யப்பட்டால், 'அவர்களை மன்னித்து விட்டேன், விட்டு விடுங்கள்' என்று வற்புறுத்துவார்! தென்னாப்பிரிக்காவிலும் அப்படித்தான் நடந்தது. 1897 இல் வெள்ளை தொழிலாளிகள் அவர் மீது தாக்குதல் செய்தார்கள். 1908இல் பட்டான்கள் அவரை தாக்கினார்கள். 1909 இல் பட்டான்கள் அவரை கொலை செய்யும் முயற்சியில் இருக்கிறார்கள் என்ற செய்தி வந்தது. 'நாட்டு சகோதரன் கையால் இறக்க வருத்தமில்லை' என்று மகனனிடம் பாய் சொல்லி இருந்தார். பார்க்க பலவீனமாக தெரிவார். ஆனால் துணிச்சல் மிக்கவர், தேகத் துணிச்சல். ஒருமுறை ஜோகன்ஸ்பர்கில் இந்தியர்களின் கூட்டம் ஒன்று நடந்தது. ஒரு அங்குலமும் இடமில்லாமல் மக்கள்.

அவர் எங்கே போனாலும் அதிகமாக மக்கள் கூடுவார்கள். சபை முடிந்தது. மேடையை விட்டு இறங்கும்போது சிலர் அவரை சூழ்ந்து கொண்டார்கள். வெகு தொலைவில் நின்றிருந்த ஒருவர் இவர் அருகில் வந்தார். அவர்கள் இருவரும் கிசிகிசு என்று எதையோ பேசிக்கொண்டு முன்னால் போனார்கள். பிறகு அவன் இவர் கையில் எதையோ கொடுத்து விட்டுப் போனான். என்ன கொடுத்திருந்தான் தெரியுமா? கத்தி! எதற்காக எடுத்து வந்திருந்தான்? காந்தி பாயை கொல்வதற்கு! எதற்காக கொல்ல வேண்டும்? இந்தியர்களை ஒருங்கிணைக்கும் சாக்கில் அவர்களை ஏமாற்றுகிறார் என்று அவனுக்கு தோன்றியதாம். போலீஸிடம் புகார் கொடுக்கலாம் என்று எல்லோரும் சொன்னார்கள். 'வேண்டாம், அவனுக்கு நான் சொன்ன பிறகு புரிந்தது. கத்தியை என்னிடம் கொடுத்துவிட்டுப் போய் விட்டான். அவன் இப்போது என் நண்பன். இப்போது போலீஸிடம் புகார் கொடுத்தால் என் எதிரியாகி விடுவான். முடிவாக, அவன் கருத்தில் நான் நல்லவனாக இல்லாவிட்டால், சாவதற்கு தகுந்தவன். போகட்டும் விட்டு விடுங்கள்' என்று சொல்லி விட்டார்.

கொலைகாரன் முன்னால் அவர் காட்டிய துணிச்சல் இருக்கிறதே, மிலி, சோன்யா மற்றவர்களும் அதை எதிர்பார்க்கவே இல்லை. சிறையில் இருந்த போது தான் தைய்த்த செருப்பை தன்னை கடுமையாக நடத்திய அதிகாரி ஜெனரல் ஸ்மூட்ஸ்க்கு நினைவுப் பரிசாக கொடுத்து விட்டு வந்திருந்தார். பிறகு, அதை நினைவு கூர்ந்த அவர், 'ஒவ்வொரு கோடையிலும் அதை நான் அணிந்து கொள்கிறேன். ஆனால் அந்த மாமனிதன் செய்து கொடுத்த செருப்பிற்கு நான் அருகதையுள்ளவனா என்ற குற்ற உணர்வு என்னை வாட்டுகிறது' என்று சொல்லியிருக்கிறார். பாபுவுக்கு 70 வயதான போது அந்த மனிதன் புத்தகத்தில் என்ன எழுதினான் தெரியுமா? 'தன்னை தானே வலிக்கும், சிரமத்திற்கும் ஆளாக்கிக் கொண்டு, மக்களுக்கு இரக்கத்தையும், அக்கறையையும், விழிப்புணர்வையும் ஏற்படுத்தி அதையே தன் போராட்டத்தின் பலமாக ஆக்கிக் கொள்ளும் கலை காந்திக்கு கிடைத்திருந்தது' என்று எழுதி இருந்தாராம். தென்னாப்பிரிக்காவில் பாயின் பரம எதிரியான மனிதன் இப்படி அவரை நன்றாகப் புரிந்து வைத்திருந்தார்!

அன்பால் எதிரிகளை அழிப்பது என்றால் இப்படித்தான்.

அப்படி பாபுவுடன் தகராறு செய்தவர்கள் குறைவில்லை. அவர் கண்டிப்பானவர். உலக எதிரி. சிலர் தொலைவில் நின்று கொண்டு வெடிப்பார்கள். பாபு அப்படிப்பட்டவர்களைப் பற்றி பகலிரவு

சிந்தித்திருக்கிறார். அப்படிப்பட்டவர்கள் உட்காருவதை, நிற்பதை எல்லாவற்றையும் கவனித்திருக்கிறார். அவர்கள் அருகில் இவர் போக முயன்ற அளவும் அவர்களிடமிருந்து அடி வாங்கியுள்ளார். ஆனாலும் தொடும் பிடிவாதம் போகவில்லை.

எனக்கு தெரிந்தது போல விலகி நின்று எதிர்த்தவர்கள் மூவர் – ஜின்னா சாகேப், டாக்டர் சாகேப், மற்றும் ஹரி. பாபுவின் ஒவ்வொரு நடையும் இந்த மூவர்களுடன் வாதம் செய்து கொண்டும், அவர்களுக்கு பதிலளித்துக் கொண்டும், மனம் கவர முயன்று கொண்டும் இருப்பது போல இருக்கும். அவர்களுடன் நிரந்தரமாக அசரீர பேச்சு வார்த்தைகள் நடத்துவது போலவே இருப்பார் பாபு.

'அடுத்த பிறவி என்றிருந்தால்...'

1938 ஆம் ஆண்டு என்று நினைக்கிறேன். நாங்கள் புரிக்குப் போயிருந்தோம். அது ஜகந்நாதர் கோவில் இருக்கும் ஊர். பாபுவும், மகதேவும் தங்கள் வேலைகளில் மூழ்கிப் போய், கிராமங்களை சுத்திக் கொண்டிருந்தார்கள். நானும் மகதேவனின் மனைவி துர்காபேன் ஜகந்நாதர் கோவிலுக்குப் போனோம். ஆனால் நான் போய் வந்த பிறகு செய்தியை அறிந்த பாபு மிகவும் சங்கடத்தை அனுபவித்தார். ஏனென்றால் தீண்டத்தகாதவர்களுக்கு அந்தக் கோவிலில் அனுமதி இல்லை. 'தனக்கு காணிக்கை அளிப்பவர்களுக்கும், தன் பெயரில் பண்டிகை கொண்டாடுபவர்களுக்கும் மட்டுமே அவன் கடவுள். தீண்டத்தகாதவர்களை வேண்டாம் என்பவன் உலக நாயகனாக இருக்க எப்படி முடியும்? அப்படிப் பட்ட இடத்திற்கு எந்தக் கடவுளைத் தேடிப் போனீர்கள்?' என்பது பாபுவின் வாதம். இரவு முழுவதும் அவர் தூங்கவில்லை.

முன்னும் பின்னும் யோசிக்காமல் ஒரு கோவிலுக்குப் போய் வந்த நிகழ்வு எங்களை நாங்கள் மறுபடியும் திரும்பிப் பார்த்துக் கொள்ள, பட்சாதாப – பிராயச்சித்த – தொண்டுகளில் ஈடுபட வைத்தது. எனக்கு இன்னும் நினைவிருக்கிறது, ஒரு பக்கம் கடலின் ஓசை, மறுபக்கம் பாபுவின் பெருமூச்சின் பயம். நானும், துர்காவும் பாபுவிடம் மன்னிப்புக் கேட்டோம். அது அவரை மேலும் சங்கடத்தில் ஆழ்த்தியது. 'சொல்வது ஆச்சாரம், திண்பது கத்தரிக்காய்' என்ற பழமொழியைப் போல, 20/30 ஆண்டுகளாக சொல்லிக்கொண்டே வருகிறேன், ஆனாலும் என் குடும்பத்தார்களே இப்படி செய்தால் என்ன செய்வது? தான் சொல்லும் முறை சரியில்லையா? மற்றவர்களுக்கு

புரியும்படி நான் பேசுவதில்லையா? என்று மீண்டும் மீண்டும் கேட்டுக் கொண்டார். 'ஹரிஜன்' பத்திரிகையில் பக்கம் பக்கமாக எழுதும் நீங்கள் அதை குடும்பத்தார்களுக்கும் சேர்க்காவிட்டால் எப்படி என்று மகதேவனை கேட்டார்.

இப்போது அந்த கருத்துக்கள் எனக்குப் புரிகிறது. ஆனால் அப்போது பாபுவை விடவும் நான் மிகவும் பின் தங்கி இருந்தேன். காபா பாபுவின் வீட்டிற்கு உல்கா என்ற தோட்டி கழிவறையை சுத்தம் செய்ய வருவார். நான் திருமணமாகி போயிருந்த போதும் அவர்தான் வந்து கொண்டிருந்தார். அவரை தொடக்கூடாது. தொட்டால் என்ன நடக்கும் என்று அம்மாவிடம் மோகா வாதம் செய்வார். மனிதர்களை தொட்டால் எப்படி தீட்டு ஏற்படும்? அப்படி சொல்வது எப்படி அறமாகும் என்று கேட்பார். ஆனால் எனக்கும் அப்போது நிறைந்த நாள், அவர் வாதம் புரியவில்லை. தோட்டிகளை தொடுவது எப்படி என்றே என் மனமும் தயங்கியது. பிறகு தீண்டத்தகாதவர்களை ஆசிரமத்தில் வைத்துக் கொண்டு, கோமாமிசம் உண்ணும் கிறுஸ்த்துவர்களையும் முஸ்லிம்களையும் ஆசிரமத்தில் அனுமதித்து, மற்றவர்களின் மலச்சட்டியை நாங்கள் எடுக்க வேண்டியதாக இருந்தது. நாக்குக்கு ருசி என்பதை எல்லாம் விலக்கி வைத்து, நகை, சேலைகளை கழற்றிக் கொடுத்து, நானே நெய்த கதர் சேலையை உடுக்கத் தொடங்கியது – இவற்றை எல்லாம் ஆரம்பத்தில் ஏற்றுக்கொள்ள மிகவும் சிரமமாக இருந்தன. என் கணவர் பிடிவாதமாக அடிக்கடி எடுத்துச் சொல்வார். 'கஸ்தூர், உன் உடலில் கண், காது, மூக்கு, வாய், கை, கால் இவற்றில் எது உயர்ந்தது? எது தாழ்ந்தது? அப்படித்தான் சமுதாயமும். இந்திய சமூகம் ஒரு உடல் என்று நினைத்துக் கொள். ஒவ்வொருவருக்கும் ஒவ்வொரு வேலை. யாரும் உயர்ந்தவர்கள் அல்ல, யாரும் தாழ்ந்தவர்கள் இல்லை. தேவையற்றவர்களும் யாரும் இல்லை...' என்பார். ஆனால் போகப் போக அது சமுதாயத்தின் திசையையே மாற்றக் கூடிய பெரும் சக்திகள் என்று தெரிந்தது. எதற்காக பாபுவை எல்லோரும் மகாத்மா என்று அழைக்கிறார்கள் என்று மேலும் தெளிவாகப் புரிந்தது.

ஒரு பனியாவாகப் பிறந்த என் கணவருக்கு தீண்டாமையைப் பற்றி அது போன்ற சிந்தனைகள் வந்ததுதான் சிறப்பு. ஏனென்றால் 'ஒரு தீண்டத்தகாதவனை தொட்டு உண்டாகும் தோஷத்தை ஒரு முஸ்லிமை தொட்டு தீர்த்துக் கொள்ள வேண்டும்' என்று சொல்பவர்கள் எங்கள் சாதிக்காரர்கள். அப்படிப்பட்ட பாபு எப்படி இப்படி மாற்றமடைந்தார்

என்றால் பூ பழமாக மாறிய மாற்றத்தைப் போல அது. அவரை ஆரம்பத்தில் லண்டன் மாற்றியது. தென்னாப்பிரிக்காவும் இந்தியாவின் அம்பேத்கரும் அவர் சிந்தனைகளை மிகவும் மாற்றினார்கள். 'தீண்டாமையை ஏற்கும் தர்ம சாஸ்திரங்கள் தர்ம சாஸ்திரங்களே அல்ல. அதர்ம சாஸ்திரங்கள். என் கண்ணைத் திறந்த அம்பேத்கர் மகாத்மாதான். உண்மை' என்ற அளவிற்கு அவர் மாற்றமடைந்தார்.

டாக்டர் சாகேபின் தொடர்பு ஏற்படும் முன்பே பாபு தீண்டாமையைப் பற்றி சிந்தித்திருந்தார். ஆனால் சாதியைப் பற்றி அதிகம் யோசித்திருக்கவில்லை. தானே சாதி கட்டுப்பாடுகளினால் சிரமத்தை அனுபவித்திருந்தார். அப்போதும் சாதி வழக்கங்களின் தீயதை எதிர்த்தாரே தவிர, சாதி இருக்கக்கூடாது என்று சிந்தித்ததில்லை. தென்னாப்பிரிக்காவில் வீட்டு வேலைக்கு தீண்டத்தகாதவர்களை அழைத்து வந்து, நான் எதிர்த்த போது கையோங்கியிருந்தார். அப்போதும் சாதி ஒழிய வேண்டும் என்று நினைத்ததில்லை. அது, இருக்கட்டும் என்றே சொல்வார். ஆனால் இங்கே திரும்பி வந்த பிறகு, கேரளத்து தாட்சாயிணியுடனும் மற்றவர்களுடனும் தொடர்பு வந்த பிறகு கொஞ்சம் கொஞ்சமாக மாறிக் கொண்டே போனார். எல்லாவற்றையும் விட டாக்டர் சாகேபின் கோவில் போராட்டம், அவருடன் நடத்திய பேச்சு வார்த்தை, அவர் எழுத்து, அவர் வேலைகளைப் பார்த்து, படித்து, கவனித்துக் கொண்டே போனபோது பாபுவிடம் பெரும் மாற்றம் ஏற்பட்டது. புனேயின் எரவாடா சிறையில் உண்ணாவிரதம் இருந்து டாக்டர் சாகேபுடன் உரையாடிய பிறகு முழுமையாக மாறிவிட்டார். ஆரம்பத்தில் கலப்புத் திருமணம் நடந்தால் சமுதாயத்தில் சிரமம் என்று சொன்னவர், பிறகு தேவதாசுக்கு கலப்புத் திருமணம் செய்து வைத்தார். கலப்புத் திருமணங்களுக்கு மட்டுமே போவார்.

ஆனாலும் டாக்டர் அருகே செல்லும் முயற்சிகளில் தோற்றார். அடிபட்டார். தீண்டத்தகாதவர்களை அடிமைகளாக இருக்க வைப்பதால்தான் இந்தியர்கள் ஆங்கிலேயர்களின் அடிமைகளாக இருக்கத் தகுந்தவர்களாக இருக்கிறார்கள், ஐந்தில் ஒரு பங்கு மக்களை அடிமைகளாக ஆக்கியவர்கள் சுதந்திரத்திற்கு ஏற்றவர்கள் அல்ல, ஜலியன்வாலாபாக் கொடுமையை விடவும் ஈனமாக குற்றம் சாட்ட உயர் சாதிக்காரர்கள் ஏற்றவர்கள் என்பது அவருடைய கருத்து. எல்லா கோவில்களிலும் தீண்டத்தகாதவர்களை அனுமதிக்க வேண்டும் என்று புனே எரவாடா சிறையில் சாகும்வரை உண்ணாவிரதம் இருந்து,

கடைசியில் டாக்டர் சாகேப் உயிரைக் காப்பாற்றினார். ஒருமுறை தனக்கு அடுத்த பிறவி என்று ஒன்று இருந்தால் தோட்டியாக பிறக்க விரும்புகிறேன் என்று கூறிவிட்டார்! ஒரு பத்திரிகை நிருபர் சுதந்திரம் என்ன என்று கேட்டதற்கு, 'எங்கே தோட்டிக்கும், மகாராஜாவுக்கும் வேறுபாடு இல்லையோ, எங்கே தோட்டிக்கும், பிராமணனுக்கும் வேறுபாடு இல்லையோ அப்படியான நிலையே சுதந்திரம்' என்று சொன்னார்.

மொத்தத்தில் தோட்டி அல்லாத மனிதனிடம் ஏற்படக்கூடிய பெரிய மாற்றம் இது. உண்மை சொல்ல வேண்டுமென்றால் அவருடைய மாற்றத்தை செரிமானம் எனக்கு சிரமமாக இருந்தது. இனி மற்ற ஆசிரமவாசிகள், உறவினர்கள், நாட்டு மக்களின் கதையை சொல்லத் தேவை இல்லை.

இந்தியாவிற்கு வந்த பிறகு, தீண்டாமையை கடைபிடிப்பது பெரும் பாவம் என்று உயர்சாதி இந்துக்களுக்கு எடுத்துச் சொல்ல, நாடு முழுவதும் சுற்றினார். 'ஹரிஜன சேவா சங்கம்' தொடங்கினார். நாடு முழுவதும் சுற்றி நான்கு இலட்சம் ரூபாய்களை சேர்த்தார். ஆனால் பனாரசின் இந்துக்கள், யாரோ சாமி லாலாநாத் என்பவர், பாபுவை பின்தொடர்ந்து, அவர் போகும் இடங்களுக்கு எல்லாம், கிராமங்களுக்கு எல்லாம் போய், 'ஹரிஜன சேவா சங்க'த்து செயல்பாடுகளுக்கு எதிராக உண்ணாவிரதம் இருந்தார். சத்தியாகிரகம் செய்தார். கறுப்புக் கொடி, வழி மறிப்பு, பாபுவின் உருவ பொம்மையை எரிப்பது போன்றவற்றை செய்தார். தீண்டாமை ஒழிப்பின் வழியாக காந்தி இந்து மதத்தின் அடிப்படை அமைப்பை கெடுக்கப் புறப்பட்டிருக்கிறார். அந்த சாக்கில் காங்கிரசுக்கு பணம் சேகரிக்கிறார் என்று அவர் மீது குற்றம் சுமத்தினார். எந்தப் பகுதியில் பணம் சேகரித்தாலும் அதில் முக்கால் பங்கை அங்கே இருக்கும் தீண்டாமை சமுதாய மக்கள் தொண்டிற்கு செலவு செய்ய வேண்டும் என்று பாபு சொல்லி இருந்தார். ஆனால் சனாதனவாதிகளுக்கு நம்பிக்கை ஏற்படவில்லை.

பிள்ளைகள் ஒரு விளையாட்டு விளையாடுவார்கள். நீங்கள் பார்த்திருக்கலாம். கண்ணை மூடிக்கொண்டு தரை மீது வரைந்த ஒரு கட்டத்திலிருந்து மற்றொரு கட்டத்திற்கு கோட்டைத் தொடாமல் தாண்டி , 'ஆமட்டே?' என்று மற்றவர்களிடம் கேட்பது. அது ஆமட்டே அல்லவாம். 'ஆம் ஐ ரைட்' என்று பிறகு தெரிந்தது. பாபுவுக்கு அதுபோன்ற சில குணங்கள் இருந்தன. அவர் சிந்தித்து, கண்ணை மூடிக்கொண்டு, கட்டம் கட்டமாக தாண்டினாலும்

'ஆமட்டே' என்று மற்றவர்களிடம் கேட்டுக் கொண்டே இருந்தார். அப்படி கேட்கும் குணம் சிறப்பானது. ஆனால் கடுமையான பதில் வந்தால் அது தரும் வலியும் கடுமையானதுதான். தீண்டாமையை ஒழிக்க ஏதேதோ வழிகளை யோசித்து இயங்கிய பாபு 'ஆமட்டே?' என்பார். ஊக்கமான பதில் வரும் என்று எதிர்பார்ப்பார். ஆனால் அதிக நேரங்களில் தீவிரமாக வலியை ஏற்படுத்தும் பதில்களே வரும்

பாபு ஜீரணித்துக்கொள்ள வேண்டிய விஷயம் ஒன்றிருந்தது. என்ன ஆனாலும் தீண்டத்தகாதவர்கள் அல்லாதவர்களின் தீண்டாமை ஒழிப்பு முயற்சிகள் 'அக்கறை' என்று சொல்லப்படும். ஆனால் அதை அனுபவிப்பவர்களுக்கு சங்கடமாக இருக்கும். அக்கறையும் சங்கடமும் வெவ்வேறு. பெண் மனதின் சிரமத்தை அறியலாம். ஆனால் அவளுடைய சங்கடத்தை அனுபவித்துத்தான் பார்க்க வேண்டும். அக்கறையின் ஆயுளும் சங்கடத்தின் வலிமையும் வெவ்வேறு. பாபுவுக்கு அது அதிகமாக புரியவில்லை. தீண்டத்தகாத சமூகத்தார் தன் அக்கறையை சந்தேகப்பட்ட அளவிற்கு மேலும் அதிகமாக அந்த செயல்களில் ஈடுபடுவார். தீண்டத்தக்காதவர்கள் அல்லாத மற்றவர்கள் தீண்டத்தகாத சமூகத்திற்கு தொண்டு செய்ய வேண்டுமென்பார். அதை பாவ பரிகாரம் செய்ய வேண்டிய பிராயச்சித்தம் என்பதைப் போல பார்த்தார். இது அவருடைய 'ஹரிஜன சேவா சங்கம்', 'ஹரிஜன யாத்திரை'களை தீண்டத்தகாத சமுதாயத்தார்களே சந்தேகத்துடன் பார்க்க செய்தது. அவர்கள் அப்படி எண்ணுவதும் சரிதான்.

பாபுவையும் டாக்டர் சாகேபையும் அருகிலிருந்து பார்த்த எனக்கு தோன்றியவை இவை.

மிக நேர்மையானவர்

பாபுவை நினைத்துக் கொண்டால் ஒரு காட்சி என் கண் முன் வருகிறது. அது உடம்பின் மீது சவுக்கை வீசி அடித்துக்கொள்ளும் கூத்தாடி காட்சி. இலவசமாக எதைக் கொடுத்தாலும் வேண்டாம். பெற்றதற்குப் பதிலாக சவுக்கை உடல் மீது வீசி அடித்துக் கொள்ள வேண்டும். அதனால் அவருக்கு மட்டுமல்ல, பார்ப்பவர்களுக்கும் வலி. அவரை விட பார்ப்பவர்களுக்குத்தான் இம்சை. பாபு மனத் தூய்மைக்கும், பட்சாதாபத்திற்கும் என்று தன்னைத் தானே கடுமையான தண்டனைக்கு ஆளாக்கிக் கொள்வார். ஒரு கன்னத்தில் அடித்தால் மறு கன்னத்தைக் காட்டு என்று ஏசு சொன்ன வார்த்தையை எப்போதும் நினைவு கூறுவார். ஆனால் அதில் அவரை நேர்மையாக இருக்கவும்

செய்தது. அகிம்சை தன்னை இம்சைப்படுத்திக் கொள்வதாகவும் செய்தது.

தென்னாப்பிரிக்காவிற்கு போகும் தருணம் மோகா பாய் அட்டர்னியாக இருந்தார். கப்பல் கேப்டனுடன் செஸ் விளையாடிக் கொண்டே போனாராம். அந்த கேப்டன் ஒரு கறுப்பு பெண்ணுடன் படுக்கிறாயா என்று கேட்டானாம். இல்லை, அது சரியல்ல, எனக்கு திருமணம் ஆகி இருக்கிறது என்று சொன்னாராம். பிறகு இதை எனக்கு சொல்லியிருந்தார். அவர் எப்படி என்றால் எல்லாவற்றையும் சொல்லிவிடுவார். அவர் செய்வது எல்லாம் சுற்றி இருப்பவர்களுக்கு தெரியும்படி வெளிப்படையாக செய்வார். இரகசியம் என்பதே கிடையாது. சில இரகசியங்கள் எல்லோர் மனதிலும் இருக்கும். அவற்றை நமக்கு நாம் சொல்லிக்கொள்ளவும், நாம் நினைத்துப் பார்க்கவும் விரும்புவதில்லை, இல்லையா? ஆனால் பாபு அப்படியல்ல. எல்லாம் வெளிப்படையாக. தெரிந்தால் உலகம் அதைப் பற்றி நல்லதாக யோசிக்குமா, கெட்டதாக நடந்து கொள்ளுமா என்று சிந்திப்பதே கிடையாது. உலகத்தின் எதிர்வினையால் மட்டுமே தன்னைத் தான் திருத்திக்கொள்ளும் சாத்தியக் கூறுகள் அதிகமாகும், அதற்காக சொல்பவர்கள் எதை வேண்டுமென்றாலும் சொல்லிக்கொள்ளட்டும் என்றே கருதினார். அகச் சோதனைக்கு உள்ளாகாத வாழ்க்கை வாழ தகுதியற்றது என்பதே அவருடைய கருத்து. தன்னுடையதை மட்டுமல்ல, எங்கள் சின்ன சின்ன தவறுகளையும் எல்லோர் முன்னிலையிலும் சொல்லி எங்களை திருத்த விரும்புவார். இது மற்றவர்களுக்கு அவருடைய நேர்மையைப் பற்றி சந்தேகம் ஏற்படாத படி, எல்லோரும் நேர்மையாக இருக்கச் செய்யும்.

ஆனால் சில சமயம் நாம் நினைப்பதை விடவும் மாறுபட்டு நடந்து கொண்டதும் உண்டு. லூயி ஃபிஷர் என்ற எழுத்தாளர் ஆசிரமத்திற்கு வந்து எங்களுடன் தங்கி இருந்தார். 1938 ஆம் ஆண்டு என்று நினைக்கிறேன். ஹிட்லரின் பயங்கர கொடுமைகளுக்கு எதிராக யூதர்கள் என்ன செய்ய வேண்டும் என்று அகிம்சைவாதியான பாபுவிடம் கேட்டார். 'யூதர்கள் ஒன்றோ தாங்களாகவே விரும்பி சாவுக்கு தலையைக் கொடுத்திருக்க வேண்டும். அல்லது கூட்டுத் தற்கொலை செய்துகொண்டிருக்க வேண்டும், அப்போது உலகமும் ஜெர்மனிய மக்களும் விழித்துக் கொண்டிருப்பார்கள். எப்படி இருந்தாலும் சாவது உறுதி. ஆனால் அப்போது அவர்கள் இறப்பு மகத்துவமானதாக இருந்திருக்கும்' என்று பாபு கூறியிருந்தார்! ஃபிஷர்

அதிர்ந்து போனார். போர் தருணத்திலும் அப்படித்தான். நீங்கள் இரண்டில் ஒரு கட்சியை சார்ந்திருக்க வேண்டும் என்பார். 'உயிரை விட தயாராக இல்லை என்ற பிறகு மற்ற எந்த வழியிலாவது நீங்கள் சாகத் தயாராக இருக்க வேண்டும்' என்றார். அகிம்சைவாதி, தார்மீக மனிதன் ஒருவனின் இதுபோலன அமைதிக் கோட்பாடு சிலருக்கு விசித்திரமகாத தோன்றியது. தான் இப்படி சொன்னால் மற்றவர்கள் என்ன நினைப்பார்கள் என்ற கவலையே இல்லாமல் சொல்லிவிடுவார்.

நாங்கள் நான்கு அணா கேட்டாலும் 'என்னிடம் காசில்லை' என்பார். 'மிக அவசியம் என்றால் மட்டுமே அலுவலகத்தில் கேட்டு வாங்கிக்கொள்' என்பார். அவருக்கு பணம் தேவைப்பட்டது. ஆசிரமம், பத்திரிகை, சங்க அமைப்புகள், போராட்டம், இயக்கங்களுக்கு பணம் வேண்டி இருந்தது. ஆனால் சொந்தத்திற்கு இல்லை. ஏழ்மையே ஒரு விழுமியம் என்று சொல்லும் பாபு சில பணக்காரகளின் நட்பை பெற்றிருந்தார். 'சம்பாதியுங்கள். பிறகு பட்சாதாபப் பட்டு நல்ல படி விநியோகம் செய்யுங்கள். செல்வம் பாவமல்ல. பணத்தை எப்படி சம்பாதிக்கிறாய், எப்படி விநியோகம் செய்கிறாய் என்பதுதான் முக்கியம்' என்று பணக்காரர்களிடம் சொல்லுவார். மற்றவர்கள் பணக்காரர்களின் பணத்தை வாங்கிக்கொண்டால் பாபு கொடுப்பதன் வழியாக கொடுப்பவர்களை மாற்ற முடியுமா என்று பார்த்தார். இப்படி சாராபாய், பிர்லா, பஜாஜ், பெடெட் போன்ற பெரிய மனிதர்கள் பாபுவுக்கு நெருங்கியவரானார்கள். அவர்களிடமிருந்து ஒரு பைசாவும் தனக்காக, தன் மனைவி, பிள்ளைகளுக்காக பெறவில்லை. எல்லாம் கட்சி – சங்கம் – அமைப்பு என்றே எடுத்து வைப்பார். இது மிக சிறப்பான குணம் என்று சொல்லலாம்.

உழைப்பே கடவுள்

திலகர் இறந்தபோது மூன்று நாட்கள் ஊரடைப்பு என்று சொன்னார்கள். அதற்கு பாபு அறுதியாக சம்மதிக்கவில்லை. 'ஒரு நாள் போதும். அதுவும் அவர் நினைவில் ஏதாவது நல்ல காரியம் செய்வோம் அவருடைய எளிமையான வாழ்க்கை, துணிச்சல், நாட்டுப் பற்று, போன்றவற்றை கடைபிடிப்போம். அவை எதுவும் நடக்காவிட்டால் ஒரு பைசாவிலிருந்து ஒரு இராஜ்ஜியம் வரை நம்மிடம் இருப்பதைக் கொடுப்போம். அது போதும், ஹர்தால் வேண்டாம்' என்று சொல்லி விட்டார். பாபுவுக்கு எப்போதும் வேலை, வேலை, வேலை. ஒருநாளும் சும்மா உட்காருபவரல்ல. கூடவே தன்னை சுற்றி இருப்பவர்களுக்கு வேலை கொடுப்பார். வாட்டசாட்டமான

பிச்சைக்காரர்களை கண்டால் உண்ண கொடுக்க சொல்லமாட்டார். எல்லோரும் சிரமப்பட்டு உழைத்து உண்ண வேண்டும் என்பதே அவருடைய கோட்பாடு. எல்லோரும் உழைத்தே உண்ண வேண்டும். உழைக்காமல் உணவில்லை. குறைந்தது நூல் நூற்கவாவது அன்ன சத்திரங்களில் சொல்ல வேண்டும். இலவச உணவு மையங்களை திறப்பதற்கு பதிலாக தானிகள் இலவசமாக தொழில் மையங்களை திறக்க வேண்டும் என்பார்.

தென்னாப்பிரிக்காவிலிருந்து வந்த பிறகு இரவீந்த்ரநாத தாகூரை சந்திக்கப் போனோம். ஒரு வாரம் சாந்தி நிகேதனில் தங்கி இருந்தோம். ரவீந்த்ர குருதேவருடன் முதல் சந்திப்பு அது. அறையில் அஜானுபாகுவான கவிஞர் அமர்ந்திருந்தார். முதலில் பாபு வணக்கம் குருதேவ என்றார். உடனே, நான் குருதேவரானால் நீங்கள் மகாத்மா தான்' என்றார் அவர். அதே பெயர் நிலைத்து விட்டது. கடைசி முறையாக அவரை சந்திக்க போனபோது ‘சாந்தி நிகேதனை நீங்கள் பொறுப்பேற்றுக் கொள்ள வேண்டும்’ என்று எங்களிடம் சொன்னார். அதற்கு பாபு, ‘இதை பொறுப்பேற்றுக்கொள்ள நான் யார்? இது ஒரு சிறந்த மேன்மையான திறமையால் உருவானது. அது மேலும் தொடரும்’ என்றார். அப்போது அதை நடத்துவது சிறிது சிரமமாக இருந்தது. பாபு இரண்டு விஷயங்களை அடையாளம் கண்டு குறிப்பிட்டார். ஒன்று அங்கே இருப்பவர்கள் தங்கள் வேலைகளை தாங்களே செய்து கொள்வது போல உடல் உழைப்பு, பொது உணவு போன்றவற்றை தொடங்க வேண்டும். யாரையும் சும்மா உட்கார வைத்து சோறு போடக்கூடாது. இரண்டாவது, மகா கவிஞர் ஒருவர் பணத்திற்கு சிரமப்பட்டு கையேந்தி ஆசிரமத்தை நடத்தாமல், தங்கள் உழைப்பை தாங்களே செய்து ஆசிரமத்தை இயக்க வேண்டும்.

தான் இறக்கும் தருணத்திலும் வேலை செய்து கொண்டிருக்க வேண்டும் என்பார் பாபு. அதுவும் ராட்டையை நூற்கும் போது மரணம் வந்தால் தான் கொடுத்து வைத்தவன் என்பார். அவருடைய உழைப்பு அவருக்கு பிடித்தமான ராட்டை கைக்கு வந்ததும் அதிகமானது. ஆசிரமத்திற்கு யார் வந்தாலும், வந்தவர்களிடம் ராட்டையை பயன்படுத்த சொல்லுவார். அங்கே வந்து தங்கிப் போவவர்கள் அவர்கள் வேலையை அவர்களே செய்து கொள்ள வேண்டும். இதில் யாருக்கும் விலக்கு கிடையாது. பல வெளிநாட்டு பத்திரிகை நிருபர்கள், இலக்கியவாதிகள், மதத் தலைவர்கள், போன்றவர்கள் வருவார்கள். அவர்களுக்கு கதர் உடுத்துவார். ராட்டையில் நூல் நூற்க சொல்லுவார்.

ஆசிரமத்தில் வெளியாட்கள் யாரும் இல்லாததால் அவரவர் வேலைகளை அவரவர்களே செய்துகொள்ள வேண்டும் என்பார். வந்தவர்கள் எந்த வேலையை எங்கே இருந்து தொடங்க வேண்டும் என்று யோசிப்பதற்குள் பாபு பெருக்கி, துடைத்து, கழுவி, தண்ணீர் இரைத்து , நூல் நூற்கும் வேலைகளை செய்து கொண்டிருப்பார். பாபுவே செய்யும் போது தாங்கள் ஏன் செய்யக்கூடாது என்று அவர்களும் வேலை செய்வார்கள். அப்படி ஒருமுறை வந்து பாபுவை பார்த்து போன பிறகு பலர் முழுமையாக தங்கள் வாழ்க்கையை மாற்றிக் கொண்டார்கள்.

வேலை செய்வது செருக்கை அழிக்க ஒரு வழி என்பது பாபுவின் கருத்து. உண்மைதான், வேடிக்கையாக நான், 'உங்கள் முதல் மனைவி வேலை, பிறகுதான் நான்' என்று சொல்வேன்! 'அப்பாடா, என்னை புரிந்து கொண்டாயே' என்று சிரிப்பார்.

'இனி என்னால் பணம் அனுப்ப முடியாது'

தென்னாப்பிரிக்காவில் வக்கீல் தொழில் நன்றாக நடந்து கொண்டிருந்தது. ஆனால் வாழ்க்கை மாறிக் கொண்டிருந்தது. எளிமையான ஆசிரம வாழ்க்கையாக இருந்தாலும் இந்தியர்களின் போராட்டங்களுக்கு தன் வருமானத்தை செலவு செய்து, ராஜ்கோட்டிற்கு பணம் அனுப்ப முடியவில்லை. ஒருமுறை இலட்சுமிதாஸ் மாமா கடுமையாகவே கடிதம் எழுதினார். அவர் கூற்றுப்படி, மோகா பேரிஸ்டர் கற்க அவர் 13,000 ரூபாய் செலவு செய்திருந்தார். 'அப்படி கஷ்டப்பட்டு படிக்க வைத்திருக்கிறோம், நீ இப்போது மாதம் 100 ரூபாயையாவது அனுப்பி வைக்கவும்' என்று கேட்டார். அப்போது இந்தியர்களின் வழக்கை இலவசமாக நடத்திக் கொண்டிருந்தார். மற்றபடி வரும் பணத்தை ஆசிரமம் நடத்த, இண்டியன் ஒபீனியன் பத்திரிகை நடத்த செலவாகும்.

பாய் கச்சிதமாக கணக்கு வைத்திருந்தார்.. தனக்காக செய்த செலவு, தான் இல்லாதபோது தன் மனைவி, பிள்ளைகளுக்கு செய்த செலவு எவ்வளவோ அதை விட இரண்டு பங்கு அதிகமாகவே அண்ணனுக்கு கொடுத்திருந்தார். ஆனால் அது இலட்சுமிதாஸ் மாமாவுக்கு சரியாகப் படவில்லை. சிரமப்பட்டு இங்கிலாந்திற்கு அனுப்பி வைத்தது, தம்பியின் மனைவி, மக்களை பார்த்துக் கொண்டது எல்லாவற்றையும் நினைவுப் படுத்தி, குத்திக் காட்டி கடிதம் எழுதுவார். குடும்பப் பொறுப்பை முழுமையாக மறந்து விட்டதாக குற்றம் சாட்டினார். கடைசியில் பாய் அண்ணனுக்கு நயமாக கடிதம் எழுதி விட்டார்.

“நீங்கள் அப்பா இடத்திலிருந்து என்னை ஆதரிக்காமல் இருந்திருந்தால் இன்று நான் எதுவாக இருக்கிறேனோ அது கண்டிப்பாக ஆகியிருக்க முடியாது. உங்கள் நன்றிக் கடனை தீர்க்க முடியாதவனாக இருக்கிறேன். ஆனால் அது அன்பின், நன்றியின் கடன். பண விஷயத்திற்கு வருவதாக இருந்தால், நீங்கள் 13,000 ரூபாய் செலவு செய்ததற்கு பதிலாக நான் இதுவரை திருப்பிக் கொடுத்த பணம் 60,000 ரூபாய்கள். நீங்கள் பணத்தால் அமைதியையும், மகிழ்ச்சியையும் பெற விரும்புவவர். அமைதியையும், ஆனந்தத்தையும் அடைய பணம் தேவையில்லை என்று கருதுபவன் நான். எனக்கு குடும்பம் என்றால் நாம் இரு சகோதரர்கள் மட்டுமல்ல. சகோதரி, பந்துக்கள் என்னை சுற்றி இருக்கும் எல்லா உயிர்களும் என் குடும்பத்தை சேர்ந்தவர்களே. நான் வருத்தத்துடன் சொல்ல வேண்டி இருக்கிறது, உங்கள் விவேகம் இல்லாத சடங்குகளாலும், ஆடம்பரமான வாழ்க்கை முறையாலும் வீண் செலவு செய்கிறீர்கள். குதிரை வண்டி வைத்துக் கொண்டீர்கள், நண்பர்களுக்கு விருந்து கொடுத்தீர்கள், சுயநலமான நண்பர்களுக்காக பணத்தை விரயம் செய்தீர்கள், நான் தீயவை என்று கருதும் சங்கதிகளுக்கு எல்லாம் நீங்கள் செலவு செய்தீர்கள். அவற்றுக்காக இனி என்னால் பணம் அனுப்ப முடியவே முடியாது. இதைப் பற்றி இனி கடிதப் போக்குவரத்து தேவை இல்லை.”

அந்தக் கடித்தத்தை அண்ணனுக்கு எழுதிவிட்டு பாய் நிம்மதியாக இருந்தார். அப்படி எழுதி இருக்கிறேன் என்று என்னிடமும் சொன்னார். அங்கே பாய் சம்பாதித்த பணத்தின் மீது எங்கள் உரிமை ஒரு வரம்புக்குள் மட்டுமே என்பது புரிந்தது. தான் சம்பாதிக்கும் பணம், சொத்துக்கு தான் டிரஸ்டி அவ்வளவுதான். தென்னாப்பிரிக்க இந்தியர்களுக்கு தன் உழைப்பை விநியோகிக்க வேண்டுமென்று இருக்கிறேன் என்று எனக்கு தெளிவாக விவரித்து சொன்னார்.

அதே தருணத்தில், எங்கள் ஹரி அப்பாவின் மீது கோபித்துக்கொண்டு, பெரியப்பா இலட்சுமிதாஸ் அவர்களிடம் போனான். அவர் சீரும் சிறப்புமாக திருமணம் செய்து வைத்ததுமல்லாமல் செலவு கணக்கை ஹரியின் அப்பாவிற்கு அனுப்பியும் வைத்தார். ஆனால் பாபு, ‘இதற்கு முன்பே கூறியது போல, என்னால் பணம் அனுப்ப முடியவே முடியாது. அது என் சம்மதத்துடன் நடந்த திருமணம் அல்ல. என் பார்வையில் இப்போது குடும்பம், சேவை என்ற சொற்களின் பொருள் மாறுபட்டிருக்கிறது’ என்று மீண்டும் நினைவுப் படுத்தி எழுதினார்.

பாபுவின் அக்கா ராலியத் கூட பேரிஸ்டர் தம்பி தனக்கு நிரந்தரமாக உதவ வேண்டும் என்று எண்ணியிருந்தார். அவர் கணவன் இறந்த போது மகன் கோகுலதாஸை எங்களிடம் வைத்துக் கொண்டோம். ஆனால் இந்தியாவிற்கு வந்த பிறகும் அவர்களுடைய எதிர்பார்ப்பு தொடர்ந்தது. அப்போது பாபு சபர்மதி ஆசிரமத்தில் வந்து தங்க சொன்னார். அங்கே எப்படி இருப்பது? அங்கே தீண்டத்தக்காதவர்கள் குடும்பங்கள் இருக்கின்றன என்று குறை சொன்னார். “எனக்கு விலக்கு அல்லாதது உனக்கு எப்படி தீட்டாகும்!? நான் உனக்குக் கொடுக்க எங்கே இருந்து பணம் கொண்டு வரட்டும்? நண்பர்களை கேட்டால் ஆசிரமத்தில் தங்க வைத்துக் கொள் என்கிறார்கள். நீ தீட்டு என்கிறாய். நான் வாழ்ந்து கொண்டிருப்பதும் உன்னைப் போன்ற நிலைமையில்தான். உன்னால் தாங்க முடியாத சிரமம் எதுவும் இல்லை. உனக்கு அதிக பணம் தேவை என்றால் இரண்டு வீட்டில் பருப்பு, கோதுமை சலித்துக் கொடுத்து பணம் சம்பாதிக்கவும். அது நல்ல வழி. ஆனாலும் சொல்கிறேன் இங்கே வந்து தங்கவும். உனக்கு உன் சகோதரன் கிடைக்காமல் போகலாம், ஆனால் நூற்றுக் கணக்கான சகோதரர்கள் கிடைப்பார்கள். அதுதான் உண்மையான வைணவப் பாதை” என்று கடிதம் எழுதினார்!

மலைக்கு போர்வை போர்த்துவது போல, தான் என்ன பாடுபட்டு உழைத்து அனுப்பினாலும், சொந்தங்கள் திருப்தியடைய மாட்டார்கள் என்று பாய் அறிந்திருந்தார். அவர் நினைத்ததை விடவும், வீடு குடும்பத்தை விடவும் தன் பொறுப்பு இன்னும் பெரியது என்று அவர் எண்ணியிருந்தார். தன் உழைப்பின் மீது குடும்பத்தாருக்கு உரிமை இருப்பது என்னவோ உண்மை. ஆனால் தனக்காக தான் செய்யும் செலவு அவர்கள் செய்யும் செலவை விடவும் மிகக் குறைவு. சமூதாயத்திற்கு செலவு செய்த பின்னும் பணம் ஏதாவது மீதமிருந்தால் அதில் குடும்பத்து பங்கு மட்டுமல்ல, எல்லாவற்றையும் கொடுக்கவும் தான் தயார் என்று ஒரு கடிதத்தில் எழுதியிருந்தார்.

இலட்சுமிதாஸ் மாமாவிற்கு உடல்நிலை தவறியது. அதை தம்பியிடமும் தெரிவித்திருந்தார். தனக்கு இப்போது குடும்பச் சொத்தின் மீது எந்த ஆசையும் இல்லை என்றும், அண்ணன் எனக்கு முன்னால் இறந்துவிட்டால் மட்டுமே குடும்பத்தை பார்த்துக் கொள்வேன் என்றும் பாபு தெரிவித்து விட்டார். இந்தியாவிற்கு வந்த பிறகும் தனக்காக ஒரு வீட்டை அமைத்துக் கொள்ளவில்லை.

தன் பெயரில், பிள்ளைகள் பெயரில் சொத்துக்களை வைத்துக் கொள்ளவில்லை. பாபுவின் அண்ணன் பிள்ளைகள், அக்கா பிள்ளைகள் எல்லாம் எங்களுடன் இருந்தார்கள். உதவி செய்தார்கள். ஆனால் எங்களுக்கு என்று வீடு, சொத்து, நகை, பணம் எதையும் வைத்துக் கொள்ளாதா பாயின் கோட்பாடுகளை செரிமானம் செய்து கொள்வது அத்தனை எளிதல்ல. 'ஒரு பலவீனமான மனிதன் தனக்கு தேவையானதை சம்பாதிக்காவிட்டால் நான் அதை நிராகரிப்பேன். முதலில் அவன் தேவையை பூர்த்தி செய்து கொண்டு, பிறகு என் தேவையை பூரத்தி செய்துகொள்வேன்.' என்பதை ஜீரணித்துக் கொள்ள தன் சொந்தங்களுக்கு மிகச் சிரமமானது. மற்றவர்களுக்கு இருக்கட்டும், தன் மகனிற்கே கஷ்டமானது. சுமந்து கொண்ட ஏழ்மை, ஆசிரம வாழ்க்கை, பிரம்மச்சரியம், கட்டுப்பாடு, சத்தியாகிரகம் போன்றவை என்றும் ஹரிக்கு புரியவே இல்லை.

கடைசியாக, நாட்டின் எல்லா திசைகளில் இருந்து வந்த, எல்லா மதங்களின் மக்கள் இருக்கும் ஆசிரம வாழ்க்கையை நாங்கள் வாழத் தொடங்கிய போதும், பாபுவைப் பற்றி நாடே பேசும் போதும் எங்கள் குடும்பத்தின் மோகா சாதாரண மனிதன் அல்ல என்று குடும்பத்திற்கு கொஞ்சம் கொஞ்சமாக புரிந்தது. ஆனாலும் குடும்பத்திற்கு துரோகம் இழைத்த மகாத்மா என்றே ராஜ்கோட் – போர்பந்தர் பந்துக்கள் பல காலம் எண்ணியிருந்தார்கள்.

இந்தியாவிற்கு ஒரு மகாத்மா உதிக்க பாபா காந்தியின் குடும்பம் மோகாவை இழக்க வேண்டியதானது.

'நான் பாதிப் பெண்'

ஆண் ஒருவன் தான் பாதிப் பெண் என்று சொல்லிக்கொள்வது நல்ல மனிதனாவதற்கு ஒரு முயற்சி. அதைத்தானே மாதொருபாகன் கற்பனை என்கிறோம்? ஆனால் இந்திய ஆண்கள், அதிலும் எங்கள் பக்கத்து ஆண்கள் அர்த்தநாரீசுவரனை என்றோ மறந்து காலடியில் அமர்ந்து காலைப் பிடித்து விடும் இலட்சுமியை வைத்துக் கொண்டு பள்ளிகொண்டனான விஷ்ணுவின் இனமாக வைணவர்களாகி இருக்கிறார்கள். பெரிய பெரிய கோட்பாடுகளையும், நீதிகளையும் பேசுகிறார்கள். ஆனால் வாயில் வேதாந்தம், செய்வதோ தகராறு. அப்படிப்பட்டவர்களுக்கு நடுவில் தோன்றிய மாதொருபாகன் என் கணவர்.

பேறுகாலத்தில் இருக்கும் மனைவிக்கு படுக்கையை சுத்தம் செய்து கொடுக்க வேண்டும், தண்ணீர் உணவு கொடுக்கும் வேலையை கணவன் செய்ய வேண்டும், பேறுகாலத்தில் இருக்கும் மனைவியை தொடாமல் இருக்கும் பழக்கம் மிகத் தவறு என்பது பாபுவின் நிலைப்பாடாக இருந்தது. மிலியும் மோகாவும் இப்படி ஏதாவது ஒரு விஷயத்தைப் பற்றி சர்ச்சை செய்துகொண்டே இருப்பார்கள். ஒருமுறை பாபு கிழக்கத்திய பெண்களின் நிலைமை மேற்கத்திய பெண்களின் நிலைமையை விட மதிப்பானது என்றார். மிலி சும்மா இருப்பாளா, 'கிழக்கத்தியர்கள் பெண்ணை முழுமையாக மற்றவர்களை சார்ந்தவளாக செய்து சொந்த வாழ்க்கையே இல்லாமல் செய்து விட்டீர்கள்' என்றாள்.

'இல்லை, தவறாக புரிந்து கொண்டிருக்கிறாய் மிலி, கிழக்கில் பெண்ணை நாங்கள் வணங்குகிறோம்'

'எனக்கு அப்படித் தோன்றவில்லை பாய், ஆணின் ஆவை தேவைகளை நிறைவேற்ற அவள் போராட வேண்டி இருக்கிறது. அப்படி அவர்களை ஆக்கி இருக்கிறீர்கள் நீங்கள்.'

'அப்படி இல்லம்மா எல்லா இடத்திலும் பெண் ஆணுடன் சேர்ந்தே நடக்கிறாள். சில இடங்களில் அவனையும் மீறுவதும் உண்டு.'

'அப்படி என்றால், கணவன் நாற்காலி மீது அமர்ந்திருக்க வேண்டும். மனைவி அவன் பின்னால் தாசியைப் போல சேவை

செய்ய நின்றிருக்க வேண்டும். என்று ஏன் நினைக்கிறீர்கள்? ஆண்கள் பெண்களை சரி சமமானவர்கள் என்று கருதுவதாவது எப்படி?'

'நீ சொல்வது உண்மை மிலி, ஆண்கள் நாங்கள் இன்னும் அந்த உயரத்தை எட்ட முடியவில்லை. ஆனால் அது எல்லா ஆண்களுக்கும் தெரிந்திருக்கிறது' என்று சிரித்துக் கொண்டே சொன்னார் பாபு.

நான் இருக்கும் இடத்தில் பாபு இருந்தால், மாலை நேரங்களில் பாபுவின் காலை அலம்பும் வழக்கம் எனக்கு. எனக்கு அதில் தீமை எதுவும் தெரியவில்லை. வற்புறுத்தல் இல்லவே இல்லை. அதை செய்ய என் ஒருவளுக்குத்தான் உரிமை என்ற பெருமை இருந்தது. ஆனால் மிலி, சோன்யா போன்ற பெண்கள் 'உன் மனைவி உனக்கு செய்வதை நீ பாக்கு செய்வாயா?' என்று கேட்பார்கள். ஆனால் அப்போதே யாரும் செய்து கொடுக்காத என் வேலைகளை அவர் செய்து கொடுத்துக் கொண்டிருந்தார். எனக்கு உடல்நிலை சரியாக இருப்பது மிகக் குறைவு. நான் அவருக்கு செய்த பணிவிடையை விட அவர் எனக்கு அதிகமான பணிவிடை செய்திருக்கிறார். நான் நோயாளியாக இருந்ததுதான் அதிகம். அப்போதெல்லாம் எனக்கே சங்கடம் உண்டாகும் அளவிற்கு தன் நோயாளி மனைவிக்கு பணிவிடை செய்திருக்கிறார் அவர்.

எங்கள் காலத்தில் நான் பார்த்திருக்கிறேன், தங்கள் மனைவியை வாய் திறக்க யாரும் அனுமதிக்க மாட்டார்கள். இந்த மகாத்மா மட்டும் 'நீ பேசு, பேசு' என்று சொல்வார். எனக்குத் தெரியாது என்றாலும், இல்லை, என்ன தோன்றுகிறதோ அதைச் சொல் என்பார். நீயாக சிந்தித்து செய், பேசு, முடிவை எடு, யோசி, வாதம் செய் என்பார். வரவர கடைசியில் என்னையே என்ன பேசுவது என்று கேட்கும்படி ஆனார். ஒருமுறை சிம்லாவுக்கு வைஸ்ராய் வெலிங்டன் அவரை சந்திக்க போனபோது என்னை துணைக்கு அழைத்துப் போனார். அனுசூயா சாராபாய் கூட இருந்தார். என்ன பேசுவது என்று கேட்டேன். 'அதை நீயே யோசித்து செய். ஆனால் என்னை தவிர்த்து விட்டு யோசி' என்று சொல்லியிருந்தார். வியப்பு என்னவென்றால் இப்படி என்னை

நானாக சிந்தித்து யோசித்து பேசத் தொடங்கிய பிறகே நான் என்ன என்று எனக்குப் புரிந்தது. யோசித்து பேசத் தொடங்கிய பின்னரே பாபு எனக்கு அதிகமாக புரிந்தது. யோசித்துக் கொண்டே இருந்ததால் தானோ அநேகமாக பாபுவுக்கு எல்லோரும் புரிந்தது.

இரண்டு அடி

இரும்பு காய்ந்திருக்கும் போது அடிப்பான். காய வைத்து, காய வைத்து நன்றாக காய்ந்து விட்டதா என்று பார்த்து அடிப்பான். கை தேர்ந்த கொல்லன் அவன்.

கலக்கி, மிதித்து, பிசைந்து, அழுத்தி, சுற்றி களிமண்ணை சட்டி ஆக்குவான். நல்ல குயவன் அவன்.

எங்கே மரம் அதிகமிருக்கிறதோ அதை செதுக்கி, வெட்டி, தேய்த்து ஒளிரும் உருவச் சிலைகளை செய்தான். சிறந்த தச்சன் அவன்.

வடிவத்திற்கு ஏற்றார் போல தேவைக்கு தகுந்தாற்போல துணியை வெட்டி தைய்த்தான். நேர்த்தியான தையல்காரன் அவன்.

எங்கே குப்பையைக் கண்டாலும் எடுத்து வீசுவான். சமையலறையும், கழிவறையும் ஒரே மாதிரி இருக்க வேண்டும் என்பான். சுத்தமான துப்புறவுத் தொழிலாளி அவன்.

மகாத்மாவா இல்லையா தெரியாது. எனக்கு தோன்றியவரை இவை அத்தனையையும் மோகா – பாய் – பாபுவின் சிறப்பான குணங்கள். ஆனால் ஒரு விஷயத்தை சொல்ல வேண்டும். பாபு முழுமையாக மகாத்மாவாகும் பாதையில் சில அடிகள் பின் தங்கி இருந்தார். அதை அவர் எதிரிகள் அடையாளம் கண்டு கொண்டிருந்தார்கள். பாபுவுக்கும் அது தெரிந்திருந்தது.

பாபுவின் ‘மகாத்மா’ குணம், ‘நல்லதனம்’ அவருடன் இருப்பவர்களுக்கு கொஞ்சம் சங்கடத்தைக் கொடுத்தது. பாபுவிடம் எனக்கு இருந்த பெரிய தொல்லை என்ன தெரியுமா? நீங்கள் எதிர்பார்ப்பது போல நகை, பணம், பிள்ளைகள் மீது அக்கறை, உடல் உறவு இல்லாமல் இருப்பது இவையல்ல. எங்களுக்கு என்று ஒரு தனிமையான நேரம், சொந்த விஷயம், சொந்தப் பொருள் இல்லாமல் இருந்தது எனக்கு மிகவும் வருத்தமாக இருந்தது. அவர் மகாத்மா. எல்லாவற்றையும் எல்லோருடனும் சிந்தித்தார். ஆனால் எனக்கோ அவரிடம் சொல்ல வேண்டிய என்னுடைய எண்ணங்களும், சிந்தனைகளும் இருந்தன. அதை சொல்ல அப்படி ஒரு நொடிக்காக

நான் பல ஆண்டுகள் காத்திருந்ததும் உண்டு. அவர் இருக்கும் இடத்திற்கு நான் சென்றால் அங்கே மற்றவர் யாரோ இருப்பார்கள். யாரும் இருக்காவிட்டாலும், அங்கே அருகில் இருப்பவர்கள் யாரையாவது அழைத்து உட்கார வைப்பார். எந்தப் பெண்களுடனும் பிரம்மச்சாரி ஏகாந்தத்தில் இருக்கக் கூடாது அல்லவா! சில சமயம் கண்ணீர் வருவது போலவும் இருக்கும். ஒரு பேச்சை சொல்ல ஒரு ஆண்டு காத்திருந்ததும் உண்டு. சொல்ல முடியாமல் இருந்தவை பல உண்டு. சொல்ல முடியாத விஷயங்கள் எல்லாம் நெஞ்சில் சங்கடத்தை அதிகரித்தன என்று மேலும் சொல்ல வேண்டுமா என்ன? அதற்காக இப்போது உன்னிடம் இழை இழையாக பிரித்து விரித்து வைக்கிறேன் குழந்தாய்.

எல்லோரை விடவும் பாபுவை அதிகமாக இழந்தவர்கள் அவர் பிள்ளைகள். பிறகு அவர் மனைவி. அதிகமாக வேண்டாம், ஆசிரமத்தில் தங்கியிருந்த பிள்ளைகள் மீது காட்டிய அளவு அக்கறையை காட்டியிருந்தாலும் போதும். எங்கள் பிள்ளைகள் கதகதப்பாக இருந்திருப்பார்கள். பிள்ளைகள் பேச்சை எடுத்தால் போதும், அவர்களுக்கு கடிதம் எழுதி இருக்கிறேன் / எழுதுகிறேன் என்பதில் பேச்சை முடித்து விடுவார். கடிதங்களை எழுதியிருக்கிறார், கட்டுக் கட்டாகா, உண்மை. ஆனால் அப்பா பிள்ளைகளின் இடையில் உறவு கடிதத் தொடர்பால் மட்டுமே வளர்ந்துவிடுமா என்ன? ஹரியின் நிலைமையைப் பார்க்கும் போதெல்லாம் இதுதான் நினைவிற்கு வருகிறது. மணி, ராமதாஸ் அப்பாவை பார்த்ததை விட அதிகமாக அவர் கடிதத்தை படித்தே பெரியவரானவர்கள். இருந்ததில் தேவதாஸ் எங்களுடன் தங்கி இருந்து வளர்ந்தவன்.

ஆசிரமத்தில் இருந்தவர்களை விட்டு மற்ற பாபுவின் தொண்டர்கள், காங்கிரசில் சிகரெட் புகைப்பவர்கள், மது அருந்துபவர்கள், பிரம்மச்சரியத்தை கடைப்பிடிக்காதவர்கள், தவறான வழியில் நடப்பவர்கள் எல்லோரும் இருந்தார்கள். ஆனால் அவர்களை எல்லாம் மன்னிக்கும் அளவிற்கு, அவர்கள் மீது அன்பு செலுத்துமளவிற்கு பாபு தன் மகனை மன்னிக்கவே இல்லை. அன்பு செலுத்தவும் இல்லை. மற்றவர்களுக்கு வைத்த நீதி நியதிகளின் அளவு கோலை விட மிக நீளமான, அகலமான அளவு கோலை தன் குடும்பத்தாருக்கு வைத்தார். நாங்கள் எல்லாம் உலகத்தின் பார்வைக்கு சிறியவர்களாகவும், எங்கள் பார்வையிலே சிறியவர்களாகவும் தெரியும்படியாக செய்தார். ஒன்று உள்ளே வர மற்றொன்று வெளியே போக வேண்டும்

என்பது இயற்கையின் நியதி என்பதாக இருந்தால், எல்லோருக்கும் பாபுவானவர் என் பிள்ளைகளுக்கு பாபு இல்லாமல் போனார் என்று சொல்லலாம்.

பாபு தன் தவறுகளை எல்லோர் முன்னிலையிலும் ஏற்றுக்கொள்வார். அது பெருந் தன்மைதான். ஆனால் நான் நினைப்பது அது பாபுவின் பலவீனம் என்று. 'நான்', 'நான்' என்பதை முழுமையாக அவரால் விட முடியவில்லை. பாபுவுக்கு அவருடைய எல்லா வேலைகள், உண்ணாவிரதங்கள், எழுத்து, சொற்பொழிவுகளுக்கு இடையே 'நான்' மையத்தில் இருந்தது. அந்த 'நான்' எப்படி மிகையானது என்றால் தன் விந்து நாசமானால் நாடே அழிந்துவிடும் என்று எண்ணும் அளவிற்கு. அவர்தான் எல்லோர் சார்பாகவும் துயரத்தை அனுபவிக்க வேண்டியவர், வேலை செய்ய வேண்டியவர் என்று நினைக்கும் அளவிற்கு ஆனது. காங்கிரஸ் – இந்தியா எல்லாம் தன் தோள் மீது நின்றிருக்கிறது என்று நினைக்கும் அளவிற்கு ஆனது. அந்த சிறிய உடலுக்கு அத்தனை வேலைகளை செய்ய வலுவைக் கொடுத்தது அந்த 'நான்'. ஆனால் அது கூடவே கொடுத்த துயரம் இருக்கிறதே, அதை தாங்கிக்கொள்ள மிகவும் சிரமப்பட்டார்.

தன் பேச்சுக்கு மரியாதை இல்லை, என் பேச்சை யாரும் கேட்பதில்லை என்ற போது மிகவும் வருத்தப்பட்டார். கோபமல்ல அது. துயரம். ஆம், துயரப்படுவது அவருடைய அடிப்படையான இயல்பு. வலியை அனுபவிப்பது, உண்ணாவிரதம், பிரம்மச்சரியம், பட்சாதாபம் எல்லாம் அவருடைய அடிப்படை இயல்பின் வெளித் தோற்றங்கள். என்னைப்போல சாதாரணமானவளுக்கு துயரத்தின் காரணம் தனிப்பட்டதாக இருக்கலாம், சுயநலமாக இருக்கலாம். எங்கள் வீடு, பிள்ளைகள், சொத்து, ஆரோக்கியம், உறவினர்களை சுற்றி இருக்கலாம். ஆனால் பாபுவுக்கு அப்படி அல்ல. அவருடைய துயரத்திற்கு காரணம் முழுமையாக வேறு. துயறக் கிணற்றில் எப்படி விழுந்து விடுவார் என்றால் அங்கே இருந்து மேலே எழுந்து வர அபாரமான பொறுமை, கடுமையான கட்டுப்பாடு, உபவாசம் இவற்றை ஒவ்வொரு படிகளாக ஆக்கிக் கொள்வார். தேவையானால் இதை அவருடைய சிறப்பான குணம் என்றே அழையுங்கள். நான்

இதைப்போல மற்றொரு மனிதனை பார்த்ததே இல்லை. சில சாது சந்நியாசிகள் 'நான்' என்பதை விட்டு விட்டு, அதனுடன் மற்றவைகளையும் விட்டு விட்டு உள்முகச் சிந்தனையாளர்களாக ஆவார்கள். ஆனால் பாபு அகம் – புறம் இயக்கங்களுக்கு இடையே 'நான்' என்பதை நிரந்தரமாக சீண்டிக்கொண்டே இருந்தார். நிரந்தரமாக வளர்த்தார். அதற்காகவே அவரை இப்படித்தான் என்று குறிப்பாக சொல்வதற்குள் அப்படி அல்ல என்பதைப்போல மற்றது எதையோ செய்து விடுவார். இவர் எப்படிப்பட்ட மனிதன் என்று அறிந்துகொள்ள பலரால் முடியவே இல்லை.

இப்படி அவரிடம் சொல்லியும் இருந்தேன். 'அம்மா தாயே, உன் கத்தி அதிகக் கூர்மையாக இருக்கிறது என்னால் தாங்க முடியவில்லை தாயே, கொஞ்சம் மெதுவாக' என்பார்.

★★★

கடலை நோக்கி

அறுபத்தியொரு ஆண்டுகள் அகம் புறத்தைப் பார்த்துக் கொண்டே கழித்தோமல்லவா? நாங்கள் ஒருவரில் ஒருவராக கலந்து போயிருந்தோம். நாங்கள் சாதாரண தம்பதிகளைப் போல இருக்கவில்லை. பாபு எங்கே இருப்பாரோ அங்கேதான் நானும் இருப்பேன். அவருடைய பேச்சை கேட்டுக் கொண்டு, பார்த்துக் கொண்டு உட்கார்ந்திருப்பேன். பிரார்த்தனை நேரத்திலும் அப்படித்தான். நான் பேசுவது குறைவு. பாபுவே பேசிக் கொண்டிருப்பார். நான் கேட்டுக் கொண்டிருப்பேன். பாபு தலைவன், நான் தொண்டன். ஒருவகையில் எங்கள் உறவு ஆசான் – மாணவள் உறவாக இருந்தது. அற வகையில் கணவன் – மனைவி. அதனால் ஒரு சிறப்பான அன்பும், அக்கறையும், நிரந்தர தொடர்பும் இருந்தது. எங்கள் உறவு எப்படிப்பட்டது, எவ்வளவு என்று அளக்கப் போகக்கூடாது. அது சிரமம். பாபுவுடன் என் உறவை அளக்கப் போனால் அளவுகோள் போதாமல் போகலாம். ஏனென்றால் எங்கள் அளவுகளே வேறு, அளவீடுகளே வேறு.

மோகா ஒவ்வொரு அடியாக எடுத்து வைத்து பாய், பாபு, மகாத்மாவாக வளர்ந்தார். நான் படிப்படியாக தினசரி ஆசைகளை அடக்கிக்கொண்டு மௌனமாக அவர் பின்னால் நடந்தேன். எங்களுக்கு இடையில் மிக மதிப்பிற்குரிய உறவு இருந்தது. ஆனால் நட்பு இருக்கவில்லை. இறுதியில் அவர் மிக உயரமாக வளர்ந்தார், என் பிடிக்கு கிடைக்காத அளவிற்கு. என் சண்டை எல்லாம் அவர் நிழலோடு நடக்கும். எங்கள் உறவு மௌனத்தில் புதைந்து போனது.

மனைவியாக ஒவ்வொரு பொறுப்பையும் இழந்து பெயருக்கு மனைவியாக இருப்பது போலத் தோன்றியது. பாவுக்கு பாபுவைத் தவிர எந்த உலகமும் இருக்கவில்லை. பாபுவை தவிர்த்து ஒளிரவே முடியவில்லை. ஆனால் பாபுவுக்கு அப்படியல்ல. அவர் இருக்கும் இடத்திலேயே அவர் உலகம் உருவாகி விடும்.

பாபு துறவு என்று ஒன்றொன்றாக கைவிட்டுக் கொண்டே போனார். நானும் சிலதை விட்டேன். சிலதுடன் ஒட்டிக்கொண்டே இருந்தேன். பாபுவைப் போல எதையும் முழுமையாக விட முடியவில்லை. அவரைப் போல உண்ணாவிரதம் இருக்கவில்லை. அவரைப்போல நாடுகளை சுற்றவில்லை. அவரைப் போல உணவு பரிசோதனை செய்யவில்லை. அவரளவிற்கு பேசவில்லை. அவரளவிற்கு மோகத்திலிருந்து விடுபட முடியவில்லை. ருசியை விட முடியவில்லை. ஆசையிலிருந்து விலக முடியவில்லை. அவர் பல நூறு அடிகளை வேகமாக நடந்து விட்டார். நான் சந்தேகத்துடன் ஒவ்வொரு அடியாக எடுத்து வைத்தேன்.

பாபு நாட்டிற்காக எல்லாம் துறந்தார். நான் பாபுவையே துறந்தேன். அதற்காகத்தான் பாபு பாபு, பா – பா தான் அல்லவா?

இப்படி ஒரு கட்டத்தில் 75 ஆண்டுகள் கடந்தன. நதி ஓடி ஓடி முடிவில் கடலை நோக்கி பயணிக்கத் தொடங்கியது. பாதையில் அது ஏறி இறங்கிய மேடு பள்ளங்கள் பல. தாவிய பள்ளத்தாக்குகள் எத்தனையோ? நதி வத்தி, வரண்டிருந்ததும், பொங்கிப் பரவியதும் உண்டு. கடைசியில் அடைய வேண்டிய இலக்கு முடிவாகி இருந்தது. அதை நோக்கி ஓடிக்கொண்டே இருந்தது.

கடைசி பாய்ச்சலின் தருணம் இருந்ததே, அது மகிழ்ச்சியான காலம். எதற்காக தெரியுமா? அப்போது எனக்கு விருப்பமானவர்கள் எல்லாம் என் அருகிலேயே இருந்தார்கள். புனே ஆகாகான் சிறைச்சாலை. பாபு அங்கே இருந்தார். சுசீலா என் காலடியில் அமர்ந்துகொண்டு ஒவ்வொரு நொடியும் நான் என்ன பேசுகிறேன், எப்படி மூச்சு விடுகிறேன் என்பதை எழுதிக் கொண்டிருந்தாள். தேவதாஸ் இருந்தான். மீரா வந்திருந்தாள். குட்டி கனுவும் வந்து பார்த்துப் போயிருந்தான். மற்ற பிள்ளைகளும், பேரப் பிள்ளைகளும் வந்து பார்த்துப் போயிருந்தார்கள்.

குளிர் காலம் முடியும் தருவாயில் இருந்தது. 1944 பிப்ரவரி மாதம். சில நாட்கள் பாபுவை என்னுடன் தங்க வைத்திருந்தார்கள். படுத்துக் கொண்டே இருந்ததால் முதுகு சிவந்து போயிருந்தது. உடம்பெல்லாம் புண்ணானது போல ஒரே வலி. பாபு என் உடம்பை அவர் உடல் மீதோ அல்லது மார்பின் மீதோ சாய்த்துக் கொண்டு உட்கார்திருப்பார். தலையை அழுத்துவதும், முதுகை நீவிக் கொடுப்பதும், கழுத்திற்கு எண்ணெய் தேய்த்து விடுவதும், சொட்டுத் சொட்டாக சுடு தண்ணீர் பருக வைப்பதும், மெல்லப் பேசுவதும், தனக்குத் தெரிந்த சில பஜனைகளைப் பாடுவதும், கனுவின் குஜராத்தி நூலிலிருந்து ஓரிரு கவிதைகளை வாசிப்பதும் செய்து கொண்டிருந்தார். கண் திறந்திருந்தால் பாடம் சொல்லிக் கொடுத்திருப்பாரோ! இப்படி பலதை செய்து கொண்டு கூடவே இருந்தார். பகலில் தூக்கம் வராது. இரவிலும் கிடையாது. அது ஒரு விழிப்பும் – கனவும் – ஆழ்ந்த உறக்கமும் இல்லாத இடைக்காலம்.

மூச்சை உள்ளே இழுக்க முடியாமல் உடல் நீலமாகும் போது தூக்கம் எங்கே இருந்து வரும் குழந்தாய்? தேவதாஸ் மிகப் படபடப்புடன் நடமாடிக் கொண்டிருந்தான். அங்கும் இங்கும் ஏதோ பேச்சுக்கள் நடக்கும். சுசீலாவும், தேவதாசும் கொடுக்க வேண்டிய மருந்துக்களைப் பற்றி சர்ச்சை செய்து கொண்டிருந்தார்கள். எங்கேயிருந்தாவது தருவிப்போம் என்றார்கள். பாபுவைக் கேட்டார்கள். எப்போதும் போல ஒரு குளிர்ச்சியான மௌனம். அநேகமாக அமைதியாக

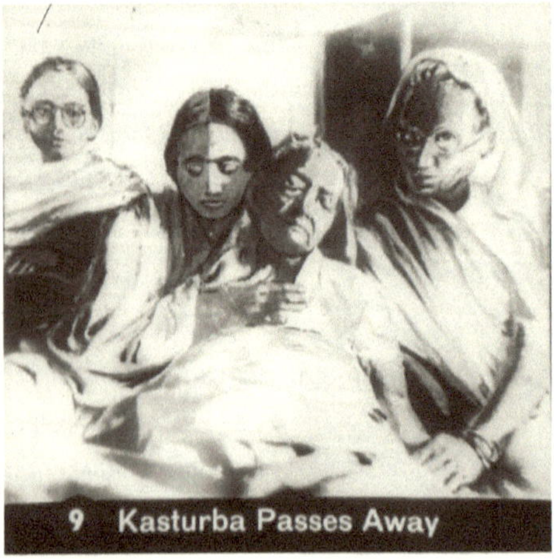

9 Kasturba Passes Away

இருக்க வேண்டும் பாபு. பாபு வேண்டாம் என்று சொன்னார். என்னால் மூச்சு விடமுடியாத தாலோ, அல்லது தூக்க மருந்து கொடுத்தாலோ தெரியவில்லை, பாபு 'இன்ஜெக்ஷன் கொடுக்க சொல்லலாமா?' என்று கேட்டது நினைவு. கண் திறக்கவும் முடியவில்லை. பாபுவே வேண்டாம் என்றார். அந்த ஊசியை தாங்கிக் கொள்ளும் வலுவாகட்டும், உடலில் தசையாகட்டும் அவளிடம் இல்லை மகனே என்றார். தேவதாசனுக்கு என்ன தோன்றியிருக்கலாம்? அவன் விசும்பும்

ஒலி, தேம்பி அழும் சத்தம். அது அவன் கையாக இருக்கலாம். என் நெற்றியை வருடிக் கொண்டிருந்தது. பிள்ளையை அம்மா வருடிக் கொடுப்பது போல அவன் தொடுதல்...

என்னை தன் மீது சாய்த்துக் கொண்டிருந்த பாபு சொன்னார், அது 22ஆம் திகதி என்று நினைக்கிறேன். கஸ்தூர் என்று அழைத்தார். கண் இமை மீது ஒரு மணங்கு பாரம். திறக்க வேண்டுமென்று நினைத்தாலும் முடியவில்லை. நெஞ்சில் சூடு ஏறி, காதும் வெப்பமாகி, கைகால்கள் நடுங்கும் அனுபவமானது. சிரமத்துடன் கண்ணைத் திறந்தேன். கண்டது பாபுதான். கஸ்தூர் என்று உடனே முன்னால் குனிந்தார். ஒரு சிறிய துளை அகலத்திற்கு திறந்திருந்த என் கண்களில் பாபுதான் தெரிந்தார். கண்ணில் கண் வைத்துப் பார்த்தார். அவர் கண்களில் கண்ணீர் நிறைந்திருந்தது. நிறைந்த கண்கள். எவ்வளவு தொலைவு நீந்தி வந்திருந்தோம் இந்தக் கண்ணீரில்! எத்தனை எதிர் நீச்சல், மூழ்கல். எழுவதும், வீழ்வதும், எழும்பி எழும்பி மூழ்கியதும்..!? என் வாயில் நான்கு உப்புத் துளிகள் விழுந்தன. இது கங்கை நீரா? பாபுவின் கண்ணீரா? இரண்டிற்கும் என்ன வேறுபாடு? விழுங்கினேன். கங்கை நதியை முழுமையாக விழுங்கியதைப் போல உள்ளே பாய்ந்து, ஓடி, விரிந்து, பரவியது. எல்லாம் தெரிந்தாலும் எதையும் பார்க்க முடியவில்லை. எல்லாம் காதில் விழுந்தாலும் எதுவும் கேட்கவில்லை. வாய் நிறைய வார்த்தைகள் இருந்தன, பேச்சு வரவில்லை.

'மோகா, என்னால் இனி முடியாது ஆண்டவனே. நான் இப்போது மிதக்கிறேன். லேசாக, மிக லேசாக. அட, என்ன மகிழ்ச்சி... எத்தனை ஆண்டுகள் ஒன்றாக இருந்தோம், அல்லவா. எனக்கு இப்போது இந்த நொடி...'

மிதந்...து போனேன்.

★★★

ஒரு பெண்ணின் கதை

எல்லோருடைய அம்மா ஆவது, கணவனுக்கும் அம்மாவாவது தனிமையை குறைக்கும் வழி என்றே நினைத்து வாழ்ந்தவள் பா. அதற்காகத்தான் பல குழந்தைகளின் தாய் அவள். கஸ்தூர் என்றால் பெண். பா என்றால் தாய். கஸ்தூர் கஸ்தூர் பா ஆன கதை என்றால் பெண் அம்மாவான கதை.

குழந்தாய், இதுவரை நீ கேட்டது, வாசித்தது ஒரு பெண்ணின் கதை. அதிகமும் அல்ல குறைவும் அல்ல...

காலம் இப்படித்தான் குழந்தாய். கடந்து கொண்டே போய்விடும். அப்போது இருந்த கல், மலை, மரம் இப்போதும் இருக்கலாம். ஆனால் வேறு வடிவில் இருக்கும். அன்று தெருவில் கிடந்த கல், இன்று வீட்டிற்கு அடிக்கல்லாக இருக்கலாம். சிறைச் சுவர்களாக இருக்கலாம். சாக்கடை அடியில் கிடக்கலாம். துணி துவைக்கும் கல்லாகவும் இருக்கலாம். அல்லது உடைந்த சல்லிக் கற்களாக தெரு, வீடு, பாலத்தை வலுவாக்கியும் இருக்கலாம். ஆனால் கல் இருந்தது பொய்யா? இப்போது கல் வெவ்வேறு வடிவங்களில் பயன்பட்டிருப்பது

பொய்யா? அப்படி என்றால் எது உண்மை? அன்றைய பெயரா? இன்றைய வடிவமா?

இரண்டும் உண்மை. காலத்து மகிமை என்றால் அதுதான். கஷ்டம் – சுகம், இன்பம் – துன்பம், அவமானம் – பெருமை

எல்லாம் அப்படித்தான் இருக்கும். எங்கேயும் போகாது. ஆனால் அது அதுவாகவே இருக்காது. வெவ்வேறு வடிவங்களில் இருக்கும். அதை அடையாளம் கண்டுகொள்ள வேண்டும். இது மனிதர்களுக்கும் பொருந்தும் அல்லவா? அவர்களுடைய சிந்தனைகளுக்கும் பொருந்துமல்லவா? இதைத்தான் நான் என் வாழ்க்கை முழுதும் அறிந்து கொண்டது.

பூமி மீது யாரும் பெரியவர்கள் இல்லை, சிறியவர்களும் கிடையாது. நிலத்தில் பெரும் மரமும் வளரும், அதுபோலவே அருகம் புல்லும் வளரும். மரத்தின் பரப்பளவு வேறு, மரத்தின் வலு வேறு, பயன் வேறு. புல்லின் பயனும், விசாலமும் வேறு. மரத்தின் மீது ஏதோ பறவை வந்து அமரும். தன் கூட்டைக் கட்டும். பாட்டைப் பாடும். பறக்கும். மீண்டும் மீண்டும் வரும். மரத்து அடிப்பகுதி நழுவாமல், நிற்பவர்களுக்கு நிழல் தருவதுடன், காலுக்கு குளிர்ச்சியான அனுபவமும் கிடைக்க புல் இருக்கும். மெல்லப் பரவிக்கொண்டே புயல், மழை, வெய்யிலுக்கு அஞ்சாமல் புல் உறுதியாக தங்கிவிடும்.

நான் அந்த புல் போல. சன்னல் இடுக்கில் வானத்தைப் பார்த்துக் கொண்டே இருந்தவள். எல்லா கட்டாயங்களில் இருந்தும் விடுபட்டவள். பாபுவின் பொலிவாக நான் இருக்கிறேன்?! பாபுவை நிரந்தரமாக வெற்றியடையச் செய்யவும், தோற்கவும். பரிசோதனைகளை பரீட்சை செய்ய நான் இருக்கிறேன்? ஒருவேளை,

நான் ஏதாவது இந்த குடும்பம் – கணவன் – பிள்ளைகள் பொருளற்றவை என்று ஆசிரம வாசத்திற்கு கணவனை அழைத்திருந்தால்? அல்லது சத்தியாகிரகத்தில் ஈடுபட்டு, வீடு, பிள்ளைகளை கவனிக்காமல் போயிருந்தால்? பாபு சொல்வது எனக்கு சரி வராது என்று காதி ஆடையைத் துறந்து வண்ணச் சேலைகளை உடுத்திக் கொண்டு, போளி உண்டு, பிள்ளை பேரப்பிள்ளைகளுடன் பணத்தை செலவு செய்து கொண்டு ராணியைப் போல இருந்திருந்தால்? என் விருப்பத்திற்கு பாபுவை இணங்க வைக்க நான் உண்ணாவிரதம் இருந்திருந்தால்? நான் என்னுடைய சோதனையை நடத்தி சத்தியத்தைக் கண்டிருந்தால்?

அப்போது,

போர்பந்தரில் பிரளயம் ஏற்பட்டிருக்கும்.

ஆசிரமத்தில் புயலடித்திருக்கும்.

கஸ்தூர் காந்தி கஸ்தூர் பா ஆக முடியாமல் போயிருக்கும்.

உலகம் வானைப் பார்க்கும் முறையே வேறாக இருந்தது.

முறுக்கு செய்து பார்த்திருக்கிறாயா குழந்தாய்? போகட்டும் முறுக்கு சுடுவதையாவது பார்த்திருக்கிறாயா? அல்லது அதை மெல்லும் போது எப்படி செய்திருப்பார்கள் என்றாவது ஊகித்துப் பார்த்திருப்பாயா? பிசைந்த மாவை முறுக்குப் பிழியும் உரலில் போட்டு மெல்ல இடைவிடாமல் ஒரே மாதிரி அழுத்தி பிழிந்தால் இழை இழையாக முறுக்கு வெளியே வரும். அதன் உடல் மீது முறக்கள் பரவ கூர்மையான நுனியால் குத்திக் கொள்கின்றன. அதை நேர்த்தியாகப் பிழிந்து வட்ட வடிவமாக்க வேண்டும். அந்த முறுக்கின் முதல் நுனி எது? கடைசி நுனி எது? இரண்டிற்கும் இடையே இருப்பதின் ருசியில் என்ன வேறுபாடு?

நான் என் வாழ்க்கை, அனுபவம், நினைவு என்ற மாவை பிழிந்து பிழிந்து செய்த முறுக்கு வடிவம் இது. தொடக்கத்திற்கும் முடிவிற்கும் வேறுபாடு கிடையாது. அவை ஒன்றோடு ஒன்றாக இணைந்து அதுவாகி விரும்பப்பட்டது. அவை எல்லாம் ஒன்றாக இணைந்தே அது இதுவாகியிருப்பது. நினைவுகள் கொஞ்சம் முன்னும் பின்னும் நகர்ந்திருக்கலாம். அவற்றை எல்லாம் நான் இப்போது நினைவு கூறும்போது தொடக்கம் முடிவா, முடிவே தொடக்கமா என்று எதுவும் புரியாத மையத்தில் நான் நின்று கொண்டிருக்கிறேன்.

இது கஸ்தூர். இவ்வளவுதான் கஸ்தூர். ஏற்றுக்கொள் குழந்தாய்...

நான்... கஸ்தூர்.

★★★

www.ingramcontent.com/pod-product-compliance
Lightning Source LLC
LaVergne TN
LVHW060239051026
849517LV00005B/1672
* 9 7 8 9 3 9 5 2 8 5 7 4 2 *